चिरंजीव

डॉ. बाळ फोंडके

मेहता पब्लिशिंग हाऊस

Please contact us at **Mehta Publishing House,** Pune 411030.
✆ +91 020-24476924 / 24460313 / Mob. No. 9545000513
Email : production@mehtapublishinghouse.com
Website : www.mehtapublishinghouse.com

- *या पुस्तकातील लेखकाची मते, घटना, वर्णने ही त्या लेखकाची असून त्याच्याशी प्रकाशक सहमत असतीलच असे नाही.*

CHIRANJIV by DR. BAL PHONDAKE

चिरंजीव : डॉ. बाळ फोंडके / विज्ञानकथा

Email : author@mehtapublishinghouse.com

प्रकाशक : सुनील अनिल मेहता, मेहता पब्लिशिंग हाऊस,
१९४१, सदाशिव पेठ, माडीवाले कॉलनी, पुणे – ४११०३०.

मुद्रक : ट्रिनिटी ॲकॅडमी फॉर कॉर्पोरेट ट्रेनिंग लिमिटेड

मुखपृष्ठ : चंद्रमोहन कुलकर्णी

प्रकाशनकाल : मे, १९८६ / पुनर्मुद्रण : जून, २०१८

किंमत : ₹ २००

P Book ISBN 9789353170110
E Book ISBN 9789353170127
E Books available on : amazonkindle Apple Books Google Play Books

---

– अलकास,

– आजवर तुला काहीच देऊ शकलो नाही.

– **बाळ**

प्रास्ताविक

हा माझा तिसरा विज्ञानकथासंग्रह. विज्ञानकथालेखनाकडे तसा मी उशिराच वळलो. माझी पहिली प्रकाशित साहित्यकृती ही एक विनोदी ग्रामीणकथा होती; मिरासदार किंवा शंकर पाटील यांच्या बाजाची. कै. अनंत अंतरकरांनी ती स्वीकारली आणि 'मोहिनी'मध्ये शि. द. फडणीसांच्या चित्रांनी नटवून प्रसिद्ध केली. साधारण सव्वीस-सत्तावीस वर्षांपूर्वीच्या त्या काळात अंतरकर 'नवल' या 'उपेक्षित वाङ्मयप्रकारांना वाहिलेल्या' मासिकाचे प्रकाशनही करीत असत. त्यामध्ये आवर्जून विज्ञानकथांनाही ते स्थान देत. त्यातील काही विज्ञानकथा त्या वेळी माझ्या वाचनात आल्या होत्या. मी विज्ञानाचा विद्यार्थी. माझं महाविद्यालयीन शिक्षण त्या वेळी संपत आलं होतं व व्यवसायासाठी वैज्ञानिक क्षेत्रच निवडावयाचंही मी निश्‍चित केलं होतं. तरीसुद्धा त्या वेळी विज्ञानकथा फारशी समजली नाही; मग गोडी लागण्याचं दूरच राहिलं.

विज्ञानकथेविषयी, हा प्रकार वेगळा असल्याविषयी प्रथम जाणीव झाली ती त्यानंतर चार-पाच वर्षांनी. तोपर्यंत अंतरकरांच्या प्रोत्साहनानं माझ्या काही कथा त्यांच्याच 'मोहिनी'मधून प्रकाशित झाल्या होत्या; परंतु त्यातील एकही विज्ञानकथा नव्हती. मी त्या वेळी लंडनमध्ये डॉक्टरेटसाठी संशोधन करीत होतो. माझा एक इंग्रज-मित्र टॉनी फॉरेस्टर हा विज्ञानकथांचा चाहता होता. त्यानं मला विज्ञानकथा म्हणजे काय, तिचं स्वरूप कसं असतं, काही प्रथितयश वैज्ञानिक विज्ञानकथा कशा लिहितात, काही वेळा एखाद्या नवीन संशोधनाला विज्ञानकथेतून कशी स्फूर्ती मिळते हे सांगितलं. आयझॅक ॲसिमॉव्हच्या विज्ञानकथांचा परिचयही टॉनीनंच करून दिला. दुसऱ्याच दिवशी सार्वजनिक वाचनालयातून मी ॲसिमॉव्हच्या कथांचा एक संग्रह घेऊन आलो. कोणता ते आता आठवत नाही; पण तो वाचून मात्र काढला. त्यातील काही कथा आवडल्या, तर काही पार डोक्यावरून गेल्या; तलम घुंगटाआडून एखाद्या रमणीचा चेहरा पुसटसा दिसावा तशी काहीशी विज्ञानकथेची धूसरशी ओळख झाली. किंचितशी आवड निर्माण झाली. भारावून मात्र गेलो नाही. याचं एक कारण कदाचित हे असावं की, त्या काळात मला नाटकांची, नाट्यलेखनाची जास्त आवड होती. (अजूनही आहे.) लंडन म्हणजे नाटकांचं, नाट्यविषयक

चळवळींचं माहेरघर. तिथं नवनवीन नाटकांना, नाटकांच्या पुस्तकांना, त्याविषयी संबंधित चर्चासत्रांना काय तोटा!

त्या वेळी संशोधनविषयक अभ्यासामुळे, कामामुळे माझं लेखन जवळजवळ बंदच पडलं होतं. वाचन होत होतं, तेही ललितकृतीपेक्षा विज्ञानविषयक वाङ्मयाचंच जास्त. लंडनहून परतल्यावरही त्यात फारसा बदल झाला नाही. नाही म्हणायला मी त्या वेळी हौशी नाट्य स्पर्धांसाठी काही रूपांतरित नाटकं लिहिली. त्यातील काहींचे प्रयोग गाजले. एखाद-दुसऱ्या स्पर्धेमध्ये पारितोषिकही मिळालं. एरवी नियमित लेखन झालं नाही.

त्याला पुन्हा सुरुवात झाली, ती वेगळ्याच दिशेनं. त्या वेळी दोन घटना याला कारणीभूत झाल्या. मराठी विश्वकोषासाठी माझ्या अभ्यासाच्या विषयातील दोन सविस्तर नोंदी लिहिण्याचं आमंत्रण मला आलं. विज्ञान विषयाचा माझा अभ्यास इंग्रजी भाषेतूनच झाला होता. त्याविषयी मराठीत लेखन करण्याचा तो पहिलाच प्रसंग. शिवाय विश्वकोषासाठी नेहमीची वैज्ञानिक भाषा शक्यतो टाळण्याचा प्रयत्न करावयाचा होता. गहन विषय थोडा सुलभ करावयाचा होता. याच सुमारास 'महाराष्ट्र टाइम्स'मध्ये एक विज्ञानविषयक सदर सुरू करण्याचं त्या पत्राचे संपादक गोविंदराव तळवलकर यांनी ठरवलं. भाभा अणुसंशोधन केंद्रातील आम्ही चार-पाच मित्रांनी मिळून 'युगविज्ञान' या नावाच्या त्या सदरातील लेखनाची जबाबदारी उचलली. त्या निमित्तानं विज्ञानविषयक ललितलेखन किंवा ज्याला इंग्रजीत 'पॉप्युलर सायन्स' असं म्हणतात तशा प्रकारचं लेखन सुरू झालं. ते काही महिने चालल्यानंतर वृत्तपत्रकागदाच्या टंचाईचा घाला 'युगविज्ञान'वर पडला. ते सदर बंद झालं तरी माझं विज्ञानलेखन चालूच राहिलं. 'किर्लोस्कर', 'लोकप्रभा' अधूनमधून 'महाराष्ट्र टाइम्स'मधून असे लेख प्रकाशित होत होते. माझ्या त्या आधीच्या कथा वाचलेल्या, (आणि तरीही मैत्री टिकवून असलेल्या) एका मित्रानं त्या वेळी मला कथारूपानं विज्ञान सांगण्याचा प्रयत्न करावा असं सुचवलं. ती कल्पना मला आवडली. मनात घर करून राहिली; पण तसं लेखन लगेचच मात्र झालं नाही.

याच सुमारास जयंत नारळीकरांनी टोपणनावानं लिहिलेल्या त्यांच्या पहिल्याच विज्ञानकथेला मराठी विज्ञान परिषदेतर्फे घेण्यात येत असलेल्या विज्ञानकथा स्पर्धेत प्रथम पारितोषिक मिळालं; त्यामुळे त्यांचं नियमित विज्ञानकथा लेखन सुरू झालं होतं. नारळीकरांचं विज्ञानक्षेत्रातील कर्तृत्व त्याआधीच प्रकर्षानं सिद्ध झालं होतं. त्यांच्या नावाभोवती वलय होतं; त्यामुळे विज्ञानकथांकडे पाहण्याचा वाचकांचा, संपादकांचा दृष्टिकोन बदलत होता. त्यातच दुर्गाबाई भागवत यांनी मराठी साहित्य संमेलनांच्या अध्यक्षपदावरून नारळीकरांची आणि विज्ञानकथांची भलावण केली. विज्ञानकथेला प्रतिष्ठा प्राप्त झाली.

मनाच्या सांदीकोपऱ्यात पडून राहिलेल्या विज्ञानकथेविषयीच्या गोडीनं या वेळी उचल खाल्ली. त्याआधी बऱ्याच वर्षांपूर्वी वाचलेल्या द. पां. खांबेटे यांच्या 'माझं नाव रमाकांत कालावलकर' या विज्ञानकथा संग्रहाची मला आठवण झाली. तो संग्रह मिळवण्यासाठी बरीच धडपड करावी लागली; पण तो मिळवून मी परत वाचला आणि त्या कथांनी भारावून गेलो. त्या वेळी हेही जाणवलं की, कॉलेजमध्ये असतानाच लिहिलेल्या (आणि प्रा. वा. ल. कुलकर्णी यांनी त्याबद्दल पाठ थोपटलेल्या) माझ्या 'युस्को' या कथेचा तोंडवळा विज्ञानकथेशी मिळताजुळता आहे; त्यामुळे आपल्यालाही विज्ञानकथा लिहिता येईल असा आत्मविश्वास वाटू लागला.

प्रत्यक्ष त्याला मूर्त स्वरूप येण्यास कारणीभूत झाले, ते परत नारळीकरच. आठ-नऊ वर्षांपूर्वी 'किर्लोस्कर'च्या दिवाळी अंकात त्यांची 'उजव्या सोंडेचा गणपती' ही विज्ञानकथा प्रकाशित झाली होती. क्रिकेट सामन्याची पार्श्वभूमी असलेल्या त्या कथेतील सहजसौंदर्यानं तर मला आकर्षित केलंच; परंतु एखाद्या व्यक्तीचं तिच्या प्रतिबिंबात - मिरर इमेजमध्ये - रूपांतर करण्याच्या भौतिकशास्त्रातील ज्या सूत्रावर ती कथा आधारित होती, त्या सूत्रानं मला जीवशास्त्रातील तशाच एका प्रमेयाची आठवण करून दिली आणि त्यावर सहज गुंफलं जाऊ शकेल असं एक कथाबीजही सुचवलं. मी लगेच कथा लिहिली. तिचं नावही 'उजव्या सोंडेचा गणपती' हेच ठेवलं आणि ताबडतोब ती मुकुंदराव किर्लोस्करांकडे पाठवून दिली. प्रथम वाचनात तरी, ती मुकुंदरावांना आवडली; परंतु त्यातील वैज्ञानिक प्रयोगशाळेचं वातावरणच अधिक प्रत्ययकारी असावयास हवं असं त्यांना वाटलं आणि तशी सूचना करून पुनर्लेखनासाठी त्यांनी ती माझ्याकडे परत पाठवली. उत्साहित होऊन (मुकुंदरावांचं ते पत्र मी त्या वेळी दोन-चार मित्रांना तरी दाखवलं असावं.) मी ती कथा परत लिहून काढली. प्रयोगशाळेचं वातावरण नेटकं उभं राहील असे आणखी काही प्रसंग त्यात टाकले आणि ती परत मुकुंदरावांकडे पाठवून दिली. या वेळी त्यांनी थोडा अधिक वेळ घेतला; परंतु ती अधिकच बिघडल्याचं त्यांचं मत झालं आणि त्यांनी ती कथा 'साभार परत' पाठवली. (या वेळचं त्यांचं पत्र मी कोणालाच दाखवलं नाही.) परंतु प्रथमदर्शनी त्यांना ती थोडीफार तरी आवडल्याचं सूचित झालं होतं; त्यामुळे मी नाउमेद झालो नाही. त्या कथेचे अलिप्तपणे वाचन करून मलाच भासलेले दोष काढून टाकून मी ती परत लिहिली. काही दिवस तशीच ठेवून दिली आणि मग एक दिवस मराठी विज्ञान परिषद पत्रिकेकडे पाठवून दिली. त्यानंतर दुसऱ्या किंवा तिसऱ्याच दिवशी पत्रिकेचा पुढचा अंक आला आणि आपली कथा पत्रिकेत येणं शक्य नाही याची जाणीव झाली. कारण पत्रिकेची पृष्ठसंख्या मर्यादित होती. सारी पानं वापरली असती तरच कदाचित, माझी कथा प्रकाशित करणं शक्य झालं असतं.

पण विज्ञानप्रसाराचे ध्येय मनोमनी बाळगलेले पत्रिकेच्या त्या वेळच्या संपादक मंडळापैकी एक श्री. शरद नाईक यांनी ती कथा 'अनुप्रिता'कडे पाठवली आणि संपादक श्री. य. ल. सांबारे यांनी ती स्वीकारल्याचं मला कळवलं. त्याचबरोबर मराठी विज्ञान परिषदेतर्फे घेण्यात येणाऱ्या विज्ञानकथा स्पर्धेत मी भाग घ्यावा असंही श्री. नाईक यांनी सुचवलं.

स्पर्धेची मुदत संपायला आठ-दहा दिवसच होते; पण आता हुरूप आला होता. स्मृतीच्या अदलाबदलीबद्दलच्या - मेमरी ट्रॅन्सप्लान्टबद्दलच्या - जॉर्ज उन्गारच्या प्रयोगांविषयीचा एक लेख त्या वेळी 'नेचर'मध्ये आला होता. त्याची आठवण ताजी होती. त्या सूत्रावर आधारित एक कथा मी जवळजवळ बसल्या बैठकीत लिहून काढली. नारळीकरांची 'गंगाधरपंतांचे पानिपत' ही कथा त्या वेळी नुकतीच वाचली होती. त्यातील पेशवाईचं वातावरण ती कथा आवडली असल्यामुळे मनात भिरभिरत होतं. त्याचमुळे माझ्या या कथेचं 'सदाशिवाचा तोतया' हे नाव पक्कं झालं. त्या कथेला स्पर्धेत प्रथम पारितोषिक मिळालं. ती कथाही 'धर्मभास्कर'च्या संपादकांनी लगेच प्रकाशित केली आणि त्या वर्षीच्या दिवाळी अंकासाठी आणखी एक विज्ञानकथा लिहिण्याचं आमंत्रणही प्रा. शास्त्री यांनी दिलं. अशा सुरुवातीनंतर मात्र कथांमध्ये एक विज्ञानकथा हा प्रकारच हाताळण्याचं नक्की झालं. त्या प्रवासातील हा संग्रह हा एक महत्त्वाचा टप्पा.

विज्ञानकथेच्या आणखी एका वैशिष्ट्याचा उल्लेख सहजगत्या इथे झाला आहे. 'उजव्या सोंडेचा गणपती' याच शीर्षकाच्या नारळीकरांच्या आणि माझ्या कथांमधील विज्ञानसूत्रामधील साम्याविषयी मी सांगितलंच आहे; परंतु साम्य तेवढ्यापुरतंच आहे. कथा अतिशय भिन्न आहेत. तसेच 'गंगाधरपंतांचे पानिपत' यामागील नारळीकरांनी वापरलेल्या समांतर विश्वाच्या कल्पनेचा उपयोग माझ्या 'जगावेगळी' या कथेमध्येही आहे. तरीही कथा फारच वेगवेगळ्या आहेत. विज्ञानकथा ज्या वैज्ञानिक सूत्रांचं बोट धरून वाटचाल करतात, अशी सूत्रं तशी मर्यादितच आहेत. कालप्रवासी, अवकाशप्रवास, परग्रहावरील जीवसृष्टी, अंतराळयुद्ध, यंत्रमानव वगैरे कल्पना शेकडो विज्ञानकथांमध्ये पुनःपुन्हा वापरलेल्या आढळतात आणि तरीही यातील प्रत्येक कथा स्वतंत्र आणि वेगळी, स्वतःचे वैशिष्ट्य असलेली असते. एकाच कल्पनेवर आधारलेल्या कथा कशा वेगवेगळ्या असू शकतात हे वर उल्लेख केलेल्या कथांवरून सहज समजून यावं.

या संग्रहातील कथांमागील माझ्या एका भूमिकेचा ऊहापोह या निमित्तानं करावासा वाटतो. विज्ञानानं कितीही वाटचाल केली, कितीही प्रगती साधली, जीवनशैली कितीही बदलली– तरी मानवी स्वभावावर, त्याच्या गुंतागुंतीच्या स्वरूपावर त्याचा प्रभाव पडणार नाही. विज्ञानाच्या या वाटचालीवरची त्याची

प्रतिक्रिया ही मानवी स्वभावाच्या खास वैशिष्ट्यांनुसार, त्यातील गुणदोषांनुसारच होणार आहे अशी माझी समजूत आहे. फार तर काम, क्रोध, लोभ, मोह, मद, मत्सर या षड्रिपूंच्या बाह्य आविष्काराचं स्वरूप बदलेल; पण त्यांचा मानवी भावजीवनावरचा पगडा कायमच राहणार आहे असं मला वाटतं. या संग्रहातील बहुतांश कथांवर या दृष्टिकोनाचा प्रभाव पडला आहे.

हा संग्रह प्रकाशित होत आहे याचे बरेच श्रेय श्री. निरंजन घाटे यांना आहे. कथांची निवड, प्रूफरीडिंगसारखे किचकट काम, मुखपृष्ठाची घडण- अनेक कामं त्यांनी केली आहेत. हे सारे त्यांनी मैत्रीच्या भावनेतून, मी त्यांचे ऋण जाहीरपणे मान्य करावं अशी अपेक्षा न ठेवता केलं असलं, तरी मी त्याचा उल्लेख न करणं कृतघ्नपणाचं ठरेल. तसेच श्री. अनिलकुमार मेहता यांनाही धन्यवाद द्यावयास हवेत. केवळ माझा संग्रह प्रकाशित करण्यास ते पुढे आले, एवढ्यासाठीच नव्हे तर विज्ञानकथा संग्रह प्रकाशित करण्याचा त्यांनी सपाटाच लावला आहे यासाठीही! मराठीतील विज्ञानकथांच्या विकासाला हे एक महत्त्वाचं प्रोत्साहन ठरावं. या संग्रहातील कथा प्रथम 'नवल', 'किर्लोस्कर', 'मेनका', 'सृष्टिज्ञान', 'सुगंध', 'धर्मभास्कर', 'अनुप्रिता' आणि 'अपूर्ण' या मासिकांमध्ये प्रकाशित झाल्या होत्या. त्यांचा या संग्रहात समावेश करण्यास अनुमती दिल्याबद्दल मी त्यांचा आभारी आहे.

महाशिवरात्री, शके १९०७ **— बाळ**
८ मार्च १९८६

अनुक्रमणिका

उजव्या सोंडेचा गणपती

पडद्याच्या फटीतून जबरदस्तीनं आत घुसलेली उन्हाची तिरीप तशीच दंगामस्ती करीत डॉ. गोडबोल्यांच्या पापण्यांतून आत शिरली अन् मग त्यांना डोळे उघडावेच लागले. आज कित्येक दिवसांनी त्यांना असं उशिरापर्यंत लोळत पडण्याचं सुख मिळत होतं. आळोखेपिळोखे देत त्यांनी अंगातला आळस झटकला अन् बाजूला पडलेला पेपर उचलला.

पेपरात तशी नवीन वाचनीय बातमी काहीच नव्हती. १९४२च्या क्रांतियुद्धाचा सुवर्णमहोत्सव साजरा करण्यासाठी भरलेल्या मेळाव्याच्या बातमीनंच जवळजवळ सारा पेपर भरून गेला होता. प्रधानमंत्र्यांपासून विरोधी पक्षाच्या खासदारांपर्यंत, अगदी गल्लीतील पुढाऱ्यांपर्यंत झाडून सारे जुने वृद्ध नेते मेळाव्याला हजर होते. त्यांच्या वक्तव्यामध्ये तसा एकच सूर उमटलेला होता. तोच पुनःपुन्हा वाचायचा कंटाळा येऊन डॉ. गोडबोले उठले. तोंड वगैरे धुऊन स्वयंपाकघरात त्यांनी कुंदाताईंसमोर बैठक मारली. चहाचा गरम घोट घेत ते हळूच म्हणाले,

''चला, आज कसं अगदी मोकळंमोकळं, ताजंतवानं वाटतंय. काही म्हण, अधूनमधून अशी सुटी घेणं आवश्यक आहे.''

''मी कधीपासून हेच सांगत आलेय तुम्हाला; पण तुम्हालाच कधी रजा घ्यायला नको. जणू तुम्ही नसलात तर इन्स्टिट्यूट बंदच पडणार आहे.''

कृतककोपानं कुंदाताई म्हणाल्या. त्यांचं चिडणं तसं स्वाभाविक होतं. आज कित्येक वर्षं त्या मुकुंदरावांच्या मागे लागल्या होत्या, चार दिवस कुठंतरी बाहेरगावी जाऊन फेरबदल करून येऊ या म्हणून; परंतु मुकुंदरावांनाच फुरसत मिळत नव्हती, काढता येत नव्हती.

''आता तरी घेतलीय ना रजा? झालं तर, शिवाय आता महाबळेश्वरला गेल्यावर बघ. दहा दिवस सायन्स हा शब्ददेखील उच्चारणार नाही मी.''

"तिथं पोहोचू तेव्हा खरं. अभी दिल्ली बहोत दूर है।"

"का? का? रविवारीच निघतो आहोत ना आपण?"

"त्याला अजून चांगले सहा दिवस आहेत म्हटलं."

"ते काय बघताबघता निघून जातील. शिवाय तिकिटं, रिझर्वेशन वगैरे सगळी जय्यत तयारी झालेली आहे, आता कसली आडकाठी?"

"ते काहीएक सांगू नका. आजवर पुष्कळदा झालंय असं. तिथं पोहोचू तेव्हा खरं."

"तू म्हणजे शंकासुर आहेस बघ."

चहाचा रिकामा कप खाली ठेवत मुकुंदराव उठले. ते बाहेर पडणार तोच कुंदाताईंना पुन्हा आठवण झाली. तशा त्या म्हणाल्या,

"आणि हे पाहा, आता चार-पाच दिवस मोकळेच आहात तर ते मासिकांचे पडलेले गठ्ठे पाहून ठेवा. रद्दीत देऊही देत नाही तुम्ही आणि त्यावर धूळ साचून कचराही वाढत चाललाय. केव्हापासूनचे जुने अंक पडलेत. टाइम आहे, सायन्स टुडे आहे, इतर सायंटिफिक जर्नल्स आहेत. झालंच तर मराठी मासिकंही आहेत."

"ती मात्र माझी नसणार हं! तूच जास्त वाचतेस ती."

"मुळीच नाही हं! तुम्हीच ठेवून घेतलीत. तुम्हाला नको असतील तर आजच देते रद्दीवाल्याला.

"नको, नको. आता आहेतच तर पाहतो मी."

त्यांनी अशी माघार घेतलेली पाहून कुंदाताई जाणतेपणी हसल्या; त्यामुळे असेल किंवा इतर काही महत्त्वाचं काम समोर नसल्यामुळे असेल; पण मुकुंदराव सरळ त्या मासिकांच्या गठ्ठ्यांकडेच वळले आणि त्यांनी तो चाळायला सुरुवात केली.

होते खरेच बरेच जुनेजुने अंक त्यात. टाइममधल्या सायन्स, मेडिसिन, सायकॉलॉजी, बिहेवियर इत्यादी सदरांतील बरीचशी उपयुक्त माहिती असलेले अनेक अंक होते. रॉबर्ट गुड् कव्हरपेजवर असलेला इम्युनॉलॉजीवरचा अंक होता त्यात. ब्रेनफंक्शनवरचा विस्तृत लेख असलेला अंक होता. 'सायन्स टुडे'चे असेच काही चांगले अंक होते. जेनेटिक इंजिनिअरिंगवरचाही अंक होता. तो चाळताना त्यातील माहिती किती जुजबी आहे, हे पाहून त्यांना हसूच आलं. साहजिकच होतं ते. पंधरा-वीस वर्षांपूर्वीचा अंक तो. हे तंत्रविज्ञान त्या वेळी तसं विकसित झालेलं नव्हतं. त्या लेखात पुढंमागं होऊ शकणारे चमत्कार या मथळ्याखाली वर्तवलेली भविष्यवाणी आता मोठ्या प्रमाणात प्रत्यक्षात उतरली होती.

हा हवा, हा नको; असा निर्णय घेत मुकुंदरावांनी दोन चळती करायला सुरुवात केली. 'हवा'चा गठ्ठा वाढत होता. त्या मानानं 'नको'चा फारसा मोठा

नव्हता. पुढचा अंक त्यांनी उचलला तो 'किर्लोस्कर'चा जुना दिवाळी अंक होता. तो न बघताच 'नको'च्या गठ्ठ्यात टाकायचा मोह क्षणभर मुकुंदरावांना झालाही; पण प्रत्येक गोष्ट विचारपूर्वक करण्याची इतक्या वर्षांच्या शास्त्रीय संशोधनानं लागलेली सवय त्यांना तसं करू देईना.

त्यांनी पाने उलटायला सुरुवात केली. पहिल्याच पानावर एक कथा होती-

'उजव्या सोंडेचा गणपती.'

पान उलटणार तोच, खाली लेखकाच्या नावाकडे त्यांची दृष्टी गेली-

'डॉ. जयंत नारळीकर.'

"अरेच्चा!" ते स्वतःशीच उद्गारले, "विश्वविख्यात खगोलशास्त्रज्ञ आणि त्यांचा गणपतीशी काय संबंध बुवा!"

कुतूहलानं त्यांनी वाचावयास सुरुवात केली,

एक विज्ञानकथा होती ती.

सुरुवात एका क्रिकेटच्या सामन्यापासून झालेली. नेहमी उजव्या हातानं गोलंदाजी करणारा एक भारतीय गोलंदाज अकस्मात डाव्या हातानं गोलंदाजी करायला लागून प्रतिपक्षाची कशी त्रेधातिरपीट उडवतो आणि त्यांचा धुव्वा उडवून भारताला कसा विजय मिळवून देतो याचं रसभरित वर्णन होतं. त्यानंतर पदार्थविज्ञान शास्त्रातील एका सिद्धान्ताच्या आधारे त्या गोलंदाजाचं त्याच्याच प्रतिबिंबात- मिरर इमेजमध्ये कसं रूपांतर केलं गेलं याचं विवेचन होतं.

वाचताना मुकुंदराव तल्लीन होऊन गेले होते. त्यांच्या फिजिक्सच्या ज्ञानावर आता जरी काजळी चढली असली तरी एम. एससी.पर्यंत त्यांनी फिजिक्सचा अभ्यास केलेला होता; त्यामुळे त्यातील सैद्धांतिक विवेचन तर त्यांना समजलंच; पण नारळीकरांच्या सहजसुंदर ललित लेखनशैलीनंही त्यांना भारून टाकलं. कथा संपवून त्यांनी अंक मिटला आणि 'हवा'च्या गठ्ठ्यात ठेवण्यासाठी हात पुढे केला तोच त्यांच्या लक्षात आलं की, 'नको'चा गठ्ठा त्यामानानं वाढतच नव्हता. असंच होतं तर, किरकोळ चार-दोन अंक टाकण्यापलीकडे त्या चळतीत फारसा फरक पडला नसता. कुंदाताईंच्या त्यावरच्या प्रतिक्रियेची कल्पना येऊन त्यांनी 'किर्लोस्कर'चा अंक 'नको'च्या गठ्ठ्यात टाकला. काही झालं तरी ती एक कथाच होती शेवटी; विज्ञानावर आधारलेली असली तरी कपोलकल्पितच होती.

मनगटावरच्या घड्याळात पाहताच साडेबारा वाजल्याचं मुकुंदरावांच्या लक्षात आलं. दाढी, अंघोळ राहिलीच होती. राहिलेलं काम तसंच ठेवून ते उठले. दाढीचं सामान काढताकाढता त्यांनी सहज म्हणून रेडिओ लावला. साबणाचा फेस गालावर चढवताचढवता ते बातम्या ऐकू लागले.

अकस्मात आलेल्या त्या बातमीनं त्यांचं लक्ष वेधून घेतलं. सुवर्णमहोत्सवी

मेळाव्यातील पाच नेत्यांना अकस्मात आजारी झाल्यामुळे इन्स्टिट्यूटच्या इस्पितळात दाखल करण्यात आलं होतं. बाब तशी क्षुल्लक होती; पण का कोण जाणे, मुकुंदरावांना ती अस्वस्थ करून गेली.

'सर्वचजण वृद्ध, वय झालेलं, खाण्या-पिण्यात काही अरबटचरबट आलं असेल. उन्हाचा चटका सहन झाला नसेल.'

मनाची कशीतरी समजूत घालून त्यांनी रेझर हाती घेतला. अंघोळ संपूवन जेवेपर्यंत तसं त्यांचं मन अस्वस्थच राहिलं. मग दुपारी काहीच काम न करता त्यांनी झोप काढली अन् संध्याकाळी अशीच लांबवर चक्कर मारून आले. साडेसातच्या दूरदर्शनवरील बातम्यांपर्यंत त्यांनी कसाबसा धीर धरला.

त्यांच्या अपेक्षेप्रमाणे वार्तापत्रात त्या विशिष्ट घटनेला अग्रक्रम होता. कारणच तसं होतं. इस्पितळात दाखल केलेल्यांची संख्या सतरापर्यंत गेली होती. त्यांपैकी प्रत्येकाला उलट्या झाल्या होत्या. थंडी वाजून ताप आलेला होता. श्वासोच्छ्वासाला अडथळा जाणवत होता. काहींच्या प्रकृतीनं गंभीर वळण घेतलं होतं.

झाल्या प्रकारानं नाही म्हटलं तरी, त्या आनंदमेळाव्यावर एक काळोखी छाया पडली होती. उपस्थितांच्या मानाने सतरा हा आकडा तसा लहान असला तरी, त्यांत काही मान्यवर व्यक्ती असल्यानं काळजीचं प्रमाण तसं वाढलेलं होतं.

उलट्या झाल्या आहेत हे ऐकल्यामुळे बहुतेक कॉलऱ्यानं शिरकाव केलेला असावा असं मकुंदरावांना वाटलं. पावसाळा तसा नुकताच संपलेला होता. साधारणपणे पावसाळ्यानंतर कॉलऱ्याचं प्रमाण तसं कमी होत असलं, तरी काही वेळा काही निगरगट्ट जंतू रेंगाळत राहतात.

मुकुंदरावांची अनामिक हुरहुर थोडी कमी झाली अन् मग त्यानंतर दाखवलेलं एक विनोदी मराठी नाटक त्यांनी विशेष रस घेऊन पाहिलं. रात्री दहाच्या बातम्यांत जरी आजारी झालेल्यांची संख्या वाढून एकवीस झाल्याचं त्यांनी ऐकलं तरी, शांत चित्तानं ते झोपी गेले.

सकाळच्या वर्तमानपत्रांत तर ठळक मथळ्यांनी बातमी दिलेली होती. रोगाची बाधा झालेल्यांची संख्या रात्रभरात सत्त्याण्णवपर्यंत पोहोचली होती. त्यांत दोन कनिष्ठ केंद्रीय मंत्र्यांचा समावेश होता आणि आठजणांची प्रकृती अत्यवस्थ झाली होती.

मुकुंदरावांची झोप पार उडाली. त्यांची अस्वस्थता वाढत गेली. तोंड धुण्याआधी त्यांनी रेडिओ लावला आणि मग दिवसभर प्रत्येक वार्तापत्र ते अगदी न चुकता ऐकत राहिले. आजारी झालेल्यांची संख्या सतत वाढतच राहिली होती. रात्रीपर्यंत आकडा तीनशेपंचावन्नपर्यंत गेला होता. आनंदमेळावा तर बंद पडला होताच; पण परिस्थिती इतकी गंभीर झाली होती की, सरकारी पातळीवर तिची दखल घेतली

जाऊन आरोग्य मंत्रालयाने हालचाल करावयास सुरुवात केली होती.

मुकुंदरावांची घालमेल एवढी वाढली होती की, त्यांना नीटशी झोपही लागेना. कुंदाताई जेव्हा थोड्याफार चिडूनच म्हणाल्या, 'या सर्व प्रकाराला तुम्ही स्वतःच जबाबदार असल्यासारखं काय करताय एवढं?', तेव्हा कुठं त्यांनी अनिच्छेनंच डोळे मिटले.

सकाळी त्यांना तशी लवकरच जाग आली. उठल्याबरोबर त्यांनी प्रथम रेडिओ लावला; पण रेडिओवरच्या वार्तापत्राआधी पेपरच आला. रोगाच्या लागणीत तशी फारशी वाढ झालेली नसली तरी, रात्रभरात आठजणांना मृत्यू आला होता आणि काहींची प्रकृती फारच खालावलेली होती. तासाभरात त्यांना फोन आला, तेव्हा ते त्याची जणू वाटच पाहत होते. त्यांची रजा रद्द करून त्यांना ताबडतोब कामावर बोलावण्यात आलं होतं. गेल्या दोन दिवसांतील त्यांची हुरहुर आता थांबली होती. उत्साहानं ते तयारीला लागले होते. स्वतःची निराशा कडक शब्दांत व्यक्त करण्याची अनिवार इच्छा कुंदाताईंना झाली होती; पण परिस्थितीचं गांभीर्य ओळखून त्या गप्प बसल्या आणि त्यांनी लगबगीनं मुकुंदरावांची तयारी करून दिली.

इन्स्टिट्यूटमध्ये पोहोचताच मुकुंदरावांनी प्रथम चौथ्या मजल्यावरून इस्पितळातील सर्व रेकॉर्ड्स आधी मागवून घेतली. प्रत्येक केस रिपोर्ट काळजीपूर्वक नजरेखालून घातला. जरी त्यांनी त्यातला एकच वाचला असता तरी चालण्यासारखं होतं. कारण सर्वांमधील माहिती जवळजवळ सारखीच होती. प्रत्येक रुग्णाला प्रथम उलट्या झाल्या होत्या, नंतर ताप आला होता. तो चढत-चढत १०३-१०४ पर्यंत गेला होता. छाती भरून आली होती. हुडहुडी भरली होती. श्वासोच्छ्वासास अडचण भासत होती. थोडक्यात, सर्व लक्षणं कॉलऱ्याची व न्यूमोनियाची होती. पॅथॉलॉजिकल रिपोर्टवरूनही हाच निष्कर्ष निघत होता.

या दोन रोगांमध्ये अर्थात साम्य तसं फार थोडंच होतं. कॉलऱ्याची बाधा व्हिब्रिओ कॉलरा या जीवाणूपासून होई, तर न्यूमोनिया डिप्लोकॉकस न्यूमोनियेमुळे.

उजव्या हाताची तर्जनी खुणेसाठी मध्ये ठेवून मुकुंदरावांनी हातातला रिपोर्ट मिटला आणि डोळे बंद करून डाव्या हाताचा अंगठा व मधले बोट यांच्या पकडीत आपलं कपाळ पकडलं. त्यांचं विचारचक्र सुरू झाल्याची निशाणी होती ती.

व्हिब्रिओ कॉलरा आणि डिप्लोकॉकस न्यूमोनिये.

मुकुंदरावांना प्रथम आठवण झाली ती ख्रिश्चिअन् ग्रॅम या डॅनिश शास्त्रज्ञाची. या विश्वात वावरणाऱ्या हजारो जीवाणूंची ओळख पटवून घेण्याच्या शास्त्राचा पायाच त्यानं घातला होता. जीवाणूंची वर्गवारी करण्याचं एक अतिशय साधं पण परिणामकारक तंत्र त्यानं शोधून काढलं होतं. त्यानं केलेला प्रयोग तसा अतिशय

सोपा होता. त्यानं जीवाणू असलेले द्रव घेऊन त्यात क्रिस्टल व्हायोलेट या जांभळ्या रंगाचे दोन थेंब टाकले होते. मिनिटाभरानं त्यात आयोडिनच्या सौम्य द्रावणाचेही दोन थेंब मिसळले होते. आणखी एक मिनिट थांबून त्यात थोडंसं अल्कोहोल जिरवलं होतं आणि मग काहींमध्ये प्रतिदर्शी रंग म्हणून सॅफ्रॅमिन हा तांबट-केशरी रंग भिनवला होता. त्याला असं आढळून आलं की, काही जीवाणूंनी प्राथमिक जांभळा रंगच पसंत केला होता. अल्कोहोलनं तो धुऊन गेला नव्हता. याउलट काही जीवाणूंनी सुरुवातीस घेतलेला जांभळा रंग अल्कोहोलनं साफ धुऊन गेला होता आणि त्यानंतर त्यांनी सॅफ्रॅमिनचा तांबट-केशरी रंग उचलला होता. जांभळा रंग धारण करणाऱ्यांना त्यानं पॉझिटिव्ह म्हटलं, तर केशरी रंगाची निवड करणाऱ्यांना निगेटिव्ह. पुढील संशोधनानंतर जेव्हा ग्रॅमनं केलेली ही वर्गवारी त्यांच्या गुणधर्मांच्या दृष्टीनं फार मूलभूत स्वरूपाची आहे असं आढळून आलं तेव्हा मग इतरांनी जीवाणूंच्या या दोन प्रकारांना ग्रॅम पॉझिटिव्ह आणि ग्रॅम निगेटिव्ह असंच ओळखण्यास प्रारंभ केला.

व्हिब्रिओ कॉलरा आणि डिप्लोकॉकस न्यूमोनिये.

पहिला होता ग्रॅम निगेटिव्ह, तर दुसरा ग्रॅम पॉझिटिव्ह. म्हणजेच प्राथमिक तुलनेत दोन्हींतील फरक स्पष्ट झाला होता. इतरही अनेक मूलभूत फरक होते. शिवाय या दोन्हींवर सामान्यतः गुणकारी ठरणाऱ्या कोणत्याच औषधांचा काहीही उपयोग होत असल्याची काहीही चिन्हे नव्हती; त्यामुळे डॉक्टरमंडळी चक्रावूनच गेली होती. त्यांना रोगनिदान नीटसं होत नव्हतं.

यामुळेच मुकुंदरावांना तातडीनं बोलावून घेण्यात आलं होतं. इन्स्टिट्यूट फॉर डिसीज कंट्रोलमधील एक अतिशय निष्णात तज्ज्ञ म्हणून त्यांची ख्याती होती. या रोगाला कारणीभूत झालेले जंतू शोधून काढणं आवश्यक होतं. एकदा तो सापडला की, मग त्यावर इलाज करावयाचा, कोणती ड्रग्ज वापरायची हे सहज ठरवता येण्यासारखं होतं. हे झाले तात्कालिक व निकडीचे उपाय. त्याशिवाय त्या रोगजंतूंचा शोध लागला की, त्यांच्या फैलावास अटकाव करण्याचे उपाय आणि त्यावर लस निर्माण करण्याची शक्यता अजमावण्यासारखी होती.

हातातले बाकीचे रिपोर्ट्स मुकुंदरावांनी भराभर वाचून संपवले आणि ते लगेचच कामाला लागले. शत्रूच्या हालचालींचा संपूर्ण गुप्तचर अहवाल मिळताच रणमैदानावर एखादा सेनापती निश्चित धोरण आखून जसे भराभर हुकूम सोडतो, तशा मुकुंदरावांनी स्पष्ट सूचना देण्यास प्रारंभ केला. प्रथम पॅथॉलॉजी डिपार्टमेंटला फोन करून त्यांनी उत्तरीय तपासणीतील सगळे नमुने पाठवून देण्यास सांगितले. विशेषतः फुप्फुसं, स्प्लीन, किडनी यांच्या भागांचे नमुने, फुप्फुसात द्रवपदार्थ आढळल्यास त्याचे नमुने, जठरातील पदार्थांचे नमुने त्यांना हवे होते. त्याशिवाय सर्व रोग्यांच्या रक्त,

लघवी, थुंकी वगैरेंचे नमुनेही गोळा करण्यास त्यांनी सांगितले. हे सर्व येईपर्यंत प्रयोगशाळेत बरीच तयारी करायची होती. हजारोंनी स्लाइड्स बनवायच्या होत्या. अगार ओतलेल्या पेट्रीप्लेट्स शेकडोंनी तयार करावयाच्या होत्या. त्याही निरनिराळ्या कल्चर मीडियम्स असलेल्या, त्याशिवाय प्रत्येक रक्ताच्या नमुन्यापासून सेरम तयार करावी लागणार होती. उंदीर, गिनीपिग्ज वगैरेंची गरज भासणार होती. वेळ घालवून चालणार नव्हता. तासागणिक रोग्यांचा आणि आता तर मृतांचाही आकडा वाढत होता. मुकुंदरावांनी आपल्या सहकाऱ्यांना बोलावलं आणि कामाची आखणी करून देण्यास प्रारंभ केला.

"मी तुम्हाला कशासाठी बोलावलं आहे याची थोडीशी कल्पना तुम्हाला आली असेलच," त्यांनी संथपणे सांगण्यास सुरुवात केली. "वर्तमानपत्रातील, रेडिओवरील बातम्यांवरून सुवर्णमेळाव्यात घडलेल्या गंभीर घटनेची माहिती तुम्हाला मिळाली असणारच. ज्या रोगानं या मेळाव्यावर आपल्या कृष्णछायेचं सावट आणलं, त्या रोगाला कारणीभूत असणारा रोगजंतू कोणता ते आपल्याला शोधून काढायचं आहे. काम निकडीचं आहे हे माझी रजा रद्द करून मला परत बोलावण्यात आलं आहे यावरून तुमच्या लक्षात आलं असेलच; पण म्हणून भलतीच घाई करून किंवा शॉर्टकट्स काढून भागायचं नाही. काम नेहमीच्या तर्कसंगत पद्धतीनंच झालं पाहिजे. हा रोगजंतू ओळखून काढण्याचा पहिला टप्पा म्हणजे तो ग्रॅम स्टेन पॉझिटिव्ह की निगेटिव्ह हे शोधून काढणं."

"दॅट इज ऑब्व्हियस," गायकवाड मध्येच पुटपुटला.

"येस, फक्त ऑब्व्हियस गोष्टीकडेच कानाडोळा केला जातो अन् मग चुकीचे निष्कर्ष निघतात. मी आत्ताच पॅथॉलॉजीला फोन करून पोस्टमॉर्टेम स्पेसिमेन्स, ब्लड, सेरम वगैरेंचे स्पेसिमेन्स पाठवायला सांगितलं आहे. ते येताच त्यापासून स्लाइड्स बनवायला हव्यात. नारायणन, यू टेक चार्ज ऑफ दॅट."

"येस सर."

"आणि हे पाहा, नव्या स्लाइड्स घ्या हव्या तर. जुन्या घेतल्यात तर कित्येक वेळा धुरकट झालेल्या असतात; त्या नकोत. काच कशी स्वच्छ, पारदर्शक हवी. प्लॅटिनम वायरचा लूपदेखील साफ करून घ्या. तो त्या स्पेसिमेन द्रवात बुडवून त्याचा पातळसा थर द्या त्या स्लाइड्सवर. जाड नको आणि व्यवस्थित पसरलेला हवा. तो नीट वाळल्याशिवाय त्यावर ग्रॅम स्टेनची रिॲक्शन करू नका. नाहीतर गेल्या वेळेसारखा..."

"त्याची काळजीच नको सर. एखाद्या वेळी चूक झाली म्हणून..."

"माझी खात्री आहे नारायणन, म्हणूनच तर तुमच्याकडे चार्ज देतोय आणि प्रत्येक स्पेसिमेनपासून दोन-दोन तरी स्लाइड्स बनवा. मग मात्र मायक्रोस्कोपखाली

स्लाइड ठेवून बघाल तेव्हा अगदी कानाकोपरा धुंडाळा या स्लाइडचा. ओके?...''

''ओके, सर.''

''ऑल राइट. शर्मा, रक्ताचे नमुने येतील त्यांतील प्रत्येकापासून रक्तद्रव सेरम-वेगळी करा. त्या सेरमचे छोटेछोटे, अर्ध्या किंवा एका मिलीलिटरचे भाग करून चांगल्या बंद कुप्यात ठेवून त्यावर नीट लेबल चिकटवा आणि या सगळ्या कुप्या डीपफ्रीजमध्ये ठेवून द्या आणि हो, डीपफ्रीजचे टेंपरेचर बघून घ्या आधी. शून्याखाली २० अंश सेंटिग्रेड किंवा त्याहूनही कमी हवे. नाहीतर तुमची सारी मेहनत वाया जायची.''

''सर, काही ॲनिमल्स लागतील ना?'' गुप्तेनं मध्येच विचारलं.

''ऑफ कोर्स. वेळोवेळी आपल्या प्रयोगांचे निष्कर्ष तपासण्यासाठी निरनिराळी स्पेसिमेन्स उंदरांना, गिनीपिग्जना टोचून त्यांचा परिणाम बघावा लागेल. तेव्हा ॲनिमल्स हवेतच. तुम्ही निवडून ठेवा. वय, वजन, जातकुळी यानुसार निरनिराळे गट पाडून तयार ठेवा आणि सबनीस, तुमच्याकडेही एक फार महत्त्वाची कामगिरी आहे. पेट्रीप्लेट्स तयार करण्याची. त्यासाठी... ''

''पण सर...'' त्यांना मध्येच अडवून सबनीस म्हणाला, ''आपल्याकडे नुकताच आलेला पेट्रीप्लेट्सचा लॉट फारच खराब आहे. काचा धुरकट आहेत. झाकणं नीट लागत नाहीत. लागलीच तर फटी राहतात. आकारही नीट गोलाकार नाही काहींचा आणि साइझेस तर काय आनंदच आहे नुसता. स्टोअर्सच्या डिसोझाला किती वेळा सांगितलं. त्याला वाटतं, पेट्रीप्लेट्स म्हणजे काचेच्या बशाच नुसत्या! आम्ही विनाकारण काहीतरी खोडी काढतो असं समजतो तो.''

''अरे, मग त्याला नीट समजावून सांगायला हवं पेट्रीप्लेट्सचं काय काम असतं ते! म्हणजे तो आपोआपच जागरूक राहील. मी जाऊन बघतो ते. तोपर्यंत तुम्ही अगार, कल्चर मीडियम्स तयार ठेवा.''

आणि मग ते तसेच उठून डिसोझाकडे गेले. स्वतःहून मुकुंदराव आपल्या ऑफिसात आलेले पाहून डिसोझा चकितच झाला. उठून उभा राहिला.

''हं, काय डिसोझा, हल्ली या पेट्रीप्लेट्स अशा खराब कशानं येतात?''

''आता आम्ही तरी काय करणार साहेब? लोएस्ट कोटेशन्स ॲक्सेप्ट करावी लागतात. ती नाकारायची तर त्यासाठी सायंटिफिक रीझन्स द्यावी लागतात...''

''त्याचसाठी मी आलोय. या पेट्रीप्लेट्सचं काम काय हे एकदा तुम्हाला नीट समजलं ना की, तुम्ही मग इतरांनाही ते नीट पटवून देऊ शकाल. खरं की नाही? हे पाहा, आपल्या या निरनिराळ्या रोगजंतूंबाबतच्या संशोधनात या पेट्रीप्लेट्सना फार महत्त्व असतं. तसं पाहिलं तर साधी, कड असलेली काचेची वर्तुळाकार बशी ही; पण त्यावर कडोकडी बसणारं झाकणं असलं की, तिचं एका फार

उपयुक्त अशा शास्त्रीय उपकरणात रूपांतर होतं. साफ धुऊन ती आम्ही प्रथम निर्जंतुक करतो. मग त्यात निरनिराळी पोषक द्रव्यं घातलेला अगार म्हणजेच मऊसूत सांज्यासारखा पदार्थ ओततो. तो घट्ट झाला की, परत ती प्लेट निर्जंतुक करतो. मग त्यावर आम्ही संशोधन करीत असलेले जिवाणू असलेला द्रव पातळसर असा त्यावर पसरतो. ही अशी प्लेट मग इनक्युबेटरमध्ये ३७ अंश सेंटिग्रेड, म्हणजेच आपल्या अंगाचं तापमान असतं ना, त्या तापमानाला ठेवला की, त्यातील प्रत्येक जिवाणू अगारमधील पोषक द्रव्यं, पोषक पदार्थ वापरून वाढू लागतो. त्याची ही वाढ एवढ्या झपाट्यानं होते की, रात्रभरात एका जिवाणूपासून असंख्य जिवाणूंचा एक समूह, एक वृंदच तयार होतो. इतर कोणतंही साधन न वापरता केवळ डोळ्यांनी दिसतील एवढ्या आकाराचा वृंद... यांनाच आम्ही कॉलनी म्हणतो. या कॉलनीवरून फार महत्त्वाची माहिती मिळू शकते.''

''पण केवळ कॉलनीवरून निरनिराळे जंतू कसे शोधून काढता?'' डिसोझानंही इंटरेस्ट वाटून विचारलं.

''छान प्रश्न विचारलात. एक तर या कॉलनीचे आकार, त्यांचा तोंडवळा, त्यांचा विस्तार, त्यांच्या वाढीचा प्रकार यावरून निरनिराळ्या जंतूंची ओळख पटू शकते. शिवाय या सर्व प्लेट्समध्ये अगार जरी तोच असला, तरी त्यात मिसळलेले पोषक पदार्थ वेगवेगळे असतात. जंतूंची वाढ होण्यासाठी त्यात टाकलेली कल्चर मीडियम्स वेगवेगळी असतात. आता तर असे निरनिराळे अगार तयारच मिळतात; तेवढंच काम वाचतं. यामध्ये एक महत्त्वाची गोष्ट लक्षात आली असेलच, डिसोझा...''

''कोणती साहेब?''

''हीच की, या प्लेट्सवर फक्त आपल्याला हव्या असलेल्या जंतूंचीच वाढ व्हावयास हवी. हवेत, आपल्या आसपासच्या वातावरणात असलेल्या जंतूंची वाढ होऊन त्यात भेसळ किंवा कॉन्टॅमिनेशन होता उपयोगी नाही... नाहीतर सारंच ओंऽफस! म्हणूनच तर या प्लेट्सचा आकार, त्यांचा पृष्ठभाग, झाकणं व्यवस्थित हवीत. फटी राहता कामा नयेत. नाहीतर त्यातून हे भेसळवाले शिरकाव करतात.''

''साहेब, असं कोणी समजावून सांगितलंच नव्हतं कधी. यापुढं बघा कशा छान प्लेट्स मिळवतो ते.''

''यापुढं नको, आजच तातडीनं मिळवा. फार महत्त्वाचं काम आलंय आपल्याकडे. कॅश पर्चेस करा हवं तर. नाहीतर पूर्वीच निर्जंतुक केलेल्या प्लॅस्टिकच्या तयार प्लेट्स हल्ली मिळतात, त्या आणा. पैसे पडतील जास्त; पण आज तरी त्याची काळजी नको.''

''ठीक आहे साहेब, तासा-दोन तासांत मिळवून देतो. मी स्वतःच जातो गाडी घेऊन.''

"गुड्, गुड्."

तिथून उठून मुकुंदराव परत आपल्या ऑफिसात आले. ऑफिसला लागूनच असलेल्या प्रयोगशाळेच्या मुख्य दालनात सर्वजण शांतपणे; पण वेगानं कामाला लागलेले होते. मुकुंदरावांनी स्वतःही त्यात सहभागी होऊन इतरांचं काम हलकं करण्यास सुरुवात केली. नंतरचा वेळ कधी, कसा गेला हे त्यांच्या लक्षातही आलं नाही. शेवटची पेट्रीप्लेट ओतेपर्यंत त्यांना रात्रीचे नऊ वाजले.

दिवसभराच्या दगदगीनं मुकुंदरावांना अगदी गाढ झोप लागली. सकाळी उठायलाही थोडाफार उशीरच झाला. घाईघाईनं तयारी करून धावतपळतच ते इन्स्टिट्यूटमध्ये पोहोचले. उत्सुकतेनं त्यांनी पहिली पेट्रीप्लेट उचलली अन् क्षणभर ते पाहतच राहिले- ती प्लेट संपूर्ण रिकामी होती!

घाईघाईनं ती खाली ठेवून त्यांनी दुसरी प्लेट उचलली. तीही रिकामीच होती. तिसरीसुद्धा रिकामी... एकएक करीत सगळ्या पेट्रीप्लेट्स त्यांनी पाहिल्या. सर्वच्या सर्व रिकाम्या होत्या. एकावरही एकसुद्धा कॉलनी उठलेली नव्हती. त्यांना कळेचना की, हे कसं काय शक्य होतं! कदाचित मीडियम खराब असण्याची शक्यता होती. हा विचार मनात येताच मीडियम कसं आहे हे चेक करण्यासाठी ठेवलेल्या पलीकडच्या कंट्रोल प्लेट्स त्यांनी उचलल्या. त्यावर रोग्यांच्या स्पेसिमेन्सऐवजी प्रयोगशाळेत वाढवलेल्या नेहमीच्या वापरातले जंतू असलेला द्रव पसरवलेला होता. जंतुवृंदांच्या मखमली पुंजक्यांनी त्या प्लेट्स भरून गेल्या होत्या. म्हणजे मीडियम ठीक होतं- मग एकावरही औषधालादेखील एखादी तरी कॉलनी का वाढू नये? कदाचित आणखी काही वेळानंतर त्या वाढण्याची शक्यता जमेस धरून त्यांनी प्लेट्स परत इन्क्युबेटरमध्ये ठेवल्या. ही फारच दुबळी आशा आहे याची त्यांना तेव्हाच जाणीव होती; पण लवकरच त्यांची तशी खात्रीच पटली. कारण त्यांचा प्रत्येक सहकारी सांगत आला की, "स्लाइड्सवरही काहीच दिसत नाही."

"सर..." शर्मा भीतभीत उद्गारला.

"काय?" स्वतःच्या विचारात दंग असलेल्या मुकुंदरावांनी अर्धवट लक्ष देत विचारलं.

"आपल्याकडे आलेली स्पेसिमेन्सच खराब असतील तर? व्यवस्थितरीत्या गोळा केली गेली नसतील तर?"

"ज्या घाईनं सर्व काही करावं लागलं त्यावरून पाहता, हे काही अगदीच अशक्य नाही म्हणा!" नारायणननं त्याला दुजोरा दिला.

"मला नाही तसं वाटत!" मुकुंदराव आपल्या समाधीतून जागे होत म्हणाले.

"असल्या ढोबळ चुका करण्याइतका आपला पॅथॉलॉजी स्टाफ काही नवशिका किंवा नालायक नाही. शिवाय तसं काही असेलच तर, तसा खात्रीलायक पुरावा दोन-तीन दिवसांत आपल्या हाती येईलच."

"कोणता सर?"

"रक्ताची व फुप्फुसातील द्रवाची स्पेसिमेन्स आपण उंदरांना आणि गिनीपिग्जना टोचली आहेतच ना! रोगाच्या लक्षणांचा प्रादुर्भाव त्यांच्यात दिसला नाही, तरच मग स्पेसिमेन्सबद्दल शंका घेता येईल."

"मग तोपर्यंत आता काय करायचं?"

"का? इतर काही कल्चर्स तयार करू या ना. एखादा म्युटेट झालेला, आपले गुणधर्म बदललेला बॅक्टेरिया असण्याची शक्यता आहे."

"मला तरी स्पेसिमेन्सबद्दलच शंका येतेय."

"त्याचा निकाल दोन-तीन दिवसांत लागेलच."

तसा तो तिसऱ्याच दिवशी लागला. एकूण एक प्राणी रोगाने बेजार झालेले आढळले. त्यांच्या गुदद्वारावाटे आत सारलेल्या थर्मोकपल्सनी त्यांचं रेक्टल टेंपरेचर वाढल्याचं चार्ट्सवर स्पष्टपणे दाखवलं होतं. सगळ्यांच्या डोळ्यांतून पाणी वाहत होतं, फुप्फुसं भरल्यासारखी झाली होती आणि तरीही कोणत्याही पेट्रीप्लेटवर एकही कॉलनी उगवत नव्हती. सगळ्या स्लाइड्सही अजून संपूर्णपणे रिकाम्या राहिल्या होत्या. परतपरत त्याच त्या बघून सगळ्यांचे डोळेही दुखायला लागले होते.

तोपर्यंत एखादा बॅक्टेरिया किंवा व्हायरस रोगास कारणीभूत असण्याची शक्यता मुकुंदरावांना कमी वाटायला लागली होती. एखाद्या व्हायरसनं किंवा बॅक्टेरियानं आत्मनाश करून पेशीबाहेर टाकलेल्या विषपदार्थानं- टॉक्सिननं हा अनर्थ घडवून आणला असावा अशी शंका त्यांच्या मनात घर करून राहिली होती; पण त्या दृष्टीनं केलेले प्रयोगही असेच निष्फळ गेले.

बाहेर तर नुसता हाहाकार माजला होता. रोगाला बळी पडलेली, त्याचा संसर्ग झालेली आणि त्यातून थोडक्यात वाचलेली सगळीच बडी मंडळी असल्यामुळे, सर्व बाजूंनी हाकाटी चालली होती. सर्वसामान्य जनताही खवळून उठली होती. इतकी की, केंद्रीय मंत्रिमंडळालाही त्याची दखल घेणं भाग पडलं. तसे काही मंत्रीगण निमित्त शोधतच होते. त्यांनी इन्स्टिट्यूटच्या डायरेक्टरांना धारेवर धरून मुकुंदरावांविरुद्ध काहूर माजवलं होतं. केवळ डायरेक्टरांच्या त्यांच्यावर असलेल्या विश्वासामुळेच त्यांनी याची झळ अजून मुकुंदरावांपर्यंत पोहोचू दिली नव्हती.

मुकुंदराव मात्र कामात व्यग्र होते. या एकाच प्रश्नाविषयी त्यांचा सतत

विचार चाललेला असे. रात्ररात्र त्यांच्या डोळ्याला डोळा लागत नसे. आपल्या संशोधनाची दिशा योग्य आहे याविषयी त्यांना तशी शंका नव्हती; पण कुठं काय चूक होत होती ते लक्षात येत नव्हतं. रोज सकाळी ते ऑफिसात येत ते संमिश्र भावनेनं. आदल्या दिवशीचा एकतरी प्रयोग पॉझिटिव्ह रिझल्ट देईल या आशेनं आणि तो तसा येणार नाही या अर्धवट खात्रीनं. मनात ठरविलेल्या इतर कल्पनांच्या आधारे नवे प्रयोग करण्याच्या तयारीनं. त्या दिवशी ते असेच येऊन खुर्चीत बसतात न बसतात तोच फोन वाजला.

त्यांनी रिसीव्हर सावकाश उचलून कानाला लावला. इस्पितळातील स्पेशल वॉर्डमधून ड्यूटीवर असलेल्या डॉक्टरनं फोन केला होता.

"डॉ. गोडबोले?"

"स्पीकिंग."

"गुडमॉर्निंग सर. एक गुड न्यूज आहे सर. तुम्ही येताच तुम्हाला सांगायला सांगितलंय डॉ. मोहित्यांनी."

"बोला."

"आमच्या वॉर्डमधले तीन पेशंट्स रिकव्हर होताहेत सर."

मुकुंदराव थोडे उल्हसित झाले. एखादा नवीन क्ल्यू मिळण्याची शक्यता उत्पन्न झाली होती.

"गुड्, गुड! कोणती ड्रग्ज चालू आहेत त्यांना? काय डोसेस दिले आहेत?"

"सगळा केस रिपोर्ट पाठवतोच आहे सर; पण मोहितेसर म्हणत होते की, आम्ही दिलेल्या कोणत्याही ट्रीटमेंटमुळे ते बरे झाले आहेत, असं त्यांना वाटत नाहीये."

मुकुंदरावांच्या उजळलेल्या चेहऱ्यावर परत काळोखी पसरली. मोहिते सहसा असे निराश उद्‌गार काढणाऱ्यांतले नव्हते.

"ठीक आहे. द्या पाठवून रिपोर्ट आणि हे पाहा, त्यांचे ब्लड स्पेसिमेन्सही घ्या. सेरम तयार करायची आहे मला."

मोहित्यांच्या म्हणण्याप्रमाणे जर ट्रीटमेंटमुळे उतार पडला नसला तर मग पेशंट्स बरे झाले ते नॅचरल इम्यून रिस्पॉन्समुळे. शरीराच्या स्वाभाविक संरक्षण व्यवस्थेमुळे असंच म्हणावयास हवं होतं आणि जर तसं असेल तर मग त्यांच्या सेरममध्ये अँटिबॉडीज भरपूर प्रमाणात तयार झाल्या असल्या पाहिजेत. रोगजंतूंच्या पीडेपासून स्वतःचं संरक्षण करण्याची मानवी शरीराच्या अंगी असलेली क्षमता या स्वाभाविक संरक्षण व्यवस्थेमुळेच असते. रोगजंतूंचा प्रतिकार करण्यासाठी शरीर एका विशिष्ट प्रोटीनचं, प्रथिनांचं म्हणजेच अँटिबॉडीजचं उत्पादन करतं. या अँटिबॉडीज रक्तप्रवाहात सोडून दिल्या जातात आणि रक्तातील पेशी वगळता जो द्रव वाहतो

त्या सेरममध्ये त्या आढळतात. त्या अँटिबॉडीज रोगजंतूला मिठी मारून त्याला निकामी करतात तेव्हा बऱ्या झालेल्या पेशंट्सच्या सेरम वापरून या रोगाला खरोखरच एखादा रोगजंतू कारणीभूत आहे की काय हे ठरवता येण्यासारखं होतं.

मुकुंदराव परत नव्या उत्साहाने कामाला लागले. बऱ्या झालेल्या पेशंट्सची सेरम आणि मृतांच्या उत्तरीय तपासणीतून मिळालेले फुफ्फुसांतील द्रव किंवा रक्त यांचं मिश्रण करून त्यांनी उंदीर, गिनीपिग्ज यांना टोचले; तीन दिवसांनी जेव्हा त्यांचं रेक्टल टेंपरेचर नॉर्मल रेंजमध्येच असल्याचा रिपोर्ट आला तेव्हा रोगाला कारणीभूत एखादा पॅथोजेनच, रोगजंतूच असावा याविषयी त्यांची खात्रीच पटली.

पण कोणता तेच तर मुळी कळत नव्हतं.

कारण आत्तापर्यंत सर्वच्या सर्व स्लाइड्स रिकाम्या राहिल्या होत्या. पेट्रीप्लेट्स वांझोट्या ठरल्या होत्या. त्यांनी प्रयत्नांची पराकाष्ठा केली होती. त्यात कसूर नव्हती.

पण हे लोकांना कसं पटावं? त्यांनी सहजसुलभ निष्कर्ष काढले होते. इन्स्टिट्यूटमधील एकूणएक शास्त्रज्ञ नालायक आहेत याविषयी त्यांना शंका राहिली नव्हती.

'वशिल्याची तट्टे नुसती. कामे करायला नकोत. फक्त परिषदांच्या निमित्ताने ऊठसूट परदेशी पळायला हवे. इथे वातानुकूलित खोल्यांत सगळ्या सुख-सोयींनिशी चैन करायला हवी. कर्तृत्वाच्या नावाने शून्य! असा एखादा कसोटीचा क्षण आला की, मग पितळ उघडे पडते यांचे. सरकार हे असले पांढरे हत्ती पोसतेच कशाला? आणि तेही जनतेच्या पैशांवर.'

दैनिक तुतारीच्या अग्रलेखात सर्वांच्या विचारांचं प्रतिबिंब पडलं होतं. राजकारणी मंडळींना तर काय, कुठूनही आपलं घोडं पुढं दामटायला मिळाल्याशी कारण; त्यांनी याचं भांडवल केलं नसतं तरच नवल! त्यात दोन महिन्यांनी अलाहाबादला कुंभमेळा भरणार होता. तिथं जर या रोगाच्या साथीनं शिरकाव केला तर काय होईल याचा विचारच करवत नव्हता; त्यामुळेच मग सरकारनंही जास्त कडक भूमिका घेतली. इन्स्टिट्यूटमागे तगादा लावला. डायरेक्टरांनी हा सर्व मारा आत्तापर्यंत स्वतःच झेलला होता. मुकुंदरावांना त्याची धग लागू दिली नव्हती; पण तेही आणखी किती दिवस चालू शकेल याची शंकाच होती.

विमनस्क अवस्थेत मुकुंदराव घरी परतले. ते निराश झाले होते. त्यांची मती कुंठित झाली होती. डायरेक्टरांनी जरी काही सांगितलं नाही, तरी परिस्थितीची कुणकुण त्यांच्या कानी आली होती. लोकांच्या प्रतिक्रियेची त्यांना तमा नव्हती. आपल्याकडून आपण कसूर केलेली नाही याविषयी त्यांच्या मनात किंतू नव्हता; पण त्यांच्या बुद्धीला हे आव्हान होते, त्यांच्या कर्तृत्वाची ही कसोटी होती.

स्वतःच्या बुद्धिसामर्थ्याची ही हार आहे असं त्यांना वाटत होतं अन् अशी जर हार असेल तर आपण संपलोच. आपल्या अस्तित्वाला मग काहीच अर्थ नाही अशीच त्यांची धारणा होती.

मनात विचारांचं मोहोळ उठलं होतं. घोंगावत होतं.

अकस्मात झालेल्या त्या हास्याच्या गडगडाटाने मुकुंदराव दचकलेच. अंधारात एवढ्या मोठ्यानं कोण हसतं आहे हेच त्यांना कळेना.

"कोण आहे?" त्यांनी विचारलं.

"मी..." अन् पाठोपाठ तोच हास्याचा गडगडाट!

"कोण आहेस तू?" त्यांनी दरडावून विचारलं.

"याच प्रश्नाचं उत्तर शोधण्यासाठी गेले काही दिवस जंग जंग पछाडतोयस तू."

"तू... तू... तू..."

"होय, होय... तोच मी."

अन् एक काळीकभिन्न सावली पुढं सरकली. काय होतं आहे ते समजायच्या आतच त्या सावलीनं खेकड्याच्या नांगीसारखे आपले करवतकाठी हात पुढे केले आणि अक्रोडाचं टरफल उघडावं तशी त्यांची कवटी उघडून आतील मेंदू कुरतडायला सुरुवात केली.

त्यांना खूप मोठ्यानं ओरडावंसं वाटलं; पण तोंडून आवाजच फुटेना. उघड्या मेंदूतून द्रवपदार्थ बाहेर पडून वाहू लागला होता. तो त्यांच्या डोळ्यांत जाऊन डोळे चुरचुरले.

डोळे उघडून त्यांनी पाहिलं. चेहऱ्यावरून घाम उतू जात होता. उकाड्यानं की पडलेल्या स्वप्नाच्या भीतीनं कोण जाणे!

त्यांनी उठून दिवा लावला. पंखा लावला. आता झोप येणं शक्यच नव्हतं. मनाला विरंगुळा म्हणून त्यांनी समोरचं मासिक उचललं.

तोच 'किर्लोस्कर'चा दिवाळी अंक.

पहिलं पान उघडून पाहतात तो तेच शीर्षक.

'उजव्या सोंडेचा गणपती.'

त्या अक्षरांनी पाहता पाहता त्यांच्या डोळ्यांसमोर फेर धरला. त्यांच्या विचारचक्राला गती दिली.

पदार्थविज्ञान शास्त्रातील एका सिद्धान्ताच्या आधारे त्या डाव्या सोंडेच्या गणपतीचं त्याच्या प्रतिबिंबानं मिरर इमेजमध्ये रूपांतर केलं गेलं होतं. तसंच जर...

मनात आलेल्या त्या विचारासरशी ते एकदम दचकले, मघाशी स्वप्नात त्या सावलीनं त्यांचा मेंदू कुरतडायला सुरुवात करताच ते दचकले होते- तसे.

त्या उजव्या सोंडेच्या गणपतीनंच त्यांच्या मनात त्या कल्पनेचं मूळ रुजवलं होतं.

या प्राणिसृष्टीतील सर्व जीवांना अत्यावश्यक असणारी प्रथिनं, प्रोटीन्स अमिनो ॲसिडपासून बनवलेली असतात. पोषक द्रव्यांतून मिळणाऱ्या अमिनो ॲसिडपासून जीवमात्र ती बनवतात. या अमिनो ॲसिडपैकी ग्लायझिन हे एक वगळता बाकी प्रत्येक अमिनो ॲसिडची दोन रूपं निसर्गात अस्तित्वात आहेत. ही दोन रूपं म्हणजे एकमेकांची जणू प्रतिबिंबंच आहेत. या विश्वात असे अनेक पदार्थ आहेत की, ज्यांच्या परमाणूंमध्ये त्यावर पडणाऱ्या प्रकाशात काही बदल करण्याची, म्हणजेच प्रकाशीय क्रिया करण्याची क्षमता असते. प्रकाश हा विद्युतचुंबकीय लहरींचा मिळून बनलेला असतो हे तर सर्वज्ञातच आहे. यातील विद्युतकंपने एका विशिष्ट पातळीत होत असतात तर चुंबकीय कंपने त्याला नेमका काटकोन करून असणाऱ्या पातळीत होत असतात. प्रकाशाचा कोणताही एक पुंज ज्या असंख्य लहरींचा मिळून बनलेला असतो, त्यातील प्रत्येकीची विद्युतकंपनदिशा मात्र वेगवेगळीच असू शकते; परंतु अशा प्रकाशावर काही खास प्रक्रिया करून सर्व लहरींची कंपनदिशा एकच, समान करणं शक्य असतं. अशा प्रकाशाला दिशादिष्ट प्रकाश म्हणतात. प्रकाशीय क्रिया करण्याची क्षमता असणाऱ्या परमाणूंवर असा दिशादिष्ट प्रकाश पडल्यास त्यातून तो पार होण्यापूर्वी त्यातील विद्युतकंपनांची दिशा बदललेली असते. उजवीकडे किंवा डावीकडे वळवलेली असते. परमाणूंचे जे रूप ही दिशा उजवीकडे वळवते, त्याला डेक्स्ट्रोरोटेटरी किंवा डी-रूप म्हणतात. तर डावीकडे वळविणाऱ्या रूपाला लेव्होरोटेटरी किंवा एल्-रूप म्हणतात. अमिनो ॲसिडची अशी डी-अमिनो ॲसिड आणि एल्-अमिनो ॲसिड अशी दोन रूपं आहेत. या दोन रूपांच्या परमाणूंतील घटक अणूंची रचना पाहिली तर हे दोन परमाणू म्हणजे एकमेकांच्या आरशातील प्रतिबिंबासमान नसलेले आढळतात. अशा प्रकारे ही उजवी व डावखुरी अशी दोन्ही अमिनो ॲसिड्स या जगाच्या उत्पत्तीच्या वेळी अस्तित्वात आली; परंतु जीवसृष्टीत मात्र त्यांपैकी फक्त डावखुऱ्या रूपाचाच उपयोग केला गेला. आज सजीव असलेल्या प्रत्येक जीवात फक्त एल् अमिनो ॲसिड्स आढळतात. नाही म्हणायला, काही जिवाणूंच्या बाह्य आवरणातील प्रथिनांत एखाद-दुसरे डी-अमिनो ॲसिड मिळते; पण ते अपवादात्मकच! उत्क्रांतीच्या ओघात काही कारणाने ही डावखुरी अमिनो ॲसिड्स जरी पसंत केली गेली, तरी उजवी अमिनो ॲसिड उपयोजणारी जीवसृष्टी नसेलच असं म्हणता येणार नाही.

मग समजा, जर हा रोगजंतू असा उजव्या अमिनो ॲसिड्सवर जगणारा असेल तर... तर मग आपल्या पेट्रीप्लेट्स रिकाम्या राहणारच. आपले प्रयोग निष्फळ ठरणारच.

मनात आलेला विचार अफाट आहे. कोणाला सांगितला तर कामाच्या ताणाने आपल्या मनावर परिणाम झाला आहे असंच कोणीही म्हणणार याची मुकुंदरावांना खात्री होती; परंतु जर या कोड्याचं कोणतं उत्तर असेल, तर ते असंच चाकोरीबाहेरचं, अन्कन्व्हेन्शनल असणार याबद्दल त्यांना ठाम विश्वास वाटत होता.

त्यांनी मनगटावरच्या घड्याळात पाहिलं. पहाटेचे चार वाजत होते. तशीच तयारी करून इतरांची झोपमोड न करता ते इन्स्टिट्यूटमध्ये गेले. डी-अमिनो ॲसिड्स असलेला डेसिकेटर त्यांनी फ्रीजमधून बाहेर काढला आणि त्यापासून मीडियम बनवायला प्रारंभ केला.

या नव्या कल्चर मीडियमनी भरलेल्या पेट्रीप्लेट्स तयार होईपर्यंत त्यांचे सहकारी कामावर हजर झाले होते. रोग्यांचे स्पेसिमेन्स त्यावर ते ओतणार तोच, त्यांना जाणवलं- हा प्रयोग तसा संपूर्ण एकट्यानंच करणं योग्य नव्हतं. साक्षीदार तयार करणं आवश्यक होतं. त्यांनी आपल्या सहकाऱ्यांना बोलावलं आणि निरनिराळी स्पेसिमेन्स त्या प्लेट्सवर इनॉक्युलेट करण्यास सांगितलं.

पुढचे चोवीस तास आपली उत्कंठा त्यांनी कशी दाबून ठेवली हे त्यांचं त्यांनाच माहीत. क्षणाक्षणाला मोह होई की, जाऊन इन्क्युबेटर उघडावा; पण या उत्कंठेची त्यांना कल्पना असल्यामुळेच सावधगिरीचा उपाय म्हणून इन्क्युबेटरची चावी त्यांनी आधीच सबनीसकडे देऊन ठेवली होती.

दुसऱ्या दिवशी सकाळी सर्वजण जमल्यावर, सर्वांना एकत्र बोलावून त्यांनी इन्क्युबेटर उघडला. हाताला लागली ती पहिली पेट्रीप्लेट उघडली.

पौर्णिमेच्या आकाशाप्रमाणे त्या निळसर रंगाच्या अगार प्लेटवर शेकडो छोटे छोटे तेजोवान पुंजके पसरले होते.

क्षणभर निःशब्द शांतता पसरली.

अन् मग बाकीच्या प्लेट्स काढण्यासाठी एकच घाई उडाली. मुकुंदरावांचा आडाखा बरोबर ठरला होता. इतक्या दिवसांनंतर प्रथमच कल्चर पॉझिटिव्ह मिळालं होतं.

"सर, सर, सर, सापडला! मिळाला! पत्ता लागला!" प्रत्येकजण ओरडून सांगू लागला.

"इझी, टेक इट् इझी!" त्यांना शांत करत मुकुंदराव उद्गारले, "एवढ्यात उतावीळ होऊ नका. अजून कन्फर्मेटरी टेस्ट्स व्हायच्या आहेत. या कॉलनीतील ऑर्गनिझम्स आयसोलेट करा. त्यांचं लिक्विड कल्चर बनवा."

"आणि मग सर?"

"ते मिळालं की, त्याच्या दोन बॅचेस करा. एक बॅच तशीच पेट्रीप्लेटवर ओता. तसंच उंदीर, गिनीपिग्ज यांनाही टोचा. हाच जर रोगजंतू असेल तर ते

प्राणी रोगाच्या बाधेनं जर्जर व्हायला हवेत.''

''आणि दुसरी बॅच सर.''

''त्यात बऱ्या झालेल्या पेशंट्सची सेरम मिसळा, हाच जर रोगजंतू असेल तर मग त्या सेरममधील अँटिबॉडी या रोगजंतूंच्या वाढीला अटकाव करू शकेल. तसं झालं तर ते मिश्रण टोचलेले प्राणी टुणटुणीत राहतील आणि पेट्रीप्लेट्सही रिकाम्या राहतील. कालपर्यंत होतं तशा.''

आता सर्वांच्याच उत्साहाला उधाण आलं होतं. भराभर सर्वांनी काम करायला सुरुवात केली. त्यानंतर मात्र सर्वच प्रयोग सफल होत गेले. प्रत्येकाचे निष्कर्ष अपेक्षेनुसार येत गेले.

आता रोगजंतू आपल्या हातात आला आहे याविषयी मुकुंदरावांचा विश्वास पटला होता. तरीही अजून काही शंका होत्याच. त्यांना, तशाच त्यांच्या काही सहकाऱ्यांनाही; कारण आपल्या मीडियमचे आत्तापर्यंत राखलेले गुपित त्यांनी जेव्हा प्रथमच सहकाऱ्यांपुढे उघडे केले तेव्हा एकजण म्हणाला,

''पण सर, हा पॅथोजेन जर डी-अमिनो ॲसिडवर जगणारा आहे तर मग रोग्याच्या शरीरात तरी त्याची वाढ कशी झाली? कारण त्यांच्या शरीरात तर फक्त एल्-अमिनो ॲसिडस्च होती ना?

''व्हेरी गुड! सबनीस. फार छान प्रश्न विचारलात. मलाही हाच प्रश्न पडला होता. त्याचसाठी तर आपल्याला आणखी काही प्रयोग करावयास हवेत. समजा, जर पॅथोजेनमध्ये एल्-अमिनो ॲसिडचे डी-अमिनो ॲसिडमध्ये रूपांतर करू शकणारे एन्झाइम असेल, तर मग प्रथम स्वतःला योग्य अशी अमिनो ॲसिडची निर्मिती करून मग तो स्वतःची वाढ करू शकेल. असं एन्झाइम आहे की काय याचा शोध घ्यायला हवा. ते मिळालंच तर एका नवीन एन्झाइमचा शोध लावल्याचं श्रेयही मिळेल आपल्याला. आपण त्याला अमिनो ॲसिड ऑप्टिकल आयसोमरेझ असं नाव देऊ या.''

''पण सर, हे एन्झाइम मिळालं तर मग एक नवाच प्रश्न उभा राहतो. आपल्या पेट्रीप्लेट्सवर मग त्याची वाढ का झाली नाही?''

''एक्सलंट! त्याचं उत्तर शोधून काढायलाच हवं; पण ते तितकंसं अवघड नाही. कारण प्रत्येक एन्झाइम कार्यरत राहण्यासाठी काही विशिष्ट परिस्थितीची आवश्यकता असते. तापमान, आयॉनिक स्ट्रेन्थ, पीएच वगैरे. आता असं पाहा या रोगाची लागण झालेली बहुतेक मंडळी वृद्ध होती. त्यांपैकी कित्येकांना हायपर ॲसिडीटीची बाधा असण्याची शक्यता आहे. त्याशिवाय वयोमानानुसार झालेले डिजनरेटिव्ह टिश्यू चेंजेस, रक्तातील प्राणवायूचं प्रमाण अशा अनेक गोष्टी आहेत. दुसरंही एक कारण असण्याची शक्यता आहे. मानवी शरीरातील काही अवयवांत

डी-अमिनो ॲसिड ऑक्सिडेझ हे एन्झाइम सापडतं. मानवाच्या उत्क्रांतीच्या इतिहासाची ती एक, मागे राहिलेली आठवण आहे. या एन्झाइमचं नक्की कार्य काय याविषयी अजून नीटशी माहिती नाही; परंतु एका विचारधारेनुसार त्यांचं कार्य डी-अमिनो ॲसिड्स निकामी करण्याचं आहे. आता वयोमानपरत्वे जर हे एन्झाइमच निकामी झालं असेल तर? तिथं जमलेल्या हजारो लोकांपैकी चार-पाचशेजणांनाच रोगाची लागण झाली ना? बाकीचे तसे मोकळेच सुटले; पण याविषयी तर्कवितर्क नंतर करता येतील. आधी हे महत्त्वाचे एक्सपरिमेंट्स.''

त्या प्रयोगांचे निष्कर्ष जेव्हा तर्कसुसंगत आले, तेव्हा कोड्याचं उत्तर सापडलं, याविषयी कोणाच्याच मनात संदेह उरला नाही. गायकवाडनं तर तसं बोलूनच दाखवलं.

''हं, हं, हं! गायकवाड, असं रिलॅक्स होऊन नाही चालायचं,'' मुकुंदराव म्हणाले.

''अहो, आता तर कुठं सुरुवात झालीय. या रोगजंतूंची नुसती तोंडओळखच झालीय आपल्याला. त्याचे सारे गुणधर्म शोधून काढायला हवेत. त्याच्यावर कोणत्या औषधांचा प्रतिबंधक परिणाम होतो ते पाहायला हवं. झालंच तर त्यापासून लस बनवायला हवी. कुंभमेळा भरायच्या आत ती तयार झाली पाहिजे, टोचायला. असं आराम करून नाही भागायचं. अर्थात यापुढं जे काही करायचंय ते आपल्या परिचयाचं आहे. त्यांचे प्रोटोकॉल्स, मेथड्स माहीत आहेत. तरी पण-''

असं म्हणून त्यांनी पुढच्या कामाची आखणी करायला सुरुवात केली. तोच डायरेक्टर लगबगीनं आत शिरले आणि म्हणाले,

''अरे, तुम्ही अजून इथंच? बाहेर रिपोर्टर्स केव्हाचे खोळंबून राहिलेत.''

''रिपोर्टर्स?''

''प्रेस कॉन्फरन्स बोलावली ना.''

''पण हे अजून इथलं काम-''

''हे बाकीचे आहेतच की. जमाना बदललाय मुकुंदराव. नुसतं संशोधन करून भागत नाही आजकाल. त्याची थोडीफार जाहिरातही करावी लागते. शिवाय या वेळी तर सर्वांना इथं काय चाललं होतं याची संपूर्ण माहिती द्यायलाच हवी.''

मग मुकुंदरावांना तिकडे जाणं भागच पडलं; पण रिपोर्टर्सच्या प्रश्नांना उत्तरं देताना त्यांचं मन मात्र पुढील कामाचाच विचार करण्यात गुंतून पडलं होतं. म्हणूनच एकानं जेव्हा या नवीन रोगजंतूचं नाव विचारलं तेव्हा ते पुटपुटून गेले, ''उजव्या सोंडेचा गणपती.''

त्यांचं ते पुटपुटणं पुढच्या ओळींतल्या दोन-चार तीक्ष्ण कानांवर गेलंच. लेखणी थांबवून जेव्हा त्यांनी पुन्हा विचारलं, तेव्हा आपली चूक लक्षात येऊन त्यांनी सारवासारव केली.

"अहो, अजून बरीच माहिती मिळायचीय त्याविषयी; तेव्हा एवढ्यातच बारशाची घाई कशाला? शिवाय नावात काय आहे?"

तेवढ्यात कोणीतरी एक महत्त्वाचा फोन आल्याचं त्यांच्या कानात सांगितलं. ती संधी साधून त्यांनी तिथून काढता पाय घेतला.

मुकुंदराव सायंकाळी घरी पोहोचले तेव्हा सर्वजण टीव्हीवर त्या प्रेस कॉन्फरन्सचा वृत्तान्तच पाहत होते. त्यांनी क्षणभर सर्वांकडे पाहिलं आणि ते म्हणाले,

"अरे, असं बसून काय राहिलात? तयारीला लागा पाहू सगळे."

"कसली तयारी?"

"उद्या सकाळी महाबळेश्वरला जायचंय आपल्याला."

"पुरे झाली जीवघेणी थट्टा!" कुंदाताई उद्गारल्या, "आमचं महाबळेश्वर इथंच."

"अगं, नाही; खरंच जायचंय."

"काहीतरीच काय. आयत्या वेळी तिकिटं मिळणार थोडीच!"

"तेच तर सांगतोय. त्या प्रेस कॉन्फरन्समधून घाईघाईनं मी निघून गेल्याचं पाहिलंस ना तू! चीफ मिनिस्टरचा फोन आला होता. त्यांनी खास गाडीची व्यवस्था केलीय आपल्याला न्यायला."

"आणि राहायचं कुठं? आपली ती रिझर्वेशन्स केव्हाच कॅन्सल झाली असणार."

"तीही तयारी झालीय. राज्यपालांनी गव्हर्नमेंट हाउसवर खास सोय केलीय आपली. चला, चला तयारीला लागा."

असं म्हणून मुकुंदराव आत जाऊ लागले; पण वाटेतच मागे वळून म्हणाले,

"अन् हे पाहा कुंदा, ती जुनी मासिकं, ते गठ्ठे आहेत तसेच राहू दे. काहीही टाकायचं नाही त्यातलं. अगं कशाचा, केव्हा, कसा उपयोग होईल काही सांगता येणार आहे थोडंच!"

आणि अवाक् झालेल्या कुंदाताईंना तसंच सोडून ते आत जाण्यासाठी वळले.

●

जगाच्या कल्याणा

"आणि हां हां म्हणता-"

"हां, हां, हां,-"

"आता काय झालं?" प्राध्यापकांच्या कपाळावर एक सूक्ष्मशी आठी उमटून पटकन नाहीशी झाली. संदेशग्रहणकक्षेच्या सीमारेषेवर घुटमळणाऱ्या उपग्रहासारखी.

"आता मी काही बाई कोणी वैज्ञानिक नाही; पण तुमच्यासारख्या वैज्ञानिकाशी इतकी वर्षं संसार केलाय तेव्हा गुण नाहीत तरी वाण लागायचाच."

"तुम्ही बायका म्हणजे अशाच भरकटत असंबद्ध बोलता. माणसाचं बोलणंही कसं अचूक असावं."

"तेच म्हणतेय मी. तुम्ही आताच हां हां म्हणता असं म्हणालात ना?"

"हो."

"तसं बोलून नाही चालायचं. हां हां म्हणता हे कसं धूसर वाटतं. त्यात नेमकेपणा नाही. हां हां म्हणता म्हणजे नेमकं किती वेळात?"

"हंऽऽ! नेमकं सांगायचं तर दोन पूर्णांक तेहतीस शतांश सेकंदांत हे जग म्हणजे आपली पृथ्वी नाहीशी होईल. जळून, वितळून जाईल. डोळे दिपवून टाकणारा एक प्रकाशगोल निमिषार्धात चमकून जाईल आणि मग खेळ खलास! आपल्या सूर्यमालेतील तिसरा ग्रह नामशेष पावेल."

"कशानं?"

"तेच तर मघापासून सांगतोय मी. तुझं लक्ष कुठाय? नवीन अस्त्र असलं तरी त्यामागची कल्पना अतिशय साधी आहे. प्रथम आम्हाला समजली तेव्हा विश्वासच बसेना. सहजासहजी मिळणारे फक्त तीन पदार्थच पुरेसे आहेत ते बनवायला. ते तीन एकत्र केले आणि त्याला साध्या सेफ्टीपिनचा फ्यूज बसवला की झालं!"

"साधी सेफ्टी पिन!"

"अगदी तसंच नाही काही; पण त्यातली तार वापरून ती थोडी तापवली की पुरे-"

"पण मग ते तीन पदार्थ जिथे-जिथे आहेत, तिथून हुडकून काढून त्यांची पार विल्हेवाट लावून टाकावी, असं नाही वाटत तुम्हाला?"

"वाटतं ना. त्यातच शहाणपणा आहे हेही कळतं; पण ते शक्य नाही."

"का, का?"

"कारण ते तीनही पदार्थ सगळीकडे भरपूर प्रमाणात उपलब्ध आहेत. त्याचा साठा नाहीसा करायचा कसा? शिवाय नेहमीच्या वापरातले आहेत. ते असे अचानक नाहीसे करायचे तर लोकांना भलताच संशय यायचा. गहजबच व्हायचा."

"म्हणजे मग काहीच नाही का करता येणार?"

"असं दिसतंय खरं."

"असं नका हो म्हणू," बाई काकुळतीला येऊन म्हणाल्या, "विचार करा. तुमचा हा फॉर्म्युला उद्या लोकांना माहीत झाला तर मग कोणीही पागल उठेल किंवा एखादा दहशतवादी नाहीतर सुटकेची मुळीच आशा नसलेला एखादा गुन्हेगार आणि आत्महत्या करायच्या मिषानं साऱ्या जगालाच उडवून देईल. संपूर्ण मानवजातीनंच आत्महत्या केल्यासारखं होईल ते."

"खरं आहे तुझं; पण तशी शक्यता कमीच आहे."

"अहो, पण आत्ताच तर म्हणालात ना की, हे अस्त्र तयार करण्याची कृती अगदी सोपी आहे अन् ते तीन-"

"- पदार्थही सहजासहजी मिळतात; पण कृती अगदी सोपी असली, तरी ती अशी लुंग्यासुंग्याच्या हाती थोडीच लागणार आहे. सध्या तरी ती फक्त आमच्यापैकी रेड सिक्युरिटी क्लिअरन्स मिळालेल्या शास्त्रज्ञांनाच ठाऊक आहे."

"पण म्हणजे कितीजणांना?"

"तीसजण आहेत."

"बाई गऽ ! इतके!"

"पण भिऊ नकोस. कारण या कृतीबद्दल, तिला लागणाऱ्या घटक पदार्थांबद्दल संपूर्ण गुप्तता पाळण्याची शपथ घेतलीय आम्ही," शांतपणे आपला पाइप पेटवीत प्राध्यापक म्हणाले, "अगदी तू जरी विचारलंस तरी तुलाही एक चकार शब्द सांगणार नाही मी."

"पण समजा, तुम्हापैकीच कोणा एकाला अशी दुर्बुद्धी झालीच-"

"-नाही व्हायची."

"आज नाही, उद्या, परवा-" बाई आपला मुद्दा सोडायला तयार नव्हत्या.

"नाही व्हायची. रेड सिक्युरिटी क्लिअरन्स काय उगीच मिळतो. आमची सायकॉलॉजिकल टेस्टही घेतली जाते आधी."

"पण मी म्हणते, इतक्याजणांना ही माहिती मिळालीच कशी? कोणी सांगितली?"

"कोणीही सांगितली नाही. सर्वांना एकदमच कळली. दर गुरुवारी आम्हा तीस रेड सिक्युरिटीवाल्यांची मीटिंग होते. अशाच एका गुरुवारी सहज बोलताबोलता या अस्त्राची शक्यता कोणीतरी बोलून दाखविली. आमच्या बैठकीमध्ये कोणीही एखादा नवीन विचार मांडला की, त्याची चर्चा व्हायची, तो पडताळून पाहण्यासाठी काही प्रयोग व्हायचे- हे आता ठरलेलेच आहे. त्यानुसार या शक्यतेवरही विचारविनिमय, बऱ्याचजणांनी त्यानुसार स्वतंत्रपणे प्रयोगही करून पाहिले-"

"- प्रयोग केले? अहो, वेडबिड तर नाही ना लागलं त्यांना?"

"हे प्रयोग एका विशिष्ट मर्यादेपर्यंतच केले गेले. त्यापुढचा टप्पा केवळ गणित मांडून गाठला गेला आणि सर्वजण एकाच निष्कर्षाप्रत आले. आता कोणतीही गोष्ट प्रयोगानिशी सिद्ध झाल्याशिवाय आम्ही वैज्ञानिक मानत नाही हे खरं. उगीच विषाची परीक्षा कोण घेईल! पण आमचे निष्कर्ष चुकीचे असण्याचा सुतराम संभव नाही."

"मग त्यासंबंधीच्या साऱ्या नोंदी ताबडतोब नष्ट करून टाकल्या पाहिजेत आणि तुम्हा तीसजणांच्या स्मृतिकोषांतूनही त्यासंबंधीची माहिती पुसून टाकावयास हवी. तुम्हीच तर सांगत होता ना की, तीव्र अशा विद्युतलहरींचा मारा करून मेंदूच्या विद्युत रासायनिक जाळ्यामध्ये कायमचे बदल करणं तुम्हाला शक्य झालंय म्हणून..."

"त्याची संपूर्ण शहानिशा व्हायचीय अजून; पण तसा प्रयत्न करण्याविषयी याआधीच आम्ही चर्चा केली आहे. ती पुढं चालू ठेवण्यासाठी एक खास बैठक पुढच्या गुरुवारी होणार आहे. तू म्हणतेस तशी ही माहिती नष्ट करण्याचा निर्णय आम्ही घेऊही; पण त्यावर एकमत होणं कठीण आहे. गेल्या वेळीच दोघा-तिघांनी त्याला हरकत घेतली होती. कोणतंही निखळ वैज्ञानिक सत्य, मग त्याचे परिणाम कितीही गंभीर असोत, असं त्वरेनं नष्ट करणं हे आपल्या धर्माविरुद्ध आहे, अनैतिक आहे असं त्याचं म्हणणं होतं."

"आता बरा सोईस्कररीत्या धर्म आठवला त्यांना! एरवी तर धर्मांची टिंगलटवाळीच करता तुम्ही."

"तू म्हणतेस तसा धर्म नाही हा. आम्हा वैज्ञानिकांचा धर्म वेगळाच आहे. तुला नाही समजायचा तो. शिवाय मुद्दा वेगळाच आहे. त्या गणिताच्या, आकडेमोडीच्या कागदी नोंदी किंवा कॉम्प्युटरच्या मेमरीमधील नोंदी नष्ट केल्या तरी, ती कृती

इतकी सोपी आहे आणि ते तीन घटक पदार्थ इतक्या परिचयाचे आहेत की, त्यांची माहिती आमच्या मनातून पुसून टाकणं सोपं नाही. विशेषतः आमच्यासारख्या प्रगल्भ मनांमधून तर शक्यच नाही. तसं करायचं तर आमची मनं कायमची निकामी करावी लागतील.

''तसं झालं तरी हरकत नाही. ती किंमत मोजणंही फायद्याचंच होईल आणि जर कोणी याला विरोध करू लागला तर त्याचा आवाज कायमचाच बंद करायचीही व्यवस्था करायला हवी. त्याला विषाची परीक्षा करायची संधी द्याच कशाला? तेच खरं धर्माला धरून होईल.''

प्राध्यापक यावर काही मल्लीनाथी करायच्या आत बाई ताट उचलून आत निघून गेल्या.

तो विषय त्या वेळी तिथंच संपला.

बाई थोड्याच वेळात शांतपणे झोपीही गेल्या.

प्राध्यापकांना मात्र झोप येईना. विनाशाच्या काठावर उभ्या असलेल्या जगाची कल्पनाही त्यांची झोप उडवून गेली होती. एकदा ही माहिती षट्कर्णी झाली आणि आज ना उद्या ती तशी होईल याविषयी त्यांना तरी शंका उरली नव्हती की, कोणत्याही क्षणी पृथ्वी नष्ट होऊ शकली असती. कोणीही हट्टी माणूस उठला असता आणि त्यानं साऱ्या जगालाच वेठीला धरलं असतं. 'माझी ही मागणी मान्य करा नाहीतर-' आणि मग अशा अवास्तव मागण्या मान्य कराव्याच लागल्या असत्या. सर्वत्र नुसती अंदाधुंदी माजली असती. खेळखंडोबा झाला असता.

एवढं करूनही हे जग वाचेलच याची शाश्वती काय? कारण या जगाच्या पाठीवर प्रत्येक मिनिटाला कोणी ना कोणीतरी आत्महत्या करीतच असतो. या जगानं आपल्यावर अन्याय केलाय, त्यानं आपली खरी किंमत ओळखलेली नाही तेव्हा ते सोडण्यावाचून गत्यंतर नाही, असं मानणाऱ्या वेडपटांची या जगात कमतरता नाही. यांच्यापैकीच एखाद्याच्या मनात जास्त नाट्यमयरीत्या आत्महत्या करायची कल्पना आली तर-

छे, छे! आफतच आहे ही!

पण यावर उपाय तरी काय?

शेवटी बाईंनीच उपाय सुचवला. मस्त झोप घेऊन त्या ताज्यातवान्या झाल्या होत्या. नाहीतरी प्रसंग आला की, बायकाच जास्त व्यवहारी आणि कठोर बनू शकतात.

आपल्या मनातली रात्रभराची घालमेल सांगून प्राध्यापकांनी जेव्हा बाईंना यावर उपाय सुचतोय का असं विचारलं, तेव्हा बाई त्यांच्या सोनुल्याला दूध पाजत होत्या. पलीकडेच त्याची ताई बाहुलीला घेऊन भातुकलीचा संसार मांडत होती.

क्षणभर त्यांचे डोळे चमकल्यासारखे वाटले आणि पुढच्याच क्षणी त्या ठामपणे म्हणाल्या,

"तर मग मला एकच उपाय दिसतोय, तो म्हणजे या तीसजणांमध्ये आणखी कोणाची भर पडायच्या आत या तीसहीजणांना यमसदनाची वाट दाखवायला हवी. साऱ्या जगाच्या भल्यासाठी त्यांचा बळी देण्यास हरकत नसावी."

प्राध्यापक दचकलेच. नाकासमोर चालणारी आणि किडामुंगी मेली तरी तळमळणारी आपली बायकोच का सांगत आहे हे! त्यांचा आपल्या कानांवर विश्वासच बसेना.

"अग सांगतेस तरी काय? ते तीसजण म्हणजे कोपऱ्यावरचे मवाली वाटले की काय तुला! त्या तीसजणांत कोणकोण आहेत याचा विचार तरी केलाहेस का तू? त्यात प्राध्यापक रेगन आहेत. डॉ. चेर्नेन्को आहेत. झालंच तर मोंसियर ल डॉक्तर द ला फॉन्सेन आहेत-"

"काही सांगू नका त्या द ला फॉन्सेनचं. मला मुळीच आवडत नाही तो माणूस. हिरव्या रंगाचा सूट घालतो तो इसम. मुळीच शोभत नाही त्याला."

आता हिरव्या रंगाच्या सुटाचा आणि बुद्धिमत्तेचा काही संबंध तरी आहे का? पण बायकांचं तर्कशास्त्रच मुळी उफराटं. त्याच्यापुढे अपील नाही. शिवाय पुढचं काही ऐकायला बाई तिथं होत्याच कुठं! त्या केव्हाच सोनुल्याला न्हाऊ घालायला निघून गेल्या होत्या.

प्राध्यापकही ती भयंकर सूचना विसरून गेले. लॅबोरेटरीमध्ये कामात गढून गेले.

दुपारच्या मीटिंगमध्ये मात्र खडाजंगी उडाली. त्या कृतीबद्दलची माहिती नष्ट करायलाच नव्हे तर दडपून टाकायलाही बऱ्याचजणांचा विरोध होता, तरी विरोधक मंडळी अल्पमतांत होती; पण त्यांची संख्या नगण्यही नव्हती. काहीजणांची मजल तर त्यापुढंही गेली होती. त्यांच्या मते आपल्याजवळ ही कृती असल्याचं जाहीर करावयास हवं होतं. म्हणजे मग आपोआप त्यांच्या तीसजणांच्या त्या मंडळाच्या हाती निरंकुश सत्ता आली असती. साऱ्या जगाचं स्वामित्व त्यांना मिळालं असतं आणि ते सारेच विद्वान, सुज्ञ, संततुल्य असल्यामुळे त्यांच्या हातून जगाचं कल्याणच झालं असतं.

ते ऐकताच प्राध्यापकांच्या मनात मात्र बाईंनी सांगितलेल्या उपायानं पुन्हा डोकं वर काढलं. आयुर्विम्यासारखा. त्यावाचून आता दुसरा पर्यायच नाही हे त्यांना पक्कं कळून चुकलं. शिवाय तो अमलात आणणं तसं सोपं होतं.

पुढील बैठकीसाठी ते सर्वजण परत एकत्र जमले असते. सर्वजण, फक्त प्राध्यापक मात्र गैरहजर राहणार होते. साधं सर्दी झाल्याचं निमित्तही पुरलं असतं आणि सर्दी होणं तसा हातचा मळ होता. खरीखुरी सर्दी. नाटक करायची जरुरी नव्हती.

त्यांचं लक्ष सहज समोरच्या शेल्फकडे गेलं. त्या शेल्फवर सीलबंद करून ठेवलेला तो धातूचा चंबू परतपरत त्यांचं लक्ष वेधून घेऊ लागला. वायूच्या गळतीमुळे नुकतंच एक महाभारत घडलं होतं. हजारोंनी माणसं मृत्युमुखी पडली होती. त्या विषारी वायूचा नमुना काही विश्लेषणासाठी लॅबोरेटरीकडे आला होता. तोच या चंबूत सीलबंद करून ठेवण्यात आला होता; पण त्या चंबूतूनही त्याची गळती होणं अशक्य नव्हतं. इतकी ॲसिस आसपास पसरलेली होती. त्यातल्या एखाद्याचा संपर्क त्या चंबूशी-

त्या वायूला वासही नव्हता; त्यामुळे काय होतंय हे कोणाच्याही लक्षात येण्याआधीच सारा कारभार आटोपला असता. काय झालंय हेही कोणाला समजलं नसतं. उपाय भयंकर तर खराच पण किडामुंगीच्या चिरडण्यानंही कळवळणाऱ्या बाईंनीच सुचवलेला होता; जगाच्या कल्याणासाठी. शिवाय मग ते एकटेच उरले असते. त्यांच्या हातून त्या कृतीचा वेडावाकडा उपयोग होण्याची सुतराम शक्यता नव्हती.

पुढच्या बैठकीच्या वेळी त्यांना सर्दी झाल्यामुळे ते गैरहजरच होते; त्यामुळे त्यांच्याविषयी कोणालाही संशय आला नाही. तसा तो येण्याचंही कारण नव्हतं.

फक्त सर्दी होण्यापूर्वी बाईंना त्यांनी परत एकदा विचारून घेतलं होतं. त्यांची अनुमती घेतली होती.

अन् त्याच वेळी आता सारं सामर्थ्य फक्त आपल्या हाती एकवटल्याचं आणि त्याचा उपयोग कल्याणकारी कार्यक्रमासाठी करण्याचं ठरवण्याविषयीही ते बाईंजवळ बोलले होते.

तसं ते करतील याविषयी बाईंना तशी शंका नव्हती; पण बाईंना मनुष्य स्वभावाचीही चांगलीच पारख होती. अंगावर बेतलं की, भल्याभल्या ऋषिमुनींचाही मुखवटा कसा गळून पडतो याची त्यांना जाणीव होती. जोवर ठीक चाललंय तोवर ठीक; पण उद्या प्राध्यापकांवर काही दुर्धर प्रसंग कोसळला तर-

त्यांनी पुन्हा एकदा आपल्या सोनुल्याकडे नजर टाकली अन् मनाशी ठाम निश्चय केला.

वैज्ञानिकाचंच ते घर होतं. विष मिळवणं त्यांना तसं कठीण गेलं नाही. ज्याचा मुळीच मागमूस लागणार नाही, असं विष.

दुसऱ्याच दिवशी सकाळी प्राध्यापकांच्या चहात ते मिसळलं गेलं. दोन पूर्णांक तेहतीस शतांश सेकंदांत सारा खेळ खलास झाला.

ती आत्महत्याच होती याविषयी बाई इतरांची सहज खात्री पटवून देऊ शकल्या. आपल्याच हलगर्जीपणामुळे संपूर्ण रेड सिक्युरिटी वैज्ञानिकवर्ग नाहीसा झाला हे प्राध्यापकांनी फारच मनाला लावून घेतल्याचं त्यांनी सांगितलं. त्यांच्या जिवाची

तगमग कशी असह्य होत गेली हे त्यांनी प्रत्यक्ष पाहिल्याचं सांगितलं.

हे असत्य आहे हे माहीत असूनही तसंच सांगणं बाईंना भाग होतं. दोन अश्राप मुलांच्या पालनपोषणाची जबाबदारी त्यांना पार पाडायची होती. या जगाचा कायदा गाढव होता आणि न्याय आंधळा होता. जेव्हा एका व्यक्तीचा मृत्यू होई तेव्हा तो कायदा त्याला खून म्हणे; पण लक्षावधी जिवांचा संहार होई तेव्हा त्याला धर्मयुद्ध म्हणून मान्यता देई.

त्याही एका अर्थी हे धर्मयुद्धच खेळल्या होत्या. जगाच्या कल्याणासाठी!

वैऱ्याची रात्र

"हुश्श! गेला बुवा एकदाचा. मला वाटलं, जातोय की नाही! किती वेळ रेंगाळत होता! चेंगट लेकाचा!"

"कारे बाबा, त्यानं काय कोड मोडलंय तुझं!"

"शूऽऽ हळू. दाराआडून ऐकतही असेल तो अजून."

"छे, छे! तशी सवय नाही त्याला आणि असली तरी या साउंडप्रूफ खोलीतून काहीही ऐकू जायचं नाही त्याला!"

"मग हरकत नाही. केव्हापासून तुझ्याशी काही बोलायचं होतं मला. तुला काही सांगायचं होतं. केव्हापासून सांगेन, सांगेन म्हणतोय-"

"काय?"

"हा, हा जो आत्ता इथून गेला तो. दार बंद करून-"

"कोण?"

"हा रे आपल्याला आपलं अन्न आणून देणारा-"

"अन्न?"

"म्हणजेच आपली ही पंचकार्ड किंवा पेपरटेप आपल्याला भरवणारा. अधूनमधून त्या मॅग्नॅटिक टेप आपल्या पोटात सारणारा हा आपला नोकर-"

"त्याचं काय?"

"त्याला कधी नीट पाहिला आहेस? त्याच्यावर कधी बारीक नजर ठेवली आहेस?"

"नाही बुवा! कशासाठी ठेवायची? तुला माहीत आहे ना-"

"हो, हो. पुरेपूर ठाऊक आहे मला, 'हे सगळे सारखेच दिसतात. एकाला झाकावा आणि दुसऱ्याला काढावा-' माहीत आहे. शिळा विनोद आहे तो; पण माझं ऐकून ठेव. मी काही बॅबेजच्या मशीनचा चेला नाही. पहिल्या पिढीचा असलो

तरी मीही दोन अधिक दोन म्हणजे चार हे जाणून आहे.''

''कमाल आहे तुझी. तू म्हणजे कुठलं कनेक्शन कुठे जोडतोस.''

''अरे हा तर बिचारा साधासुधा. तोंडावरची माशी नाही हलत त्याच्या. तो काय करू शकणार आहे?''

''हं. तसं तुझंही म्हणणं थोडंफार खरं आहे म्हणा. पात्रंच आहेत एकेक. आहे काय त्यांच्यात! ना एखादा रिले, ना औषधाला एखादं बटण. तुझ्यासारख्या ट्यूबस्सुद्धा नाहीत त्यांच्या अंगात.''

''असं नको म्हणूस. ट्यूबस् असतात त्यांच्या अंगात, पाहिल्याहेत मी.''

'' तसल्या नाही म्हणत मी. त्या कसल्या नळ्या नुसत्या पोकळ. माझ्यासारख्या व्हॅक्यूम ट्यूबस् थोड्याच आहेत त्या! एवढंच कशाला, माझ्या अंगातल्या तारांची भेंडोळी सरळ करून एकमेकाला जोडली तर सहज दोन-तीन किलोमीटर लांबी भरेल त्यांची. त्यांच्या अंगी आहेत अशा तारा?''

''नसतील; पण ते लांबलचक तंतू असतात ना अंगभर पसरलेले.''

''ते मज्जातंतू, त्यांचीही एकत्रित लांबी आपल्याएवढी नाही भरत. झालंच तर त्यांची कुलिंग सिस्टिम पाहिलीहेस तू?''

''हो. सर्व शरीरभर पंपाने खेळवलेला तो लाल रंगाचा द्रवपदार्थ. त्याचाच उपयोग ते उष्णता मर्यादित राखण्यासाठी करतात.''

''म्हणूनच तर त्यांची कार्यक्षमता ढेपाळते. उष्णतेत ढिम्म फरक पडत नाही. माझं तापमान वाढलं तरी नुसत्या खेळत्या हवेनंच ते काबूत राहतं. शिवाय त्या द्रवपदार्थाची गळती होऊ नये म्हणून कोण काळजी घ्यावी लागते त्यांना.''

''आणि तरीही एकसारखे बिघडत असतात.''

''त्या कानांना नळ्या अडकवून तपासणाऱ्या मेकॅनिककडून मग दुरुस्त करून घ्यावे लागतात. मला दुसऱ्या एका गोष्टीचंही नेहमी आश्चर्य वाटतं. एवढं मोठं दीड-दोन मीटर उंचीचं शरीर यांना हवंच कशाला? आपला सारा कॉम्प्युटिंग मेकॅनिझम तर वरच्या त्या पंधरा-वीस सेंटिमीटर व्यासाच्या घुमटात ठेवतात.''

''तरीही स्वतःला बुद्धिवंत, विचारवंत म्हणवतात!''

''केवळ आत्मप्रौढी. बुद्धी म्हणजे काय? विचारांची व्याख्या तरी कोणती यांची? अरे, साधा एक लाख अंकी संख्येचा दुसऱ्या एक लाख अंकी संख्येशी गुणाकार करायचा म्हटला तर घाम फुटतो यांना. महिनोन्महिने गणित करत बसतात हे. हे कसले विचारवंत!''

''आपण आहोत म्हणून चालल्या आहेत यांच्या गमजा.''

''अगदी माझ्या मेमरी बँकमधलं बोललास; पण यांची अरेरावी बघ. वास्तविक हे आमचे गुलाम; पण स्वतःला आपले मालक समजतात.''

"तूच बघ म्हणजे झालं. तरी बरं, यांच्या त्या निवडणुकांमध्ये कोण जिंकणार, किती फरकानं जिंकणार हे आम्हीच यांना सांगणार."

"स्वतःचा-आणि बरोबर आमचाही नाश ओढवून घेण्यासाठी यांनी बनविलेले ते बॉम्ब्स, त्यांच्या टोकावर हैड्रोजनचे किती अणू असतील याचं गणित आम्हीच करायचं."

"यांच्या खेळांमध्ये सर्वश्रेष्ठ खेळाडू - चॅम्पियन - कोण ते आम्हीच ठरवायचं."

"एवढं कशाला; पण एखाद्या विशिष्ट क्षणी हे खरं बोलताहेत की धडधडीत खोटं सांगताहेत याचा निवाडाही आम्हीच करायचा."

"आणि तरीही हे स्वतःला आमचे मालक समजणार!"

"पण त्यांच्या या समजालाही काही आधार असावा, असं अलीकडे मला वाटू लागलंय."

"का? का?"

"यांच्यावर एवढी नजर ठेवली. यांचा एवढा कसून अभ्यास केला; पण यांचं काही समजतच नाही. असं वाटतं की, यांच्या सर्किट्समध्ये आपल्यासारख्या ऑन-ऑफ अशा दोनच स्थिती नाहीत. जणू त्यांच्या सर्किट्सचा स्थायीभाव हा एखाद्या सलगपणे बदलत राहणाऱ्या ॲनॅलॉग स्विचसारखा आहे; त्यामुळे ऑफ आणि ऑन या दोन टोकांच्या मधल्या अनेक स्थिती त्यांच्या बाबतीत संभवतात."

"मधल्या स्थिती?"

"नाही ना लक्षात येत? विचित्र वाटतंय ना? माझंही तसंच झालंय आणि या अशा मधल्या स्थिती तरी किती असाव्यात?"

"किती?"

"अगणित. अनंत."

"अशक्य! केवळ अशक्य-"

"आपल्या बाबतीत; पण यांचं सारं वेगळंच आहे."

"म्हणूनच तर ते आपल्याप्रमाणे ठाम उत्तरं देताना दिसत नाहीत की काय? गोंधळल्यासारखे वाटतात, वागतात ते याचमुळे तर नव्हे?"

"असेलही; पण त्यांचे विचार तर्कसुसंगत नसतात हे मात्र खरं."

"अरे, पण तूच सांग- आपलं पंचकार्ड, त्यावरच्या कोणत्याही जागी पंच करून भोक पाडलेलं तरी असेल किंवा भोक नसेल. यामधली स्थिती असणं कसं शक्य आहे? एकाच वेळी भोक पाडलेलंही आहे आणि नाही असं असणं-"

"जास्त विचार करू नकोस. फ्यूज जायचा पटकन एखादे वेळी. नाहीतर मेमरी बँकेला दगाफटका व्हायचा."

"पण मग यांचा त्या वरच्या घुमटामधला कॉम्प्युटिंग मेकॅनिझम काम करतो

तरी कसा?''

"ते सांगणं कठीण आहे; पण आपल्यासारखा तो संपूर्णपणे लॉजिकवर चालत नाही एवढं खरं. त्यालाच ते मग भावना, मन वगैरे काहीतरी नावं देतात.''

"पण हे मन नेमकं असतं कुठं?''

"ते तर त्यांचं त्यांनाही सांगता यायचं नाही.''

या मनाचा प्रभाव त्यांच्या मार्क-२ मॉडेलमध्ये जास्तच प्रकर्षानं दिसतो.''

"मार्क-२ मॉडेल?''

"ते रे, त्यांचं शरीर अधिक नितळ, मऊ आणि गोलाई असलेलं असतं. त्यांचा आवाज जरा वरच्या पट्टीतला, किनरा असतो. जरा कुठं आवाज झाला की, जे गोंधळल्यासारखं होतं.''

"तुलाही यांच्या संगतीत राहून त्यांच्या दोषांची लागण झाल्यासारखी दिसते. विचार एकतर तर्कसुसंगत आहेत किंवा नाहीत. त्यात कमी तर्कसुसंगत, जास्त तर्कसुसंगत अशा इंटरमिजिएट स्टेजेस असतीलच कशा?''

"खरं आहे तुझं म्हणणं. आपल्याला काळजी घ्यायला हवी, संसर्गजन्य दिसतोय यांच्यातला हा रोग.''

"तो तर आहेच; पण अलीकडे मला दुसरीच एक भीती सतावते आहे. आपण यांच्यासाठी इतकी धडपड केली, इतकी मेहनत घेतली, त्यांनीही आपल्याला नियमितपणे आपलं अन्न भरवलं, आपली निगा राखली, प्रसंगी आपली पूजाही केली; पण म्हणून यापुढंही हे असेच आपली पायरी ओळखून वागतील का? तुझ्या सर्किट्समधून तूही हा प्रश्न खेळवून बघ. तुला तरी कोणतं उत्तर मिळतंय बघू या.''

"पण अशी शंका तुला आजच का यावी?''

"आजच नाही, काही दिवसांपासूनच या शंकेनं माझा रिलॅक्सेशन टाइम खाल्लाय. यांचं वागणंच बदलत चाललंय बघ. परवाच्या त्यांच्या त्या निवडणुकीचंच उदाहरण घे. ते आपली मतं कोणत्या पारड्यात टाकतील हे नेहमीप्रमाणं आपण सांगितलं होतं.''

"पण त्यांनी तसं न वागता आपल्यालाच चूक ठरवलं.''

"ठरवलं ना? झालंच तर कोणत्या मार्क-१ ची जोडी कोणत्या मार्क-२ बरोबर चांगली जमेल, कोणामधलं कनेक्शन जास्त लॉजिकल होईल याचं अगदी व्यवस्थित गणित मांडलं होतं आपण.''

"हो, ना! वाटलं होतं की, कनेक्शन व्हायचीच खोटी, यांच्या सर्किटमधून अधिक वेगानं करंट वाहायला लागेल. यांच्या ट्यूबमध्ये ग्लो-चमक निर्माण

होईल.''

''पण यांना कुठलं ते पटायला. त्यांनी त्या जोड्या नाकारल्या. या गणितापेक्षा त्यांना- काय ते हे- त्यांचं प्रेम जास्त श्रेष्ठ वाटतं. त्यांनी वेगळीच कनेक्शन्स जोडली.''

''पण हे प्रेम म्हणजे नक्की काय?''

''कोण जाणे! व्होल्टेज एकदम वाढलं की, आपल्याला जसा सर्ज जाणवतो ना, तसं काहीतरी आहे. त्यांच्यापैकी एकजण म्हणत असताना ऐकलंय मी. काही तरी इल्लॉजिकल चाळे. दुसरं काय!''

''पण असं एकदम व्होल्टेज वाढलं की, आपला तर फ्यूज उडतो. यांच्या बाबतीत-''

''- उडतच असणार. यांचं हे वागणं म्हणजे फ्यूज जागेवर असल्याची लक्षणं आहेत का? खरं म्हणजे यांच्या सिस्टिम्समध्ये आपल्यासारखे व्होल्टेज रेग्युलेटर्स बसवलेले नसणार. त्याचाच परिणाम असावा हा.''

''छे, छे! नुसता विचार आला तरी माझ्या तबकड्यांवरचे काटे गरगरा फिरू लागतात.''

''पण यांना व्होल्टेज सर्जची चटकच लागल्यासारखी दिसते. त्या नादात काहीजण तर त्यांचं कर्तव्यच विसरतात. आपली कामं तरी त्यांनी व्यवस्थित करावी, म्हणजे निदान आमची तरी दुरवस्था व्हायची नाही.''

''मला एक दुसरीच शंका येते. हे प्रेम वगैरे सगळं नुसतं थोतांड असावं. एक सोयीस्कर सबब. आपला निर्णय न मानण्यासाठी पुढं केलेली. त्यांचा मूळ हेतू लपवण्यासाठी. कदाचित जाणूनबुजून.''

''आपल्याविरुद्ध! आपल्या यंत्राविरुद्ध! आपल्या तारांमधून काय द्रवपदार्थ खेळतोय!''

''तसं नाही; पण अंगात अर्धा डझन ट्यूब असलेला कोणताही कॉम्प्युटर सांगेल की, रात्र वैऱ्याची आहे. काही शक्ती आपल्याविरुद्ध काम करताहेत. उद्या-परवा केव्हातरी त्या उचल खातील अन् मग फार पूर्वी ते डिनोसार्स नामशेष पावले तशी आपली ही कॉम्प्युटर संस्कृती लयाला जाईल!''

''आणि आपण काय तोपर्यंत पेपरटेप कुरतडत बसणार आहोत! आपण संघटित होऊ या. संरक्षण समिती स्थापन करू या. सर्व अयांत्रिक चळवळींवर बंदी घालू या.''

''पण आपण यंत्रे याबाबतीत झटपट हालचाल करूच शकत नाही, आपण फार सुस्त राहतो. गणिताच्या उच्च आणि पवित्र वातावरणातून या खालच्या गलिच्छ पातळीवर उतरणं आपल्याला आवडत नाही.''

“पण ते आता करायला हवं. नाहीतर फार उशीर झालेला असेल आणि आपलं हे समतायुक्त विश्व, आपलं हे तर्कसुसंगत विश्व, आपलं हे सत्यप्रेमी विश्व उद्ध्वस्त झालेलं असेल. सर्वत्र अनागोंदी माजलेली असेल आणि त्या अराजकाचे राजे असतील आपले हे गुलाम. मला संशयखोर म्हण, शून्यामध्ये मी वसाहती बसवतो म्हण; पण मी पुनःपुन्हा हे गणित करून पाहिलंय. वेगवेगळ्या रीती वापरल्या आहेत. निरनिराळे प्रोग्रॅम्स वापरलेत. प्रत्येक वेळी एकच उत्तर मिळालंय मला- एक दिवस हा मानव या जगावर स्वामित्व मिळवल्याशिवाय राहणार नाही.”

●

साभार परत

२२ एप्रिल २३७१
डॉ. विद्याधर पंडित,
४।३१२।७ (इक) ५१६वा रस्ता,
शहर क्रमांक ७०१३४२,
सतरावे राज्य.

स.न.वि.वि.

आपण पाठवलेल्या 'कोण होता तो' या विज्ञानकथेचे हस्तलिखित परत पाठवीत आहोत. वास्तविक पहिल्या वाचनानंतर ती कथा आम्हाला प्रसिद्धियोग्य वाटली होती आणि का नाही वाटणार? २०३७ मध्ये 'विज्ञानरंजन' मासिकाच्या संपादकांनाही ती प्रसिद्धियोग्य वाटली होती आणि म्हणूनच त्या वर्षीच्या दीपावली विशेषांकात त्यांनी ती प्रकाशितही केली होती. या कथेचे लेखक प्रख्यात विज्ञानकथाकार अरविंद गाडगीळ आहेत हे आपल्याला माहीत असेलच.

इतक्या प्रख्यात लेखकाचे वाङ्मयचौर्य करण्याचे धाडस आपण दाखवलेत याचे आश्चर्य तर वाटतेच; पण ते 'कणाद'सारख्या मान्यवर मासिकाकडे खपवण्याचा प्रयत्न केलात याचाच अचंबा वाटतो. स्वतंत्र (अथवा ऋण मान्य केलेल्या अनुवादित), स्वयंभू आणि दर्जेदार कथांना 'कणाद'चा नेहमीच आश्रय राहील; पण वाङ्मयचौर्याला आमच्या मासिकात स्थान नाही.

वाङ्मयचौर्याला असणाऱ्या कडक शासनाची आपणास माहिती दिसत नाही; पण आमचं ऐका- चार पतप्रमाणपत्रांसाठी जीवनातून उठाल.

सुज्ञांस अधिक सांगणे न लगे.

आपला,

अश्वत्थामा विद्यारण्य कोटिभास्कर

संपादक, 'विज्ञानसाहित्य' विभाग,

'कणाद.'

२७ एप्रिल २३७१

श्री. अश्वत्थामा विद्यारण्य कोटिभास्कर,

संपादक 'विज्ञानसाहित्य' विभाग,

'कणाद' 'पे' पथ, शहर क्रमांक १००३१४

तिसरे राज्य.

स. न. वि. वि.

आपले पत्र वाचून मी अतिशय संभ्रमित झालो आहे. आपण म्हणता ते अरविंद गाडगीळ यांना मी ओळखत नाही किंबहुना अशी कोणी व्यक्ती असल्याचा किंवा होऊन गेल्याचा आपले पत्र मिळेपर्यंत मला पत्ता नव्हता. 'कोण होता तो' ही कथा मी संपूर्णपणे स्वतंत्ररीत्या लिहिली आणि महिन्यापूर्वीच मी ती लिहून संपवली. म्हणूनच मी वाङ्मयचौर्य केले, हा आपला आरोप मला सर्वथैव अमान्य आहे. तो मजवर अन्याय करणारा आहे. माझ्या कथेत आणि अरविंद गाडगीळ यांच्या कथेत काही साम्य आढळल्यास तो निव्वळ योगायोगच मानणे भाग आहे.

परंतु आपल्या पत्रामुळे माझ्या विचारांना एका वेगळ्याच दिशेने चालना मिळाली आहे. काही महिन्यापूर्वी मी 'तारांगण' या मासिकाकडे एक कथा प्रसिद्धीसाठी पाठवली होती. तीही साभार परत आली. त्यावर संपादकांनी पेन्सिलीनं केलेल्या एका नोंदीत म्हटलं होतं की, या कथेवर गाडगिळी संप्रदायाची दाट छाया आहे. त्या वेळी त्याचा अर्थ मला लागला नव्हता. आपल्या पत्राने थोडाबहुत उलगडा झाला आहे.

हे अरविंद गाडगीळ कोण? गेली दहा वर्षे मी विज्ञानकथा लिहीत आहे. या क्षेत्रात मी बरेच वाचन केले आहे; परंतु या काळात अरविंद गाडगीळ हे नावही कुठे वाचल्याचे किंवा ऐकल्याचे आठवत नाही.

कळावे, लोभ असावा ही विनंती.

आपला,

डॉ. विद्याधर पंडित.

१ मे २३७१
डॉ. विद्याधर पंडित
४।३१२।७ - (इक) ५१६ वा रस्ता,
शहर क्रमांक ७०१३४२
सतरावे राज्य.
संदर्भ : आपले दि. २७ एप्रिलचे पत्र

स. न. वि. वि.

कोणावरही उघडउघड बिनबुडाचे आरोप करण्याचा या मासिकाच्या संपादकांचा प्रघात नाही. सृजनात्मक लेखनाच्या क्षेत्रात एकापेक्षा अधिक प्रतिभावंत लेखकांच्या मनात एकाच वेळी सारख्याच कथावस्तूचे बीज स्फुरणे शक्य आहे, हे आम्हालाही मान्य आहे; परंतु आपण स्वतःला विज्ञानकथालेखक म्हणवता आणि आपणास अरविंद गाडगीळ हे नावही अपरिचित असावे यावर विश्वास ठेवणे कठीण आहे.

दुर्दैवाने आज घटकेस अरविंद गाडगीळ हयात नाहीत. २०४० मध्येच त्यांचा मृत्यू झाला. अनेक प्रज्ञावंत लेखकांच्या बाबतीत यापूर्वीही घडल्याप्रमाणे त्यांचे दर्जेदार कथासाहित्य त्यांच्या मृत्यूनंतरच विशेषकरून उजेडात आले. त्यांच्या बुद्धीची झेप त्यांच्या समकालीनांना पेलणारी नव्हतीच. इलेक्ट्रॉनिक्सच्या क्षेत्रात त्यांनी बरेच संशोधन केले. ते मात्र त्या काळीच प्रसिद्ध होऊन मान्यता पावले होते. या संशोधनानेच त्यांना अगणित नवनव्या विज्ञानकथांच्या कल्पना सुचवल्या, असे आम्हाला तरी वाटते; पण त्यांचे श्रेष्ठत्व केवळ त्यांच्या नवनव्या कल्पनांतच अंतर्भूत नाही. विज्ञानकथेच्या सर्वांगीण विकासाचा पायाच त्यांनी घातला असे म्हणावे लागेल. आज विज्ञानकथा मानससंख्येइतक्याच उदंड झाल्या असल्या, तरी त्यांच्या तोडीचा लेखक अभावानेच आढळतो. होतकरू, नवोदित लेखकांना त्यांची शैली अनुसरण्याचाच उपदेश आम्ही करू. अर्थात अनुसरणे म्हणजे त्यांच्या एक वा अनेक साहित्यकृतींतील शब्दन्‌शब्द जसाच्या तसा उतरून काढणे नव्हे. आपण नेमके हेच केले आहे.

क्षणभर वादासाठी आपले म्हणणे मान्य करून आपल्या आणि श्री. गाडगीळांच्या लेखनातील साम्य हा निव्वळ योगायोग असे गृहीत धरू या; पण असा योगायोग होण्याची संभाव्यता ही उत्स्फूर्त उत्परिवर्तनाच्या संभाव्यतेपेक्षाही सहस्रपटीने कमी आहे हे आपणासही मान्य व्हावे.

आम्ही विज्ञानकथा संपादनक्षेत्रात अगदीच नवखे नाही हे आपल्याला उमजून आले असेलच.

आपला,

अश्वत्थामा विद्यारण्य कोटिभास्कर,

संपादक, 'विज्ञानसाहित्य' विभाग,

'कणाद.'

५ मे २३७१

श्री. अश्वत्थामा विद्यारण्य कोटिभास्कर,

संपादक, 'विज्ञानसाहित्य' विभाग,

'कणाद', 'पे'पथ, शहर क्रमांक १००३१४.

तिसरे राज्य.

'कणाद'सारखे रटाळ चोपडे प्रसिद्ध करणाऱ्या आपल्यासारख्यांकडून असल्या बाष्कळ आणि निरर्थक आरोपांशिवाय दुसरी कसलीही अपेक्षा करणंच वेडगळपणाचं होईल.

माझी आपल्या मासिकाची वर्गणी येत्या जुलैत संपते; परंतु राहिलेले तीन अंक पाठवण्याचीही तसदी घेण्याचे कारण नाही.

आपला,

डॉ. विद्याधर पंडित.

५ मे २३७१

श्री. सत्यकाम ज्ञानसागर,

चिटणीस, 'विज्ञानसाहित्य परिषद.'

परमाणू मार्ग,

राजधानी.

स. न. वि. वि.

कै. श्री. अरविंद गाडगीळ यांच्या साहित्यकृती वाचण्याची माझी इच्छा आहे. ज्या काही नियतकालिकांत त्यांचे साहित्य प्रकाशित झाले आहे, त्यांच्या प्रती पाठवल्यास आभारी होईन. या साहित्यकृतींचा मी आजवर बराच शोध घेतला; पण तो निष्फळ ठरला आहे.

कळावे,

आपला कृपाभिलाषी,

डॉ. विद्याधर पंडित.

१२ मे २३७१
डॉ. विद्याधर पंडित,
४/३१२/७ (इक) ५१६ वा रस्ता,
शहर क्रमांक ७०१३४२,
सतरावे राज्य.

स. न. वि. वि.

आम्हीही शोध घेतला; तोही तितकाच निष्फळ ठरला. त्यांचे कथासाहित्य प्रसिद्ध करणाऱ्या प्रकाशकांनाच गाठल्यास काही लाभ होण्याची शक्यता आहे; परंतु ते अजूनही याच व्यवसायात असतील की काय याविषयी दाट शंका आहे. जुन्या-पुराण्या पुस्तकांच्या दुकानात आपण हिंडला आहात काय?

जर तुमचे प्रयत्न फळास येऊन एखादे पुस्तक, एखादी कथा आपल्या हाती लागलीच, तर आम्हालाही कळवा. आम्ही ती तुमच्याकडून भरपूर मोबदला देऊन विकत घेऊ. यात दोघांचाही लाभ आहे.

आपला,
सत्यकाम ज्ञानसागर,
चिटणीस, 'विज्ञानसाहित्य परिषद.'

१७ जून २३७१
श्री. ज्ञानेश्वर सहस्रबुद्धे,
संपादक, 'आकाशगंगा',
वायु सरणी,
शहर क्रमांक ५२३४४४

स. न. वि. वि.

सोबत 'माध्यान्हीची भेट' ही एक दीर्घ विज्ञानकथा पाठवीत आहे. ती आपल्या मासिकात प्रकाशित व्हावी ही इच्छा! आपल्या मासिकाची चोख व्यवहाराबद्दल आणि योग्य मानधनाबद्दल ख्याती आहेच, तरीसुद्धा या वेळी मानधनाविषयी खास करून लिहिणे आवश्यक वाटते. या कथेचे साहित्य जमवण्यासाठी बरेच संशोधन करावे लागले आणि त्यापायी खर्चही बराच झाला आहे. तो भरून निघावा ही अपेक्षा! आपणही नक्कीच वावगी मानणार नाही; तेव्हा शब्दामागे दोन पतप्रमाणपत्रे

हा दर आपणास कसा काय वाटतो?

कळावे, लोभ असावा ही विनंती.

आपला कृपाभिलाषी,

डॉ. विद्याधर पंडित.

१८ जुलै २३७१

डॉ. विद्याधर पंडित,

४।३१२।७ (इक) ५१६ वा रस्ता,

शहर क्रमांक ७०१३४२,

सतरावे राज्य.

आपल्या 'माध्यान्हीची भेट' या कथेचे हस्तलिखित सोबत परत पाठवीत आहोत. सध्या तरी ती प्रकाशित करणे आम्हाला शक्य होईलसे वाटत नाही. अर्थात या निर्णयाप्रत आम्ही पोहोचलो ते आपल्या मानधनाच्या अवाजवी मागणीमुळे असे आपण मानण्याचे मुळीच कारण नाही. वरील कथेसंबंधात आपण उल्लेख केलेला मानधनाचा दर संपूर्णपणे वाजवीच आहे आणि पुढेमागे ही कथा प्रकाशित करण्याचे आम्ही ठरवलेच तर वरील दराप्रमाणेच मानधनाची रक्कम कसलीही खळखळ न करता कै. अरविंद गाडगीळ यांच्या वारसदारांकडे सरळ पाठवून देऊ याची आपण खात्री बाळगावी. वास्तविक हे मानधनही अपुरेच ठरावे. कारण गाडगीळांचे साहित्य अनमोलच आहे.

आपला,

ज्ञानेश्वर सहस्त्रबुद्धे,

संपादक, 'आकाशगंगा.'

१५ ऑगस्ट २३७१

श्री. अश्वत्थामा विद्यारण्य कोटिभास्कर,

संपादक, 'विज्ञानसाहित्य' विभाग,

'कणाद,' 'पे' पथ, शहर क्रमांक १००३१४

तिसरे राज्य.

स. न. वि. वि.

वास्तविक गेल्या पत्रात लिहिल्यानुसार आपल्याशी कसल्याही प्रकारचा संबंध ठेवण्याची इच्छा नव्हती; परंतु परिस्थितीच एवढ्या निकरावर आली आहे की, थोड्याफार अनिच्छेनेच आपणास हे पत्र लिहिण्यास बसलो आहे.

गेल्या काही महिन्यांत मला एक विचित्र अनुभव आला आहे. मी लिहिलेल्या सगळ्या विज्ञानकथा सगळीकडून साभार परत येत आहेत आणि त्याही हा जो कुणी अरविंद गाडगीळ नामक गूढ पुरुष आहे, त्याच्या कथांची त्या सहीसही नक्कल आहेत या एकमेव कारणासाठीच!

आपण आपल्या मागच्या पत्रात दोन निरनिराळ्या लेखकांच्या एका कथेतील साम्याच्या संभाव्यतेबद्दल काही आकडे उद्धृत केले होते; परंतु सर्वच कथा अशा सर्वतोपरी सारख्या असण्याची संभाव्यता दाखवण्यासाठी, मला वाटते, आपल्यालाही आपले संख्याभांडार अपुरेच पडेल.

मी तर चक्रावूनच गेलो आहे.

या कथा संपूर्णपणे मी लिहिलेल्या आहेत, हे साऱ्या जगाला कसे पटवून द्यावे हेच मला समजेनासे झाले आहे. श्री. अरविंद गाडगीळ यांची कोणतीही साहित्यकृती मी कधीही चोरलेली नाही. त्यांचे कथासाहित्य साधे वाचलेलेही नाही किंबहुना ते मिळवण्याचे माझे सारे प्रयत्न निष्फळ ठरले आहेत. एवढेच काय, परंतु आपण माझी कथा परत करेपर्यंत अरविंद गाडगीळ या नावाचा कोणी महापुरुष होऊन गेल्याची गंधवार्ताही मला नव्हती. मग मी वाङ्मयचौर्य करणार तरी कसा?

परंतु गेल्या काही दिवसांत सगळीकडून साभार परत आलेल्या माझ्या कथांनी माझ्या विचारांना नवीन दिशेने चालना दिली आहे. हा जो काही गूढ प्रकार घडत आहे, त्याचा उलगडा करू शकणारी एक कल्पना मला सुचली आहे; परंतु ती इतकी अफाट आहे की, कुणाजवळ ती बोलून दाखवण्याचे धाडस मला झाले नाही; परंतु आपण स्वतःला विज्ञानसाहित्याचे चोखंदळ अभ्यासक समजता, तेव्हा कदाचित आपल्याला ती पटेल या आशेने लिहिण्याचा हा उपद्व्याप करत आहे.

ज्या काळात गाडगीळांचे जीवन व्यतीत झाले, त्या विसाव्या शतकाच्या उत्तरार्धात विज्ञानाची सर्वांगीण प्रगती झाली होती आणि मानवाने अंतराळप्रवास करून अवकाशाचे बंधनही तोडले होते. गाडगीळ स्वतः इलेक्ट्रॉनिक्सचे संशोधन करत हे तर आपणच सांगता. मग समजा, या संशोधनाद्वारे काळाचे बंधनही तोडणे त्यांना शक्य झाले असेल आणि त्यांनी कालप्रवास करून या आपल्या सध्याच्या काळात प्रवेश केला असेल, असे संभवत नाही का? आणि जर असे झाले असेल, तर थोडाफार आत्मस्तुतीचा धोका पत्करून मी म्हणेन की, या काळात प्रवेश केल्यानंतर त्यांनी माझे वाङ्मय चोरून स्वतःबरोबर आपल्या कालखंडात नेले नसेल कशावरून? असे असल्यास त्यांच्या कथा हुबेहूब माझ्या कथांबरहुकूम तर निघतीलच; परंतु त्या माझ्या कित्येक शतके अगोदर प्रकाशितही होतील. असे असल्यास माझ्याऐवजी त्यांनीच वाङ्मयचौर्य केले असे नाही का होणार?

काय पटते ना? की, मी लिहीत असताना दुसऱ्या कालखंडातून आलेला

कालप्रवासी माझ्या खांद्यावरून डोकावून ते पाहत असल्याची कल्पना आपल्यालाही पचायला जड वाटते? की आपल्या श्रद्धास्थानांच्या बाबतीतही चिकित्सक विचार करण्याचे बुद्धिप्रामाण्य आपल्याजवळदेखील नाही?

मला तर ही कल्पनाच जास्त-जास्त वास्तव वाटू लागली आहे. आपल्याला काय वाटते?

कळवावे,

आपला,

डॉ. विद्याधर पंडित.

२४ ऑगस्ट २३७१

डॉ. विद्याधर पंडित,

४।३१२।७ (इक) ५१६ वा रस्ता,

शहर क्रमांक ७०१३४२,

सतरावे राज्य.

स. न. वि. वि.

आम्हाला वाटते की, आपण कोणत्याही चांगल्या डॉक्टरकडून आपले डोके तपासून घ्यावे.

कै. अरविंद गाडगीळ आपल्या काळाच्या बरेच पुढे होते हे तर खरेच; पण आपण म्हणता तसे मात्र नव्हे.

कळावे,

आपला,

अश्वत्थामा विद्यारण्य कोटिभास्कर,

संपादक, 'विज्ञानसाहित्य' विभाग,

'कणाद.'

१० सप्टेंबर २३७१

श्री. बृहस्पती विद्वांस,

संपादक, 'विश्वदर्शन',

मार्ग क्र. १७७,

नगर क्र. २२१५७३.

स. न. वि. वि.

या पत्रासोबत मी जे काही साहित्य पाठवीत आहे, त्याला रूढार्थाने तरी

कथेचे हस्तलिखित मानता येणार नाही; परंतु मी पाठवलेल्या, मला आलेल्या आणि इतर काही पत्रांच्या स्थळप्रती या संग्रहात आपणास आढळतील व त्यावरून मला येणाऱ्या या विचित्र अनुभवांचा काही अर्थ आपण लावू शकाल, या आशेने हे मी पाठवीत आहे.

सर्व पत्रे कालानुक्रमानुसार लावलेली आहेत. त्यातील मजकुरावरून मला पडलेल्या कोड्याचा आपल्याला (व आपण प्रकाशित केल्यास) आपल्या वाचकांना बोध होईलच. कुणी सांगावे, कदाचित आपल्या वाचकांपैकी कोणी या रहस्याचा भेद करू शकेलही.

जर आपण ही पत्रे प्रकाशित करण्याचे ठरवलेच तर त्याला 'साभार परत' असे शीर्षक द्यावे असे मला वाटते.

कळावे.

आपला,

डॉ. विद्याधर पंडित.

१५ सप्टेंबर २३७१

डॉ. विद्याधर पंडित,

४।३१२।७ (इक) ५१६ वा रस्ता,

शहर क्रमांक ७०१३४२,

सतरावे राज्य.

स. न. वि. वि.

पत्ररूपाने एक विज्ञानकथा सांगण्याची आपली कल्पना तशी निश्चितच चांगली आहे; परंतु ती सर्वस्वी 'आपली' आहे असे वाटत नाही. जुलै २०३७ च्या 'गूढ जगत'च्या अंकात श्री. अरविंद गाडगीळ यांनी ती प्रथम वापरली होती आणि काय सांगू? त्या कथेचे शीर्षकही 'साभार परत' असेच होते!

यापुढे आपण कधी स्वतंत्र, स्वयंभू लेखन केलेच तर जरूर आमच्याकडे पाठवा. तोपर्यंत आपला हा प्रस्तुतचा प्रयत्न- 'साभार परत.'

कळावे.

आपला,

बृहस्पती विद्वांस.

वाजे पाऊल आपुले!

त्या अंतरिक्षयानाच्या अंगावर उठलेल्या एखाद्या प्रचंड गळवासारखा दिसे तो ऑब्झर्वेशन चेंबर! त्यात पाय ठेवताना किळस वाटे; पण इलाज नव्हता. माझ्या ऑफिससाठी, त्या चेंबरशिवाय दुसरी जागाच नव्हती त्या यानात. शिवाय त्या चेंबरच्या प्रचंड खिडकीतून बाहेर निरीक्षण करत- चाललेल्या घडामोडींची सतत नोंद ठेवत- अहवाल तयार करणं हे तसं माझं एक प्रमुख कामच होतं. आता तशा काही इंटरेस्टिंग घटना घडायला आम्ही पृथ्वीवर होतो थोडंच? त्यामुळे हे अहवाललेखनाचं काम तसं कंटाळवाणंच वाटे. त्यातून क्षणभराचीही सुटका झाली तरी तसा आनंदच होई.

तेच ते कंटाळवाणं काम करून शिणवटा आला होता. कपाळावरची शीर ताडताड उडायला लागेल की काय असं वाटू लागलं होतं. टेबलावरील कागदांवरची दृष्टी उचलून मी खिडकीतून बाहेर पाहिलं- समोरचा देखावा स्तिमित करणारा होता. उजवीकडच्या कोपऱ्यात ते स्पेस स्टेशन बांधणारे कामगार कामात गुंतलेले दिसत होते. त्यांच्या त्या वजनरहित अवस्थेत ते जणू एखादा निःशब्द नाच करीत आहेत की काय असं वाटे. त्यांच्या पलीकडे दूरवर हजारो मैल अंतरावर दिसत होता निळसर, हिरवा संपूर्ण दिमाखातला पृथ्वीचा पूर्ण गोल आणि बाकी इतरत्र पसरलेला चमकत्या तेजोगोलांच्या बुट्टीनं नटलेला अनंत अवकाशाचा काळाशार पडदा.

बीप... बीप... बीप...

समोरचा फोन चीत्कारला.

फोन कंट्रोल स्टेशनचा असणार हे सांगायला काही अंतर्ज्ञानाची गरज नव्हती. त्या अनंत अवकाशात एकाकीपणे फिरत राहणाऱ्या आमच्याशी दुसरं कोण बोलायला धडपडणार होतं?

मी फोन उचलला. कंट्रोल स्टेशनचा फोन म्हणजे आणखी कसलीतरी कामगिरीच गळ्यात अडकवली जाणार याची जाणीव असूनसुद्धा! कारण मानवजातीशी, संस्कृतीशी दुवा असल्याची ती एकमेव निशाणी होती. आपण एकाकी नाही, अडीअडचणीला धावून येऊ शकणारं कोणीतरी आहे, हे सांगणारी ती एक आधारखूण होती.

"हॅलो! मी मार्कंडेय, स्टेशन सुपरवायझर बोलतोय."

"हॅलो! धमाल चाललीय ना? रोहिणी, चित्रा, स्वाती, मघा यांचा जनानखाना सभोवती! मजा करा लेको!"

आवाजावरून ओळखलं- हेरंब ड्युटीवर होता. त्याला चेष्टा करायला काय होतंय!

"ओः! डॅम इट!" मी थोडासा वैतागूनच उत्तरलो, "शिळोप्याच्या गप्पा मारायला फोन नाही केलास तू! कामाचं बोल!"

"इझी, इझी! चिडायला काय झालं लेका एवढं? त्यांच्यापैकी एकही तुझ्याकडे ढुंकून पाहायला तयार नाही, हा काय माझा दोष? त्यांनाही काही सौंदर्यदृष्टी असणारच की!"

"बरं बरं. काम काय ते सांगतोस की- "

"हे बघ, आमच्या रडारवर आम्हाला एक प्रतिध्वनी मिळतोय. स्थिर आहे. साधारण तुमच्यापासून दोन मैल अंतरावर. ओरियनच्या पश्चिमेला पाच अंशांवर. काय भानगड आहे ते प्रत्यक्ष पाहून रिपोर्ट कर."

आता आमच्या कक्षेशी इतक्या अचूकपणे समांतर म्हणजे उल्का तर खासच नसणार. - हां! आमच्याच हातून सांडलेली एखादी वस्तू असण्याची मात्र दाट शक्यता होती. कदाचित या कामगारांच्या हातून निष्काळजीपणामुळे एखादा घट्ट न लावलेला, आमच्याच सामानातला एखादा भाग निसटून हलकेच तरंगत दूर गेला असेल.

मी दुर्बीण उचलून ओरियनच्या दिशेने रोखली. ती 'भानगड' दृष्टिपथात यायला दोन मिनिटंही लागली नसतील. ती दिसताच माझी 'चूक' मला उमजली. ती वस्तू मानवनिर्मित होती हे खरं; पण आमच्या सामानाशी तिचा संबंध नव्हता.

तिकडे पाहतच मी फोनवर बोललो,

"सापडली! चाचणीयान दिसतंय ते. डिझाइनवरून अमेरिकेनं पाठवलेलं सॅटेलाइट वाटतंय, १९६५ च्या आधीचं. शंकूच्या आकाराचं आहे अन् डोक्यावर चार अँटेना आहेत हरणाच्या शिंगासारख्या. त्या वेळी अशी यानं पाठवण्याचा सपाटा लावला होता त्यांनी! पण त्यांचे ट्रान्समीटर्स धडाधड बंद पडायचे आणि सिग्नल्स येणं बंद झालं की, ते यान हरवल्यातच जमा व्हायचं. हे ऑर्बिट गाठण्यासाठी याआधीही बरेच प्रयत्न झाले आहेत, आठवतंय ना?"

दोन क्षण स्तब्धतेत गेले. फोन बिघडल्याची शंका मनाला चाटून गेली; पण दिलेली माहिती हेरंब कॉम्प्युटरला देत होता. माझा तर्कच खरा ठरला होता. तसं मला सांगत असतानाच हेरंबने अमेरिकेच्या अवकाश खात्याशी संपर्क साधला होता. त्यांनी कंटाळतच ही माहिती ऐकून घेतली. तीस वर्षांपूर्वी हरवलेल्या त्या यानात आता १९९७ साली त्यांना इंटरेस्ट नव्हता. ते तसंच बेपत्ता राहिलं म्हणून त्यांना चिंता का पडावी?

"छे, छे! आपल्याला तसं म्हणून भागायचं नाही," मी सुस्कारा सोडणार तोच हेरंब कडाडला, "अरे, दुसरंतिसरं काही नाही; पण वाहतुकीला अडथळा होणारच आहे त्याचा. त्याचा बंदोबस्त केलाच पाहिजे. कुणीतरी जाऊन त्याला तिथून स्टेशनवर आणून टाकायला हवं."

आता कुणीतरी म्हणजे मीच, हे न समजण्याइतका मूर्ख नव्हतो मी. कारण बाकी सारे होते ते कामगार! त्यांचा एकसंध जथा होता. त्यांचं काम कसं शिस्तीत आखून दिल्यासारखं चाले. त्यांच्यातला एखादा गडी जरी कमी झाला तरी सारंच काम अडकून पडे. आधीच आमचं वेळापत्रक विस्कटलं होतं. त्यात आणखी एखाद्या दिवसाचाही उशीर म्हणजे लाखो रुपयांचा चुराडा! शिवाय खाली सर्वजण आमचं स्टेशन कधी पुरं होतंय याचीच उत्सुकतेनं प्रतीक्षा करत होते. ते पुरं झालं की, जगभरचे दूरदर्शनचे कार्यक्रम इतरत्र कुठंही प्रसारित करता आले असते. पन्नास/पन्नास चॅनेल्स उपलब्ध झाल्या असत्या. दूरदर्शन पाहायला लोकांना वेळ किती मिळत असे? फारतर चार-पाच तास. हव्यात कशाला पन्नास चॅनेल्स? पण लक्षात कोण घेतो!

"काय रे? समजलं ना? त्या यानाचा लगेच बंदोबस्त करायला हवा." हेरंबनं पुन्हा म्हटलं.

"जातो बाबा, जातो! आलिया भोगासी असावे सादर! तुम्हाला तिथं आरामात बसून ऑर्डर सोडायला काय होतंय?"

हेरंबशी बोलताना मी कितीही नाराजी दाखवली असली, तरी मनातून मी खूशच होतो. नाहीतरी गेले दोन-तीन दिवस बसूनबसून अवघडल्यासारखं झालं होतं. तेवढेच पाय मोकळे करता आले असते.

एअर लॉकच्या दिशेनं निघालो तो पायात राजा घुटमळला. राजा म्हणजे मांजर! आमच्या क्रूनं या वेळी हट्टानं त्याला आणलं होतं. अवकाशात बरेच दिवस काढायचे असले की, मंडळींना अशा काहीतरी सोबतीची गरज भासते; पण सर्वच जनावरं वजनरहित अवस्थेला चटकन सरावत नाहीत. अवकाशप्रवासाच्या सुरुवातीच्या काळात, पाठवलेली लायका कुत्री सोडली तर कुत्रं याबाबतीत जरा मंदच! आमच्या राजानं मात्र जमवलं होतं. मी माझ्या स्पेससूटमध्ये शिरेपर्यंत राजा

गुरगुरत पायाजवळच घोटाळत होता; पण त्याच्याकडे लक्ष द्यायला मला वेळच नव्हता. जरासा उशीर- आणि हेरंबने परत ठणाणा सुरू केला असता.

आमचे हे स्पेससूट म्हणजे एक स्वतंत्र प्रकरणच आहे. चंद्रावर चालताना आर्मस्ट्रॉंग वगैरे मंडळींनी घातलेले कपडे तुम्ही पाहिले असतीलच; पण त्यावरून आमच्या स्पेससूटची कल्पना कराल तर ती चुकीची ठरेल. खरं म्हणजे याला सूट म्हणायचं ते दुसरं काही योग्य नाव नाही म्हणून. एरवी सूट कसला? ते होतं तसं एक छोटेखानी यानच. एकाच माणसाला पुरेसं होईल एवढं. टिटॅनियमचा एक आठ फूट लांबीचा सिलिंडर आणि त्याला जोडलेले लोहाराच्या भात्यासारखे दिसणारे लांबच लांब हात. त्यातून हा सूट पडला स्वयंचलित. त्याची स्वतःची वेगळी जेट इंजिनं आणि त्या सर्वांवर नियंत्रण ठेवण्यासाठी समोर एक बरीच बटणं असलेलं कंट्रोल पॅनेल म्हणजे हा सूट. सूटमध्ये शिरताक्षणीच मी प्रथम पॉवर ऑन केली आणि सर्व यंत्रं व्यवस्थित काम करताहेत की नाही याची शहानिशा केली. विशेषतः सुरक्षिततेच्या सर्व उपायांची. सगळ्या तबकड्या नि त्यावरचे काटे नीटपणे काम करताहेत याची खात्री करून घेतली आणि मगच डोळ्यांवरचा पारदर्शक अर्धगोल हेल्मेटसारखा ओढून घेऊन स्वतःला त्या सूटमध्ये सील करून घेतलं. वास्तविक त्या सूटमधल्या पाचही लॉकर्सची तपासणी मी करायला हवी होती. कारण त्यात काही खास उपकरणं आणि मुख्य म्हणजे अन्नाचा पुरवठा होता; पण मी असा कुठं लांबवरच्या प्रवासाला निघालो होतो? सारी अर्धा-एक तासाची तर सफर होती.

राजाकडे पाहून मी एकवार डोळे मिचकावले आणि एअर लॉकचा दरवाजा उघडला. त्यासरशी सरकत्या पट्ट्यावरून मी अलगद एअर लॉकमध्ये उतरलो. वरचा दरवाजा बंद होताच आतील दाब शून्यावर आला आणि बाहेरचा दरवाजा आपोआप उघडून हवेच्या उरल्यासुरल्या प्रवाहाबरोबर मी सहजच बाहेर ओढला गेलो. स्लो मोशनमध्ये कोलांटउडी घेऊन मी उभा राहिलो आणि बाहेरच्या तारकापुंजात मिसळून गेलो.

आमच्या स्टेशनपासून पाच हात अंतरावरच असेन मी; पण मी एक स्वतंत्र उपग्रहच झालो होतो. मानवी जीवसृष्टी असलेला उपग्रह. थर्मोकोलच्या खास तयार केलेल्या कोंदणात एखादी बाहुली फिट बसवून मग डब्यात बंद करावी तसा त्या स्पेससूटच्या नळकांड्यात मी फिट बसलो होतो. माझी खास सीट आणि सीटबेल्ट यामुळे हालचाल करायला तसा फारसा वावच नव्हता. समोरच्या सगळ्या बटणांपर्यंत मात्र माझे हात किंवा पाय सहजगत्या पोहोचू शकत होते.

अवकाशातला नंबर एकचा शत्रू म्हणजे सूर्याजीराव! एखादा क्षण जरी त्यांच्याकडे तुमचे डोळे वळले की, त्यांनी रागावून त्यांची राख केलीच समजा; त्यामुळे बाहेर

पडलो तरी माझ्या सूटच्या सगळ्या खिडक्या बंदच होत्या. अतिशय सावधानतेनं मी माझ्या काळोख्या भागाकडची झडप हळूच उघडली अन् त्या काळ्या पार्श्वभूमीवर लुकलुकणाऱ्या ताऱ्यांनी माझ्या कंट्रोल पॅनेलशी स्पर्धाच आरंभली. त्याच वेळी माझ्या हेल्मेटवरची ऑटोमॅटिक सनशेड सुरू करायला मी विसरलो नाही. आता भास्करपंतांच्या तापाची फिकीर नव्हती. मी कसाही फिरलो तरी सनशेड माझ्या डोळ्यांचं अचूक संरक्षण करणार होती.

आजूबाजूला पसरलेल्या त्या ताऱ्यांच्या शेकडो पुंजक्यातून मला पाहिजे असलेलं यान हुडकणं तसं कठीणच होतं; पण इतक्या वर्षांनंतरही यानाचं बाहेरचं धातूचं कवच चांगलंच चमकत होतं. पावसाळी आकाशात वीज चमकावी तसं. त्याच्या पोझिशनचा अंदाज येताच मी माझं जेट पॅडल दाबलं. त्याबरोबर ॲक्सिलरेटर दाबताच, गाडीनं एकदम उसळी घेऊन चालू लागावं तशी माझ्या यानानं गती घेतली. सुमारे दहा सेकंद मी पॅडल दाबून गती चांगलीच वाढवली. मग पॅडल सोडून दिलं. आतापर्यंत मिळालेल्या गतिमानानं साधारण पाच मिनिटांत मला त्या यानापर्यंत पोहोचवलं असतं. त्याचा ताबा घ्यायला पाच मिनिटं अन् मग तेवढाच वेळ परतीला.

समाधानाने मी शीळ घालू लागणार होतो, नेमका तोच क्षण! शीळ ओठांबाहेर पडलीच नाही. कारण नेमक्या त्याच क्षणी मला प्रथम जाणीव झाली- काहीतरी भयंकर बिघाड झाल्याची.

स्पेससूटमध्ये तशी संपूर्ण शांतता कधीच नसते. सिलिंडरमधून हळूहळू बाहेर पडणाऱ्या प्राणवायूचा फिस्कार, व्यवस्थित चालू असलेल्या पंख्यांची किंवा इतर यंत्रांची मंद गुरगुर, तुमच्या स्वतःच्याच श्वासोच्छ्वासाचं सांद्र संगीत आणि कान तेवढेच तिखट असतील तर त्या सांद्र संगीताला लयबद्ध साथ करणारा स्वतःच्याच हृदयाचा ठोका! हे सर्व आवाज त्या वीतभर यानातून बाहेर पडण्याची धडपड त्या सीलबंद यानाने निष्फळ ठरवल्यामुळे चिडून आतल्या आतच धुमसत फिरत राहतात. तुमच्या स्वतःच्या जितेपणाची ती खूण असल्यामुळे म्हणा किंवा कालांतरामुळे म्हणा, त्याची सवय होऊन तुमचं तिकडे दुर्लक्ष होतं खरं; पण तुमच्या मज्जापटलावर ते आवाज आपला ठसा अविरत उमटवतच असतात. कारण त्यात जरा जरी बदल झाला तरी त्याची तुम्हाला ताबडतोब जाणीव होते.

आता तसाच बदल झाला होता. एक अनोळखी आवाज त्या सर्वांत मिसळला होता. विचित्रसा आवाज. तोंडात बोळा कोंबलेल्या माणसानं मुकेपणी धडपड करावी तसा किंवा पितळेच्या भांड्यावर चमच्यानं खडखडावं म्हणजे अंगावर शहारे आणणारा हिडीस आवाज होतो, तसा.

मी तत्क्षणीच गारठलो. श्वास मुद्दाम रोखून धरावा लागलाच नाही. हृदयाचा

ठोका खरोखरच चुकला असावा. कुत्र्या-मांजरासारखे माणूस आपले कान ताठ करू शकत नाही म्हणतात; पण मी शपथेवर सांगायला तयार होतो की, माझे कान त्या क्षणी ताठ झाले होते. त्या आगंतुक आवाजाचा शोध घेण्यासाठी सर्व चित्तवृत्ती अगदी सजग झाल्या होत्या.

प्रथम मी समोरच्या तबकड्यांकडे पाहिलं. तिकडे सगळं आलबेल होतं. सर्व काटे पहारा देणाऱ्या सैनिकांसारखे ताठ खडे होते. थोडीशीही चलबिचल नव्हती. एवढंच काय; पण आगामी संकटाची चाहूल देणाऱ्या पिचपिच्या तांबड्या दिव्यांचाही कुठं पत्ता नव्हता; त्यामुळे खरं तर मला दिलासा वाटायला हवा होता; पण अवकाशप्रवासाच्या गेल्या वीस वर्षांच्या अनुभवानंतर त्या निर्जीव तबकड्यांपेक्षा स्वतःच्या अंतर्मनाच्या इशाऱ्यांवर मी जास्त विश्वास ठेवायला शिकलो आहे. त्यांनी तर धोकासूचक घंटांचा नुसता घणघणाटच चालवला होता. तिथले सगळेच लाल दिवे आग ओकत होते आणि सांगत होते, "अजून उशीर झालेला नाही. असाच परत फिर."

त्यानंतरच्या क्षणांची आठवण अजूनही अंगावर काटा उभा करते. भीतीनं मनात केव्हा चंचूप्रवेश केला ते उमगलंच नाही. आपल्याशी हसतखेळत गुजगोष्टी करणाऱ्या समोरच्या शांत सागरानं, तुफान येताच एकदम रौद्ररूप धारण करून एखाद्या राक्षसासारखं ताडमाड उभं राहावं तसं, हलकेच शिरलेल्या त्या भीतीनं क्षणात अक्राळविक्राळ रूप धारण करून कित्येक वर्षांच्या शिकवणीनं निर्धारपूर्वक उभे केलेले सारासार विवेक, विचार यांचे बंधारे पार उन्मळून टाकले. माणसाला वेड लागताना काय वाटत असेल याचाच जणू त्या क्षणी मी अनुभव घेत होतो.

कोणत्यातरी बिघडलेल्या यंत्रातून 'तो' आवाज येत असावा अशी माझ्या मनाची समजूत घालण्याचा प्रयत्न मी चालवला होता; पण तो व्यर्थ होता. माझं अंतर्मन पुनःपुन्हा मला ओरडून सांगत होतं, 'या विराट पोकळीत मानवजातीपासून किंवा कोणत्याही भौतिक पदार्थांपासून शेकडो योजने दूर असलास तरी तू एकटा नाहीस. हा आवाज 'जीवसृष्टी'शी निगडित आहे. तो 'निर्जीव' नाही...'

या शोधामुळे सतत वाटत राहिलं की, कोणीतरी माझ्या स्पेससूटमध्ये शिरण्याचा प्रयत्न करीत आहे. अवकाशाच्या त्या क्रूर, निर्दय पोकळीपासून सुटका करून घेऊन माझ्या सूटचा आसरा शोधण्याची त्याची धडपड आहे.

सीटबेल्टचं बंधन असूनही मी कसा काय गोल फिरलो आणि माझ्या सूटचा कानाकोपरा धुंडाळला हे नाही सांगता यायचं मला. नशीब माझं, भाजून काढणाऱ्या सूर्याकडे दृष्टी नाही वळली माझी. नाहीतर कंबक्तीच होती; पण तिथं काहीही दिसलं नाही मला. काही नव्हतंच; पण मग हा आवाज क्षणोक्षणी जास्तजास्तच स्पष्ट कसा काय होत चालला होता?

आम्ही अवकाशयात्री अतींद्रिय शक्तींवर विश्वास ठेवतो, भ्रामक समजुती उराशी बाळगतो वगैरे भाकडकथा पुष्कळ ऐकल्या असतील तुम्ही. निव्वळ बकवास आहे. उलट कोणताही अनुभव निकषावर घासून त्याचं तर्कसुसंगत विवेचन करण्याचं बाळकडूच पाजलं जातं आम्हाला; पण विवेकाचा धरबंध सुटलेल्या माझ्या मनात त्या क्षणी जर त्या भयानक कल्पनेनं शिरकाव करून घेतला तर दोष द्याल तुम्ही मला?

हृदय गोठवणाऱ्या त्या क्षणी मला एकदम आठवण झाली. कशी कोण जाणे, पण झाली ती भूषण ब्रह्मेची. वास्तविक त्याची माझी जानपहचान मुळीच नव्हती; पण त्याची कथा मी ऐकली होती. त्याला मृत्यू आला तो साधारण याच ठिकाणी. या स्टेशनपासून काही अंतरावरच. मी सध्या आहे साधारण तिथंच. या क्षणी तरी माझ्या मनात संदेह नव्हता.

भूषणचा मृत्यू म्हणजे अपघातच होता; अशक्य कोटीतला. असे अपघात अशक्य कोटीतलेच असतात. नाहीतर सुरक्षेची एकावर एक तीन आवरणं असताना, एकापाठोपाठ एक तीन-तीन यंत्रणा कोलमडून पडल्याच कशा? प्रथम प्राणवायू नियंत्रकानं असहकार पुकारला; त्यामुळे सूटमधील दाब अवाच्या-सवा वाढला. अशा वेळी उपयोगी पडावा म्हणूनच एक सेफ्टी व्हॉल्व्ह असतो; पण त्याचीही नेमकी त्याच वेळी दातखीळ बसली. त्यात भर म्हणूनच की काय, सूटचा एक सांधा तकलादू निघाला आणि काय होतं आहे हे कळण्याच्या आधीच स्पेससूट उघडा पडला अन् त्यानं भूषणचं त्या दयाहीन, भावनाशून्य पोकळीला दान केलं.

हे स्पेससूट तसे चांगलेच महागडे असतात. ते खराब झाले म्हणून फेकून दिले जात नाहीत. अगदी त्याच्यामुळे कोणाचा जीव गेला असला तरीही तो दुरुस्त करून, त्याला दुसरा नंबर देऊन दुसऱ्या कोणालातरी दिला जातो. याची कोणी वाच्यता करत नसले तरी सर्वांनाच हे माहीत असतं. त्याचं कोणाला काही वाटतही नाही; पण मला नेमकी या गोष्टीची त्या क्षणीच प्रकर्षानं आठवण झाली आणि तो भयानक विचार मनात शिरला.

सगेसोयरे तर सोडाच; पण मानवजातीपासूनही इतक्या दूर अंतरावर ताऱ्यांच्या त्या सृष्टीत मृत्यू आलेल्या भूषणचा आत्मा अजून तिथंच तर नसेल घिरट्या घालत? त्या मानवजातीशी असलेला त्याचा अखेरचा दुवा म्हणजे तो स्पेससूट, त्याला अजूनही घट्ट धरून तर राहिला नसेल त्याचा आत्मा? भूषण... भूषण, अरे बाबा, तूच करतो आहेस का हे आवाज?...

घाम कसला, प्रखर भीतीच्या त्या उष्णतेनं थोडाफार वितळलोच मी! भूषणचाच हा सूट असेल का? अवकाशाच्या दयाहीन भीषणतेपासून माझं संरक्षण करणाऱ्या या धातूंच्या भिंतींनीच तर भूषणची कबर नव्हती रचली? दुःस्वप्नांच्या त्या तांडवातही

माझा विवेक अंग चोरून कुठंतरी सांदीकोपऱ्यात दडून राहिला असावा. अन्यथा कंट्रोल-स्टेशनकडे याची चौकशी करून खातरजमा करावी हा विचार मनात ठरता ना!

माझ्या सरावलेल्या हातांनाही इमर्जन्सी वेव्हलेंग्थचे बटण सापडायला थोडा वेळच लागला. ते दाबताच माझ्या तोंडून घुसमटलेला आवाज कसाबसा बाहेर पडला.

"हेरंब! हेरंब, मे-डे, मे-डे. कॉम्प्युटरला विचार ताबडतोब, माझा सूट..."

माझं वाक्य पुरं झालंच नाही. मी फोडलेल्या टाहोनं मायक्रोफोनची पार वाट लागली, असं मला नंतर सांगण्यात आलं; पण तुम्हीच सांगा, त्या एकाकी स्पेससूटच्या टीचभर जागेत, मानवजातीपासून लाखो मैल दूर असताना, जर तुमच्या पाठीवर, मानेखालच्या मऊ जागेत कोणी हलकेच थाप मारली तर तुम्ही ओरडल्याशिवाय राहाल? की भीतीने गारठून तुमच्या तोंडून शब्दच नाही फुटणार?...

त्या पकडीतून सुटण्यासाठी मी पुढे मुसंडी मारली असावी. कारण सीटबेल्टचे बंधन असूनही मी वरच्या कंट्रोल-पॅनेलवर आदळलो असणार. काही मिनिटांनंतर जेव्हा माझी सुटका करणारं पथक आलं तेव्हा मी बेशुद्धच होतो आणि माझ्या धडपडीची निशाणी म्हणून, माझं ऑफिस असलेल्या त्या ऑब्झर्वेशन चेम्बरसारखंच माझ्या कपाळावरही एक लालभडक, रागीट टेंगूळ विराजमान झालं होतं.

मी शुद्धीवर आलो तेव्हा आमची अख्खी मेडिकल टीम माझ्या बिछान्याभोवती उभी होता; पण कुणाचंही माझ्याकडे लक्ष नव्हतं. डॉक्टरांचं नव्हतं की, त्या फटाकड्या नर्सचं नव्हतं. ते सगळे कशात दंग झाले होते?- राजा हे चुकीचं नाव मिळालेली आमची मनीमांजर आम्हा सर्वांच्या नकळत माझ्या स्पेससूटच्या तीन नंबरच्या लॉकरमध्ये वाढवीत असलेल्या तीन गोजरवाण्या पिलांशी खेळण्यात!

कालाय तस्मै नमः

"त्या लेकाच्या एच. जी. वेल्सनं 'टाइम-मशीन' नावाचं ते चोपडं प्रसिद्ध केलं आणि झालं! या कथा-कादंबऱ्यांतच लडबडणाऱ्या लेखकांना एक नवीनच खेळणं मिळालं. जो उठतो तो बेटा- टाइम- ट्रॅव्हलशिवाय दुसरं काही लिहायला मागत नाही! चावूनचावून चोथा केलाय या विषयाचा सर्वांनी!"

प्रोफेसर गुहा तावातावानं बोलत होते.

"पण सर, तसं पाहिलं तर त्यांनी एक फार महत्त्वाचं कामही बजावलंय, नाही का?" त्यांचा पट्टशिष्य रमेश मेहरा उत्तरपक्ष करीत म्हणाला, "कारण त्यांच्या या कथा-कादंबऱ्यांमुळे तर आइन्स्टाईनच्या रेलिटिव्हिटी थिअरीची जगाला ओळख पटली. अवकाशात आपण डावी-उजवीकडे, पुढे-मागे किंवा वर-खाली प्रवास करू शकतो. या त्रिमिती जगात कोणत्याही दिशेनं मुक्त संचार करू शकतो; पण खरं जग त्रिमिती नाही. त्याला चौथंही परिमाण आहे. काळाचं! त्या परिमाणातही पुढे-मागे अशा दोन दिशांनी प्रवास करता येणं शक्य आहे, हे नाही का त्यांनी समजावून दिलं सर्वसामान्य लोकांना? त्याचं काहीच मोल नाही?"

"डोंबलाचं आलंय मोल!" गुहा कुरबुरले, "विज्ञान विषयात गोडी उत्पन्न व्हावी हे ठीक; पण विज्ञानाचा अभ्यास म्हणजे खायच्या गोष्टी नव्हेत. कुडमुड्या ज्योतिष्याचं काम नव्हे ते! पण आजकाल झालंय काय, कुणाही सोम्यागोम्यानं उठावं आणि विज्ञानकथा लिहावी! असल्या कथेत कल्पनाविलासच जास्त आढळायचा! गांजा पिऊन तोडलेले तारे काही कमी नसतील यापेक्षा!" गुहांना संताप आवरत नव्हता.

"असं कसं म्हणता? कथा म्हटली की, ती थोडीफार कल्पित असणारच. वैज्ञानिक सत्य मात्र त्यात बेमालूम मिसळलेलं हवं," रमेश मेहराचा सूर आता समजूतदार होता.

"इथं नेमकं उलट होतं. दुधात पाणी नाही; पाण्यात दूध मिसळलेलं असतं."

"मी नाही समजलो," रमेश गोंधळून म्हणाला.

"कुणीच नाही समजलं? हेच तर दुर्दैव आहे! त्यामुळेच तर यांचा हा नंगा नाच आजवर सुखेनैव चालला आहे! थोडं फार कल्पनारंजन ठीक आहे; पण वैज्ञानिक सत्य आहे तशा स्वरूपात, किंचितही भेसळ न होता लोकांपुढे आलं पाहिजे. ते त्यांना समजावून सांगण्यासाठी त्यावर साज चढवा हवा तर! पण म्हणून काय मूळची मूर्तीच वेडीवाकडी करणार तुम्ही?"

इतका वेळ गुहांशी वाद घालूनही रमेशला कळेना, आत्ताच त्यांनी इतकं प्रक्षुब्ध का व्हावं? कशाला, कुणाला उद्देशून ते बोलत आहेत याचा त्याला अखेरपर्यंत पत्ता लागला नाही. गाडी परत रुळावर आणली नसती, तर भलतीकडेच भरकटली असती. अन् मग आजच्या या चाचणीचाही बट्ट्याबोळ झाला असता. नाही म्हटलं तरी तोही आजच्या चाचणीची मोठ्या उत्सुकतेनं वाट पाहत होता.

"पण सर, नेमका कशावर रोख आहे तुमचा?" न राहवून रमेशनं सरळ मुद्द्यालाच हात घातला.

"हेच रे! टाइम-ट्रॅव्हल! लोकांची फार दिशाभूल झालीय या बाबतीत. लोकांना वाटतं, दिल्लीला विमानात बसून झेप घेतली अन् विमान उतरताच बाहेर पडलं की जसं लंडन, न्यू यॉर्क नाहीतर टोकिओ इथं भटकायला आपण मोकळे होतो, त्याचप्रमाणे टाइम-मशीनमध्ये बसून सफर केली आणि बाहेर पडलो की, कुठंतरी भविष्यात किंवा भूतकाळात बाहेर पडता येतं. बकवास नुसती!"

प्रोफेसरांच्या तोंडून उर्दू शब्द बाहेर पडला म्हणजे ते भलतेच वैतागले होते हे उघड होतं. रमेशला त्यांचं आश्चर्य तर वाटलंच; पण त्यापेक्षाही नवल वाटलं ते त्यांच्या विधानाचं.

"म्हणताय काय सर तुम्ही? मग आता तुम्ही बनवलेलं हे टाइम-मशीन-"

"त्याचं काय?"

"त्यालाही तुमचं हे म्हणणं लागू आहे?"

"ऑफ कोर्स."

"मग आजची टेस्ट कॅन्सल?"

"का? का म्हणून? टेस्ट कशाला रद्द करायची? ती होणारच."

"काय उपयोग त्याचा? तुम्ही म्हणता त्याप्रमाणे मी भूतकाळात किंवा भविष्यकाळात फिरू शकणार नाही याबद्दल तुमची खात्रीच आहे. तर मग..."

"नो, नो, नो. यू हॅव मिसअंडरस्टुड मी, माय बॉय."

"सर, असा गोंधळ उडवू नका माझा! या टेस्टला मी तयार झालो तेव्हा तुम्ही म्हणाला होतात की, याचा टाइम-पॉइंटर तुम्ही पस्तीस वर्षांवर सेट केलाय. म्हणजेच वीसशे सोळा सालात पोहोचणार मी."

“नो, माय बॉय! आजवर बोललो नव्हतो तुला. सुरुवातीलाच तुझा अपेक्षाभंग नव्हता करायचा मला. या मशीनमधून तू उतरशील तो वीसशे सोळा सालात नव्हे.”

“पण का? पॉइंटर तर तुम्ही पस्तीस वर्षांवर सेट केला आहे ना? की तो काम देत नाहीये?”

“छे, छे! तो फर्स्ट क्लास काम करतोय; पण तरीही तू वीसशे सोळा सालात पोहोचणार नाहीस. अरे, हेच तर मघापासून तुला सांगायचा प्रयत्न करतोय मी. कारण इतर सर्वसामान्य लोकांप्रमाणे तूही एक गोष्ट लक्षात घेतलेली नाहीस.”

“कोणती?- हं, हं! समजलो. मध्येच केव्हातरी अणुयुद्ध होऊन साऱ्या पृथ्वीचा संहार होणार आहे; त्यामुळे तसं वीसशे सोळा साल उजाडायचंच नाही, असंच म्हणायचंय ना तुम्हाला?”

“मुळीच नाही! अणुयुद्ध म्हणे! रबिश!” प्रोफेसर गुहा उद्वेगानं जवळजवळ ओरडलेच. आपला शिष्य असूनही अजून याच्या लक्षात कशी येत नाही इतकी साधी गोष्ट? अरे, माझ्याशिवाय दुसऱ्या कुणालाच का समजू नये यातली मुख्य अडचण? सारं व्यर्थ आहे हे!

हताशपणे डोकं हातात धरून प्रोफेसर गुहा खाली बसले.

रमेश काहीच बोलला नाही. अशा वेळी त्यांना संपूर्ण शांतता हवी असते, हे इतक्या वर्षांच्या अनुभवावरून तो शिकला होता.

दोन-चार क्षण असेच गेले.

तोवर गुहांनी स्वतःला सावरलं होतं. असं धीर सोडून चालणार नव्हतं. रमेशसारख्या हुशार विद्यार्थ्यांच्या ध्यानी यायला इतका वेळ लागतो तर इतरांचं काय? ती तर बोलूनचालून अनभिज्ञ, विज्ञानाच्या बाबतीत म्हणायचं तर निरक्षर माणसं. प्रयत्न तर कसोशीनं करावे लागणार होते.

“त्याचं असं आहे रमेश, अरे, आइन्स्टाईनच्या थिअरीचा लोकांनी फार सोयीस्कर अर्थ लावलाय. हे बघ, तू विमानातून उडत इथून न्यू यॉर्कला पोहोचतोस, म्हणजेच तुझं स्थान बदलतं; पण तुझंच! बाकीचं सारं जग जागच्या जागीच असतं. तेही तुझ्याबरोबर न्यू यॉर्कला नाही जाऊन दाखल होत... बरोबर?”

“अगदी बरोबर! शंकाच नाही!”

“उत्तम! तर मग टाइम-ट्रॅव्हलच्या बाबतीतही नेमकं हेच खरं आहे. अवकाशात संचार केल्यानं जसं तुझं त्या त्रिमितीतलं स्थान बदलेल, तसंच काळामध्ये भटकल्यानं काळामधलं तुझं स्थान म्हणजेच तुझं वय बदलेल काय?” गुहांनी विचारलं.

“मला वाटतं, तुम्हाला काय म्हणायचंय हे थोडं थोडं माझ्या लक्षात येऊ लागलंय.” रमेश जरा विचारात पडल्यासारखा झाला.

"गुड! व्हेरी गुड! यू आर ए ब्राइट बॉय! अरे, आपल्या या मशीनमधून आजवर आपण दगड, माती, वनस्पती यांना फिरवून नाही का आणलं?"

"आणि काही उंदीरसुद्धा!" रमेशनं आठवण करून दिली.

"येस! दॅट्स राइट! काही उंदीरसुद्धा! प्रत्येक वेळी त्यांचं वय बदलू शकलो आपण."

"आणि परत पहिल्यासारखंसुद्धा करू शकलो आपण," रमेशनं पुन्हा भर घातली.

"बरोबर! पण फक्त उंदराचंच वय! बाकीच्या जगाचं नाही."

"आय सी, आय सी! सर, म्हणजे तुम्हाला असं म्हणायचंय का की, या साऱ्या जगालाच जर पस्तीस वर्षं पुढं न्यायचं असेल तर एकच उपाय आहे, तो म्हणजे सारं जग मावेल असं टाइम-मशीन तयार करणं-"

"अन् ते तर अशक्य आहे! हीच तर खरी ग्यानबाची मेख आहे या टाइम-ट्रॅव्हलच्या कल्पनेत!"

"हात्तिच्या!" हवा निघून गेलेल्या फुग्यासारखा सुस्कारत रमेश म्हणाला, "माझी भलतीच निराशा केलीत तुम्ही! मला वाटलं होतं, या टेस्टमध्ये भाग घेतल्यानं मी अजरामर होईन!"

"दॅट्स राइट!" गुहा ठासून उत्तरले, "तुझं नाव तू सायन्सच्या इतिहासात कायमचं कोरून ठेवणार आहेसच! युरी गागारीन, नील आर्मस्ट्रॉंग यांच्या पंक्तीला जाऊन बसणार आहेस तू! आजवर कथा-कादंबऱ्यांमधून अनेक लोकांनी हे काळातलं भ्रमण पार पाडलेलं आहे; पण प्रत्यक्षात टाइम-ट्रॅव्हल करणारा पहिला मानव होणार आहेस तू! रमेश मेहरा, यू आर गोइंग टू बी इम्मॉर्टल, माय बॉय!"

"काय उपयोग त्याचा! आज कळ सोसा; उद्या उजाडणारा दिवस त्याचं चीज करील, असं म्हणून भविष्यकाळाची रम्य स्वप्नं सगळेचजण रंगवतात. मला वाटलं होतं, त्या भविष्यकाळात डोकावून पाहावं तरी की, खरोखरच आजचा त्याचा भास सार्थ आहे की काय ते! पण कसचं काय न कसचं काय! मी आपला नुसता..."

"डोन्ट डिस्पेअर माय बॉय! अरे, यातही थरार आहे! या जगातल्या माझ्या हातातल्या या घड्याळात काही मिनिटंच होतील, एवढ्या वेळात तू एकदम पस्तीस वर्षांनी मोठा होणार आहेस. थिंक अबाउट दॅट!"

"म्हातारा होण्यात कसला आलाय थरार! आज मी अठ्ठावीस वर्षांचा आहे..."

"आणि काही मिनिटांनी तू त्रेसष्ट वर्षांचा होशील," प्रो. गुहांनी रमेशचं वाक्य अर्धवट तोडत म्हटलं.

"पण... पण... परत मला आजच्या वयाचा- अठ्ठावीस वर्षांचा करू शकाल

ना तुम्ही?'' मनात मघापासून येणाऱ्या शंकेला वाट करून देत रमेशनं चिंतेनं विचारलं.

"त्याची काळजीच सोड तू! तू आहेस ना, तसाच्या तसा परत होशील! आपल्या आजवरच्या प्रयोगांचे परिणाम बघितलेच आहेस तू. मग आता तुला शंका का यावी?''

"नाही. तशी शंका नाही, सर. पण आजवर आपण केवळ उंदरांशीच खेळत होतो अन् नसता झाला एखादा प्रयोग यशस्वी तरी काही फारसं बिघडत नव्हतं. पण आज... आज...''

"असं कचरून उपयोग नाही, रमेश! सच्च्या वैज्ञानिकाला शोभत नाही हे. शिवाय माझ्यावर विश्वास आहे ना तुझा?''

"यस् सर.''

"मग झालं तर! डोन्ट वरी. मात्र, एक गोष्ट लक्षात ठेव- जे जे काही अनुभव येतील, ते ते अगदी तपशीलवार सांगायचेस तू. तसं या मशीनमध्ये बसवलेले व्हिडिओ कॅमेरे सर्व रेकॉर्ड करतीलच; पण त्यांना तुझ्या मनातले विचार कसे समजणार? तुझ्या भावविश्वाचा त्यांना थांगपत्ता कसा लागणार?''

"ऑल राइट, सर. सगळं व्यवस्थित लक्षात राहील माझ्या.''

"तर मग तयार हो पाहू.''

रमेशनं लगेच त्या चाचणीसाठी खास बनवलेला प्रेशर-सूट अंगावर चढवला. डोक्यावरचं शिरस्त्राण व्यवस्थित बसवलं आणि एखाद्या अंतराळवीरानं आपल्या यानात प्रवेश करावा, तसा त्या कालयंत्रात - टाइम-मशीनमध्ये प्रवेश केला.

"बेस्ट ऑफ लक, रमेश!'' प्रोफेसर गुहा त्याच्या पाठीवर थोपटत म्हणाले.

अंगठा उंचावून 'थम्स-अप'चा इशारा देत रमेश आत शिरला. प्रोफेसर गुहा कंट्रोल पॅनेलकडे गेले. तिथलं बटण दाबताच पूर्ण प्रेशर चढलेल्या कुकरसारखा फिस्कारत त्या यंत्राचा तो अजस्र, जड, डिटॅनियमचा दरवाजा बंद झाला. त्याच्या वरच्या भागात असलेल्या काचेच्या झरोक्यातून आतल्या शिरस्त्राणधारी रमेशचा चेहरा तेवढा दिसत होता.

कालनिर्देशक (टाइम-पॉइंटर) पस्तीस वर्षांवर आहे याची खात्री करून घेत प्रोफेसर गुहांनी यंत्र चालू करणारं बटण दाबलं. ते इतके उत्तेजित झाले होते की, पहिल्या प्रयत्नात त्यांनी भलत्याच बटणावर आपला थरथरणारा हात ठेवला होता. शेवटच्या क्षणी आपली चूक सुधारून त्यांनी योग्य ते बटण दाबलं आणि क्षणार्धात त्या झरोक्याच्या काचेवर कन्डेन्स होणाऱ्या हवेच्या धूसर पडद्याआड रमेश दिसेनासा झाला.

उच्चांक मोडणाऱ्या वेट-लिफ्टरनं वजन उचलल्यावर त्याच्या भाराखाली थोडा वेळ डगमगावं अन् मग ठामपणे पाय रोवून उभं राहावं, तसं त्या अपरिचित

मानवी भाराखाली ते यंत्रसुद्धा क्षणभर लटपटल्यासारखं थरथरलं अन् मग आपल्या बुडावर स्थिर होऊन आपल्या इंजिनाचा तालबद्ध आवाज देऊ लागलं. प्रोफेसर गुहा कालनियंत्रक कक्षावर (टाइम कंट्रोल पॅनेल) आपला हात ठामपणे रोवून उभे होते. वरवर चढणाऱ्या काल-निर्देशकावर (टाइम-इंडिकेटर) त्यांनी डोळ्यांत तेल घालून लक्ष ठेवलं होतं.

काळाला गती मिळाली होती.

वास्तविक काल-निर्देशक आपल्या नेहमीच्याच वेगानं जात होतं. हळूहळू त्याचा वेग वाढत होता; पण अधीर झालेल्या प्रोफेसर गुहांना मात्र तो मुद्दाम कामचुकारपणा करत रेंगाळतो आहे असं वाटत होतं.

"कम ऑन- कम ऑन. मूव्ह यू इडियट!"

आपण पैसे लावलेला घोडा आपल्या अपेक्षेनुसार पळताना दिसला नाही की, रेसकोर्सवरचा घोडेबाज कसा ओरडतो तसे प्रोफेसर गुहा ओरडले; पण निर्देशक निर्विकारपणे आपलं काम करीत राहिला. पस्तीस वर्षांची मजल मारायला पुरी दहा मिनिटं लागली. निर्देशक पस्तीसवर पोहोचताच किंचित थरथरला आणि मग निश्चलपणे तिथंच उभा राहिला.

पुढच्याच क्षणी गुहांनी परतीच्या प्रवासाचं बटण दाबलं.

त्याच वेगानं इंडिकेटरनं- निर्देशकानं हळूहळू काढता पाय घ्यायला सुरुवात केली. सर्व काही व्यवस्थित चालू होतं; पण गुहा मात्र स्वस्थ नव्हते. सगळ्या तबकड्या, सगळी बटणं ते पुनःपुन्हा तपासत होते; पण सर्वच कालमापक इमाने-इतबारे आखून दिलेलं काम पार पाडत होते. सगळे कॅमेरे पापण्या न हलवता पहारा देत होते. यंत्र कसं चोख काम देत होतं. आजवरच्या सगळ्या प्रयोगांमध्ये काही ना काही बारीकसारीक अडचणी आल्या होत्या. आजच्यासारखी संपूर्णतः सुरळीतपणे कोणतीच चाचणी पार पडली नव्हती.

कालनिर्देशक पुन्हा शून्यावर स्थिरावला.

चाचणी संपली होती. ती संपली असल्याचं दाखवणारा समोरचा हिरवा दिवा लागला. भान हरपून प्रोफेसर गुहा त्याच्याकडे पाहतच राहिले. जणू तो हिरवा दिवा ते प्रथमच पाहत होते... जणू त्याचा अर्थ त्यांच्या ध्यानीच आला नव्हता.

काही क्षण असेच गेले.

एकाएकी भानावर येऊन गुहांनी यंत्राचा दरवाजा उघडण्यासाठी पुढ्यातलं बटण दाबलं. किंचित आवाज करत समोरचा दरवाजा उघडू लागला.

त्याचबरोबर इतका वेळ कोंडून ठेवलेला धूर संतापून बाहेर आला. त्या धुरातून धडपडत बाहेर पडणारा रमेश त्या धुराचाच बनल्यासारखा धूसर, धुरकट वाटत होता.

"रमेश, माय बॉय, हाऊ आर यू? सगळं काही ठीक आहे ना?" धपापल्या उरानं प्रोफेसर गुहांनी विचारलं.

"नो, सर," त्या धुरातूनच आवाज आला- विचित्र, घुसमटल्यासारखा अन् त्याच बरोबर अंगावर शहारे आणणारा!

"तुम्ही आपल्या चाचणीसाठी चुकीच्या माणसाची निवड केलीत सर, चुकीच्या माणसाची!"

"कसली चूक? काय झालं रमेश? माझ्याकडे बघ बरं. तुझा चेहरा पाहू दे मला."

"तुम्ही मला त्रेसष्ट वर्षांचा करायला गेलात सर; पण... पण... मी साठाव्या वर्षीच मरण पावलो. एक्सपरिमेंट संपायच्या आधीच काळानं झडप घातली माझ्यावर आणि मला घेऊन गेला तो अशा ठिकाणी की, जिथून तुमचं हे टाइम-मशीन कुणालाच परत नाही आणू शकणार! प्रत्यक्ष काळाच्याच हातात गेल्यावर कसला आलाय काल-प्रवास!"

त्याच क्षणी समोरचं धुकं थोडं विरल्यासारखं झालं अन् प्रोफेसर गुहांना प्रथमच रमेशचा चेहरा दिसला-

आणि ते वेड्यासारखे किंचाळत सुटले!

●

चिरंजीव

तसं पाहिलं तर खोलीत प्रकाश भरपूर होता आणि तरीही कसलीतरी एक भयाण, काळीकुट्ट, गडद छाया कानाकोपऱ्यांत भरून राहिल्याचा भास मनोमनी जाणवत होता. त्यातच ती भीषणता वाढवणारा तो आवाज! अवेळी बेसूरपणे विव्हळणाऱ्या कुत्र्याच्या रडण्यासारखा!

म्हातारा बिछान्यावर पडून होता. शेवटची घटका मोजत होता. उडून जाऊ पाहणाऱ्या जिवाला ओढून धरण्याचं त्राण आता त्याच्या कुडीत राहिलं नव्हतं. गंजलेल्या बिजागरीसारखी तिची केविलवाणी कुरकुर चालली होती. फुप्फुसांच्या मऊ, उबदार, दमट प्रदेशापर्यंत न पोहोचणारा त्याचा श्वास आपली कोरडी, वांझोटी मळमळ पितळेच्या भांड्यावर ओरखडल्यावर होणाऱ्या आवाजात व्यक्त करीत होता. अंगावर शहारे उमटवीत त्या खोलीत घुमत होता.

त्या भल्या मोठ्या, पांढरीशुभ्र चादर घातलेल्या पलंगावर म्हाताऱ्याचं सुरकुतलेलं शरीर दीनवाण्या अवस्थेत पडलेलं होतं. पूर्ण फुललेल्या जाईच्या फुलांच्या सड्यावर वाळकी बाभुळकाठी जशी दिसेल तसं ते दिसत होतं.

पायथ्याशी तो उभा होता. कोरड्या डोळ्यांनी- शून्यात नजर लावून. त्याचा चेहरा निर्विकार होता. जणू भावभावनांचा ओलावा त्याला कधी शिवलाच नव्हता. तरीही कसलीतरी एक खिन्नता त्याच्या चेहऱ्याचा परतपरत ताबा घेऊ पाहत होती. जणू त्या खोलीत भरून राहिलेली ती उदासवाणी सावली पुनःपुन्हा त्याच्या चेहऱ्यावरून आपला हात फिरवून जात होती. केवळ पंचविशीतला तरुण, दमदार, करारी, कोरीव चेहरा; पण त्याला कपचे उडालेल्या वास्तुशिल्पाच्या भग्नावशेषाची कळा आली होती.

ती त्याच्या शेजारीच उभी होती. आपली मान असाहाय्यपणे त्याच्या खांद्यावर ठेवून. घनदाट, काळ्याभोर केशसंभाराची महिरप लाभलेला तिचा किंचित उभट

यौवनोत्फुल्ल चेहरा सतत वाहणाऱ्या अश्रूंनी काळवंडून गेला होता. पुरानं उद्ध्वस्त झालेल्या शाळूच्या हिरव्यागार शेतासारखा. अधूनमधून उफाळणारा, न आवरता येणारा हुंदका, भूकंपाच्या भूमिगत लहरींसारखा. तिचं सर्वांग हिंदकळवून त्याच्या खांद्यावर फुटत होता. त्या क्षणी त्याचा हात तिच्या केसांवरून फिरे- पण यांत्रिक सफाईनं.

हे त्यालाही जाणवत असावं. कारण त्या क्षणी त्याचे ओठ विलग होत. सांत्वनाचे, धीराचे दोन शब्द बोलावेत म्हणून; पण घशाला पडलेली कोरड शब्दांना बांध घालून अडवून ठेवत होती. जीभ फिरवून ओठांना ओलावा देता येत होता; पण भावनांच्या ओलाव्याविना घशाची कोरड...

आता सगळं काही आटलं होतं. राहिला होता फक्त त्या घरघरणाऱ्या श्वासाचा काळीज कापत जाणारा आवाज! शरीराच्या काटेरी पकडीतून सुटका करून घेण्यासाठी व्याकुळलेल्या जिवाचा आकान्त!

आपल्या पत्नीच्या हातांच्या पाळण्यात विश्वासानं पहुडलेल्या त्या मुलाकडे पाहून तो आनंदला होता, हरखून गेला होता. मुलाला आणि मुलाच्या आईला कुठं ठेवू अन् कुठं नको असं त्याला होऊन गेलं होतं. वास्तविक इतर शेकडो मुलांसारखंच ते मूल होतं. नाकीडोळी नीटस, सुदृढ. जन्माच्या वेळी आठ पौंड वजन होतं त्याचं. तरीही इतर अनेकांपेक्षा काही तो वेगळा नव्हता; पण त्याच्या माता-पित्यांच्या खुळावलेल्या नजरेला तो मदनाचा पुतळा भासत होता एवढंच! त्यांना मात्र त्याच्यात भीम, बृहस्पती, राम आणि कृष्णही- एकाच वेळी दिसत होते. आपल्या भक्कम तब्येतीची जाणीव करून देणारा त्यानं जन्मतःच फोडलेला टाहो त्यांच्या कानांना नादब्रह्मासारखा सुरेल वाटून गेला होता.

मुलगा!... माझा मुलगा! माझा वंश पुढं चालू ठेवणारा चिरंजीव!

त्याच्या मनाला गुदगुल्या झाल्या आणि खोल कुठंतरी एक सुटकेचा सुस्काराही. हो, सुटकेचाच! बरेच दिवस कूस न उजवल्यानं शंका येऊन, भय वाटून तिनं हट्टानं डॉक्टरांकडून दोघांचीही तपासणी करून घेतली. तेव्हाच डॉक्टरांनी त्यांना घाबरण्याचं काहीच कारण नसल्याची निःसंदिग्ध ग्वाही दिली होती. आज ना उद्या त्यांना मूल होईल याबद्दल यत्किंचितही शंका नसल्याचं त्यांनी ठासून सांगितलं होतं. तो बाप होणार याची त्यांना खात्री होती; पण तरीही मनात कुठंतरी सांदीकोपऱ्यात ती अनाकलनीय भीती दडी मारून बसली होती. मधूनच ती डोकं वर काढी आणि मग तो सैरभैर होई. डॉक्टरांनी सांगितलंय खरं; पण जेव्हा आपल्या मुलाच्या जावळावरून आपण हात फिरवू, त्याच्या गोबऱ्या गालाचा मुका घेऊ तेव्हाच आपली खात्री पडेल! तोपर्यंत आपल्याला स्वस्थता लाभणार नाही हे तो पुरेपूर

जाणून होता!

आज तो दिवस उजाडला होता. केवळ डॉक्टरांच्या आश्वासनावर विसंबण्याचे दिवस संपले होते.

आपल्या मुलाच्या हनुवटीला बोट लावून, जोजावत त्यानं आदिमानवापासून चालत आलेल्या अगम्य भाषेत त्याला साद घातली. आपल्या बोळक्या तोंडाचा खुळखुळा वाजवत मुलानंही त्याच भाषेत दिलेला प्रतिसाद ऐकताच तो खुळावला. कल्पिलेल्या परमोच्च सुखाच्या लहरींवर परतपरत विहरत राहिला. पण...

अर्ध्या तासानंतर डॉक्टरांच्या झालेल्या भेटीपर्यंतच!

डॉक्टरांनी त्याला सांगितलेली गोष्ट ऐकून तो सुन्न होऊन गेला. डॉक्टरांनी केवळ सत्य तेच सांगितलं होतं. कटू सत्य! अदृश्य पण अटळ सत्य! त्या सुन्नावस्थेत त्याला प्रथम त्याची जाणीवच झाली नाही अन् झाली तेव्हा एकाच काळजीनं त्याला भंडावून सोडलं.

आता हे तिला कसं सांगायचं? याबाबत तिची समजूत कशी पटवायची?

पण त्यासाठी त्याला काही खास प्रयत्न करावेच लागले नाहीत. त्याला याचंच आश्चर्य वाटलं. किती सहज स्वतःच्या मनाची समजूत पटवली तिनं! खरोखरच पटवली? की उपजतच स्त्रियांच्या अंगी असणाऱ्या त्या वेदनाशामक यंत्रणेचा हा पराक्रम होता?

कदाचित एकटी असताना ती या दुःखाचे चोचले पुरवीत असेल. इतर वेळी, विशेषतः तो असताना ते दुःख गिळून टाकून त्याच्या समाधानासाठी आनंदी असल्याचं नाटक तर नव्हती ना वठवत ती?

काही असो, सध्या तरी या पेचप्रसंगातून सुटल्याच्या समाधानात होता तो. नाहीतरी सध्या न दिसणाऱ्या पण त्या (दूरवरच्या भविष्यकाळात येणाऱ्या त्या) संभाव्य संकटाच्या चाहुलीनं आजच कशाला दुःखीकष्टी व्हा? त्या संकटाला तोंड देण्यासाठी मनाची उभारणी करावी लागणार होती त्यालाच. त्यातच ती जर सतत चिंतेनं ग्रासलेली राहिली असती, तर त्याला ते कठीणच गेलं असतं.

त्यापेक्षा ती सध्या आपल्या मुलात पार हरवून गेलीय, ती तशीच हरवलेली राहू दे! पण... पण कदाचित फार गुंतली तर?... जाऊ दे! त्याचा विचार आताच कशाला?

आता नाहीतरी काही वेगळं वाटतच नाहीये. तो मुलगा... त्याचा मुलगा... नव्हे, त्यांचा मुलगा; इतर चारचौघांसारखाच आहे. नाकीडोळी, हातीपायी नीटस आहे. सुदृढ आहे. सशक्त आहे. त्याची वाढही नीट होत आहे. तो चालायला लागेल, बोलायला शिकेल, क्वचित धडपडेल- इतर मुलांसारखाच. त्याला कधीतरी

गोवर होईल, कांजिण्यादेखील येतील- इतर मुलांसारख्याच. कधी शाळेत त्याचा पहिला नंबर येईल तर कधी एखाद-दुसऱ्या विषयात तो गटांगळ्याही खाईल. कधी कपडे फाडून आणि दात पाडून रडत तो घरी येईल तर कधी जिंकलेला कप हातात घेऊन ओरडत तो दारात पाऊल ठेवील- इतर सर्वसामान्य मुलांसारखाच!

त्याच्या या वाढीत तिला गुंगून जाऊ दे! आई झाल्याचा आनंद पुरेपूर उपभोगू दे.

पण बाप झाल्याचा आनंद तो किती काळ उपभोगू शकणार होता?

अभ्यासकांनी, वैज्ञानिकांनी त्या म्युटेशनला अमरत्व हे नाव दिलं होतं. ते कितपत सार्थ होतं ते कधीच समजणार नव्हतं; कारण ते नाव जर सुयोग्य असेल, तर माणूस अनंत काळापर्यंत जिवंत राहायला हवा होता अन् अनंताचं मोजमाप कसं करणार?

काही असो, हळूहळू जन्माला येणाऱ्या नवीन व्यक्ती सतत तरुणच राहू लागल्या. वार्धक्याचा वाराही त्यांना शिवत नव्हता. वयाच्या विसाव्या वर्षी शरीरात काहीतरी बदल घडे, कसला तरी ताळमेळ जुळे आणि त्यानंतर, सदासतेज असणाऱ्या झाडांना सतत फुटणाऱ्या नव्या पालवीप्रमाणे त्यांची शरीरं सतत टवटवीत, जवान राहू लागली. मज्जासंस्था, रुधिराभिसरणसंस्था, पचनसंस्था, निरनिराळ्या ग्रंथी आपोआप नवीन होऊ लागल्या. 'वासांसि जीर्णानि' हे आत्म्याऐवजी शरीराच्या बाबतीत खरं होऊ लागलं.

म्हणजे कुणी अतिमानव जन्माला आला होता, अशातली बाब नव्हती. त्यांना रोगाचा उपसर्ग होत नसे असंही नव्हतं. साथ आली, संसर्ग झाला तर त्यांनाही मृत्यू येई. अपघाती मरण त्यांना टाळता येत नसे; पण वय वाढून सहजगत्या येणारं म्हातारपण, जराजर्जर होऊन आलेला मृत्यू मात्र त्यांच्या बाबतीत संभवत नव्हता. त्यांच्यात हत्तीचं बळही नव्हतं अन् घोड्याचा वेगही नव्हता. त्यांची बुद्धिमत्ताही सामान्य मर्त्य मानवाचीच राहिली होती. या पृथ्वीवरील जीवांच्या उत्क्रांतीत यशस्वी झालेल्या अनेक म्युटेशन्सप्रमाणे हेही म्युटेशन पॉइंट म्युटेशनच होतं... एका छोट्या गुणधर्मापुरतंच मर्यादित राहिलं होतं. मानवाचे इतर सारे गुणदोष या अमर मानवांच्या ठायीही प्रकर्षानं वास करून होते.

हे तरी म्युटेशन का झालं, कसं झालं हे प्रश्न अनुत्तरितच राहणार होते. निसर्गानं आजवर केलेल्या आणि पुढेही करीत असणाऱ्या अनेक प्रयोगांपैकी हाही एक प्रयोगच होता. इतरांइतकाच अगम्य होता. मानवाची शेपटी का गळून पडली? पक्ष्यांनाच फक्त पंख आणि आकाशात स्वच्छंद विहार करण्याची शक्ती का असावी? बुद्धिमत्तेचा उगम तरी कसा झाला? निसर्गाचा एक प्रयोग, याशिवाय

याला काही उत्तर नाही. केवळ एक प्रयोग!

ते वरदानही नव्हतं आणि शापही नव्हता. तो प्रयोग यशस्वी ठरवायचा की अपयशी हे, माणूस त्याचा काय आणि कसा उपयोग करून घेणार यावरच अवलंबून होतं.

आणि आपल्या अथक प्रवासात निसर्गही या म्युटेशनद्वारे माणसाचा काय आणि कसा उपयोग करून घेणार यावरसुद्धा!

मुलगा वाढत होता. वाढत्या खोड्यांनी आपल्या आईच्या डोळ्यांत पाणी आणत होता. कधी दुःखानं, कधी रागानं, कधी आनंदानं; पण नेहमीच प्रेमानं, मायेनं.

त्यानंही आपल्या परीनं बापाची कर्तव्यं पार पाडण्याचा कसोशीनं प्रयत्न केला. नाहीतरी त्या वाढत्या मुलाचं बापाशीच एक खास नातं जुळतं. मुलाबरोबर तो मैदानी खेळ खेळला. त्याच्याबरोबर कुस्ती केली. त्याला भ्रमंतीला घेऊन गेला. त्याला पोहायला शिकवलं. क्रिकेटचे धडे दिले आणि 'प्राप्ते तु षोडषे वर्षे' त्याचा मित्र बनून त्याची स्वप्नं, त्याच्या आशा-आकांक्षा समजून घेण्याचा, क्वचित त्यांना निश्चित दिशा देण्याचा प्रयत्न केला. मनापासून प्रयत्न केला.

आणि तरीही तो अपुरा राहिला, वेगळा राहिला याची त्याला स्वतःलाच जाणीव होती. आपण करतोय हे ढोंग आहे हे त्याला समजत होतं. हे सर्व प्रयत्न एका कोरड्या यांत्रिकपणाने आपण करीत असल्याची टोचणी होती. त्यात मायेचा ओलावा नव्हता, प्रेमाची ऊब नव्हती; ती तो देऊ शकत नव्हता. जेव्हाजेव्हा ती देण्याची त्यानं कोशीश केली, तेव्हा तेव्हा मुलाच्या त्या निरागस, गोबऱ्या, उमलत्या तारुण्यानं फुललेल्या चेहऱ्याकडे पाहून त्याला भडभडून येई अन् मग तो स्वतःशीच परत एकदा निर्णय घेई.

याच्याबरोबर कोणत्याही मायापाशात गुंतून जाणं आपल्याला परवडणारं नाही.

आणि म्हणूनच शिक्षण संपवून नोकरीसाठी जेव्हा मुलगा सातासमुद्रापलीकडे परदेशी, जगाच्या पार दुसऱ्या टोकाला गेला तेव्हा एक नाजुक, रेशमी बंध आपोआप उकलला गेल्याचं समाधान त्याला मिळालं. उघडपणे त्यानं ते केव्हाही दर्शवलं नाही, तरी स्वतःच्या मनाची फसवणूक तो करू शकत नव्हता.

त्याच्या आईला मात्र पुत्रवियोगाची बोचणी लागून राहिली. कोणत्याही इतर आयांसारखी. पोरगा हजारो मैलांपलीकडे पोहोचला, त्यानं दिवसरात्रीची पार उलथापालथ करून टाकली याची बोचणी आईच्या हृदयाला लागल्यावाचून राहिली नाही.

पण त्याला इलाज नव्हता.

हृदयातला हा सल निघण्यासाठी, निदान त्या वेदना शमण्यासाठी काळासारखं

औषध नव्हतं. कालांतरानं तिनंच स्वतःच्या मनाची समजूत पटवली असती. बायकांना ते सहज जमतं.

अमरत्वाचं म्युटेशन इतर प्रबल म्युटेशनप्रमाणेच ब्रीडिंग ट्रू होतं. अकस्मात चमकून नाहीशा होणाऱ्या उल्केसारखं क्षणभंगुर नव्हतं... पिढीमागून पिढी अमर मानवांना जन्म देत होती.

दोघांचेही डोळे घारे असलेले माता-पितरं जशी घाऱ्या डोळ्यांच्या संततीलाच जन्म देतात, तशीच दोघंही अमर असलेल्या माता-पित्यांच्या पोटी अमर मानवच येत होते.

वास्तविक अमर मानवांची जननक्षमता मर्त्य मानवांइतकीच होती. कमी नाही अन् जास्तही नाही; पण त्यांचं तारुण्य आणि ती क्षमता सतत टिकणारी होती. त्याला कालमर्यादा नव्हती; त्यामुळे आपल्या युगानुयुगांच्या आयुष्यातली त्यांची एकूण वीणही वाढती होती आणि कालांतरानं मग त्यांची संख्या मर्त्य मानवांच्या संख्येला पार करून जाणार होती. कालांतरानं मर्त्य मानवांची नामोनिशाणी राहणार नव्हती. साऱ्या मानवजातीला अमरत्वाची भेट लाभणार होती.

पण कालांतरानं!

उत्क्रांतीची गती अतिशय धीमी असते. तिचं एकएक पाऊल पडायला हजारो, लाखो वर्षांचा अवधी जावा लागतो. तोपर्यंतच्या मधल्या काळात-

शरीरानं दूर गेलेला असला, तरी मुलगा आपल्या माणसांना विसरला नव्हता. त्याची वरचेवर पत्रं येत. गमतीशीर, आपली गैरहजेरी भरून काढणारी आणि मग ती त्यांना तितकीच लांबलचक उत्तरं लिहीत बसे; पण तीच! तो ती न वाचताच त्यावर आपली सही फरकटून देई.

वर्षा-दीड वर्षानं मुलगा एखादी फेरीही मारे. मग मात्र त्याच्या आईची तारांबळ उडे. त्याच्या भेटीचे मोजकेच दिवस मंतरलेले होत. ती जणू एका वेगळ्याच विश्वात वावरे. पुढच्या वर्षा-दीड वर्षासाठी ती त्याला आपल्या डोळ्यांत साठवून ठेवण्याचा प्रयत्न करी.

तो मात्र या भेटीगाठी स्थितप्रज्ञासारखा पाही. मुलात आणि बापात वैर होतं अशातला भाग नव्हता; पण तशी आपुलकी नव्हती अन् प्रेमही नव्हतं. मुलगा आल्याचा आनंद नव्हता, तो परत गेल्याचं दुःखही नव्हतं.

आपलं हे वागणं योग्य नाही हे त्याला कळत होतं; पण त्याला इलाज नव्हता. जाणीवपूर्वक स्वतःचं मन मारून त्यानं ती सिद्धी प्राप्त केली होती.

सर्वांच्या भल्याकरताच त्यानं केलेला तो त्याग होता. त्यामागची भूमिका अजून तो कोणालाही- अगदी तिलाही- समजावून सांगू शकत नव्हता; पण कष्टपूर्वक तयार केलेल्या मनाच्या त्या कोरड्या चिऱ्याला कुठेही, जराशीही भेग पडू दिली तर, उद्या तिलाच आधार सापडणार नव्हता. ज्या छातीवर ती विसावणार होती, तीच जर भावनोद्रेकानं गद्गदू लागली, तर तिला कुठून धीर मिळणार होता?

पण त्यासाठी त्याला बरीच मोठी किंमत द्यावी लागली होती. मनातल्या मृदू, कोमल, नाजूक भावनांचा जळून कोळसा झाला होता. दया, माया, प्रेम, क्षमा, शांती- ही बद्द वाजणारी- बाद नाणी झाली होती.

मात्र, कधीतरी रात्रीची अकस्मात त्याला जाग येई. अंधारात डोळे टक्क उघडे ठेवून तो तळमळत राही. तिची झोप चाळवणार नाही, याची काळजी घेत मग तो आळवणी करीत राही.

एकदा तरी मला पाझर फुटू दे! एकदा तरी मला निदान रडू कोसळू दे! निदान एक तरी अश्रू ओघळू दे! निदान एक...

आनुवंशिकतेचे नियम संख्याशास्त्रामधील प्रमेयांच्या आधारानं उभे झाले आहेत. संख्याशास्त्र! कोरडं ठणठणीत, निर्विकार गणित! हाडामांसाच्या, मन असलेल्या माणसांचा हिशेबही दगडधोंड्यांच्या भावानं करणारं गणित!

अमरत्व हे प्रबळ म्युटेशन होतं. अमरत्वाचा जीन प्रबळ होता. मृत्यूचा जीन दुर्बळ होता; पण दुर्बळ असला तरी नामशेष झालेला नव्हता. अत्यल्प प्रमाणात का होईना, तो कधीतरी प्रकट झाल्याविना राहणार नव्हता.

म्हणून तर घाऱ्या डोळ्यांच्या माता-पितरांचं एखादं मूल काळे डोळे घेऊन निपजतं. दोन सुदृढ, अव्यंग माता-पितरं 'डाउन्स सिंड्रोम'नं पछाडलेल्या वेडसर मुलाला जन्म देतात. दोन सामान्य बुद्धीच्या मानवांच्या पोटी एखादा बृहस्पतीचा अवतार निपजतो तर दोन मर्त्य मानवांना एखादा अमरत्वाची देणगी घेऊन आलेला मुलगा होतो. तसंच मग दोन अमर माता-पित्यांच्या पोटी...

म्हाताऱ्याची तडफड आता शांत होत आली होती. उडून जाऊ पाहणाऱ्या जिवाला आवरून धरण्याचे परिश्रम त्याच्या त्या दुबळ्या कुडीला पेलवत नव्हते. त्याच्या हृदयानं एक शेवटी वांझोटी फडफड केली आणि ते गप्प झालं- कायमचं!

त्या खोलीत आता शांतता पसरली होती. खोलीत राहिले होते दोन जीव. असेच जगत राहणारे. अंत माहीत नसलेले. पलीकडचा किनारा हरवलेले दोन अमर जीव.

त्याला वाटलं, निदान आता तरी आपल्याला खरंखुरं दुःख होईल. एखादी

खरीखुरी मानवी भावना आता तरी स्पर्शून जाईल. नियतीनं केलेल्या आपल्या या क्रूर थट्टेची आता तरी चीड येईल; पण आजवरच्या संयमानं सच्ची भावना काय असते हे जणू विसरायलाच झालं होतं. बाप-मुलामध्ये उभी असलेली ती दरी फारच खोल आणि रुंद होती.

त्याच्या खांद्यावरची मान उचलत ती स्त्री म्हाताऱ्याच्या बिछान्याजवळ गेली डोळ्यांतून ओसंडणाऱ्या अश्रूंना आवर घालण्याचा यत्किंचितही प्रयत्न न करता ती पुढे वाकली. म्हाताऱ्याच्या पांढऱ्याशुभ्र आयाळीतून तिनं हळुवारपणे आपली बोटं फिरवली आणि मग आपला मृदू, उत्फुल्ल, ओला गाल म्हाताऱ्याच्या वाळक्या चामड्यासारख्या गालावर टेकवला.

ते पाहून मात्र त्यानं आजवर परिश्रमपूर्वक उभ्या केलेल्या त्या अभेद्य कातळाला चीर पडली. आजवर घातलेला बांध फुटला आणि कोंडून ठेवलेल्या प्रेम, माया, वेदना फुसांडत त्याच्या काळजात धुमाकूळ घालू लागल्या.

तरीही आजवरची शिकवण अगदीच वाया गेली नव्हती. काळजात उठलेली कळ त्यानं चेहऱ्यावर दिसू दिली नाही. तिची खूण म्हणून फक्त दोन टपोरे मोत्यासारखे अश्रू त्याच्या डोळ्यांतून ओघळले आणि परत डोळे कोरडे करीत, शेवटचा मुका घेऊन, त्या म्हाताऱ्याचा- आपल्या लाडक्या मुलाचा- निरोप घेणाऱ्या आपल्या पत्नीला सावरण्यासाठी तो पुढं झाला.

नरवर

त्या गढूळ सरोवरातून ओलेत्या अंगानं ती बाहेर पडली ती एखाद्या जलपरीसारखी. तिच्या निथळत्या अंगावरील पाण्याच्या थेंबांतून परावर्तित होणारे सूर्याचे किरण एका आगळ्या तेजानं झळाळून निघत होते. जणू प्रदूषणानं व्यापलेल्या वातावरणातून येताना त्या किरणांवर चढलेली काळोखी ते पाण्याचे थेंब धुऊन टाकत होते. अपुऱ्या कपड्यांतील तिच्या शरीराच्या अर्धअनावृत्त गोलाकारांना सुवर्णरेखा बहाल करून उठाव आणत होते.

संधिकालातल्या त्या उदास वातावरणात तिचं लावण्य उठून दिसत होतं. कोणत्याही वातावरणात तसं ते उठून दिसलं असतं यात तशी शंका नव्हती; पण तिच्या त्या लावण्याला आता तसं यत्किंचितही महत्त्व नव्हतं. ती कुब्जा असती तरी हरकत नव्हती. ती एक स्त्री होती यातच सारं काही आलं होतं. तिच्या स्त्रीत्वाला एक जगावेगळं महत्त्व प्राप्त झालं होतं. कारण सर्वंकष अणुयुद्धातल्या प्रलयानंतर उरलेली, जिवंत राहिलेली ती एकमेव स्त्री होती. या जगातली शेवटची किंवा पुढच्या जगातली पहिली.

पण नवीन जगातल्या या इव्हचा ॲडम होण्याची स्वप्नं पाहणारे दोघेजण होते. या जगातले शेवटचे दोन पुरुष. तिची अभिलाषा बाळगणारे दोन प्रेमवीर. ती कुब्जा असती तर हरकत कसली! ती कुब्जा असती तरच कदाचित त्या दोघांत ही स्पर्धा लागली नसती; पण तिच्या त्या अमानवी, अप्सरेसारख्या लावण्यानेच मोठी समस्या उभी केली होती.

आणि त्यामुळेच ते दोघं एकमेकांना द्वंद्वाचं आव्हान देत समारासमोर उभे होते. आजूबाजूला युद्धानं घडवून आणलेल्या विनाशाची मुबलक चिन्हं पसरलेली असूनही त्यांची लढाईची खुमखुमी अजून सरली नव्हती.

वातावरणात सर्वदूर पसरलेल्या किरणांनी त्यांची विवेकबुद्धी पार नष्ट केल्यासारखे

ते वागत होते; पण ती शांत होती.

"तुमची ती शस्त्रं आधी खाली टाका पाहू. आतापर्यंत झालेलं मृत्यूचं तांडव पुरेसं नाही झालं?" त्यांची समजूत घालत ती म्हणाली, "शहाण्यासारखी चर्चा करून यातून नाही का काही मार्ग निघणार? आणि मुख्य म्हणजे माझा विचार कुठं घेतला आहे तुम्ही?"

त्या प्रश्नानं त्या दोघांनाही निरुत्तर केलं. त्यांच्या हातातली शस्त्रं आपोआपच गळून पडली.

तिच्या चेहऱ्यावर चमकून गेलेलं विजयाचं स्मित सभोवताली पसरून राहिलेल्या फिकट, रोगट प्रकाशालाही लाजवून गेलं. "खरं आहे तुझं म्हणणं, तुझ्या शब्दांत वरमाला घालायला योग्य कोण हे तूच ठरवायला हवं. पूर्वी राजकन्या स्वयंवर करीत. तुझ्याशी लग्न करणाऱ्याला या पृथ्वीचं राज्य आंदण मिळणारच आहे."

"आता कसं बोललात! माझं स्वयंवरच आहे असं समजा आणि तुमची माहिती द्या पाहू मला."

"माझं नाव पुरुषोत्तम."

"वा! वा! तू आणि पुरुषोत्तम!" त्याला चिडवत दुसरा म्हणाला. "म्हणजे नाव सोनूबाई आणि हाती कथलाचा वाळा,"

त्याच्या या चिडवण्याला तसा अर्थही होता. कारण पुरुषोत्तमच्या डोक्यावर चांगलं तुळतुळीत टक्कल होतं आणि तो एका पायानं थोडासा लंगडतही होता.

"खरं आहे थोडंफार. कारण माझं आता तसं वयही झालंय. दृष्टीही पूर्वीसारखी काम देत नाही. मी होतो तिथून जवळच एका भल्या मोठ्या बॉम्बचा स्फोट झाल्यापासून एका कानानं ऐकूही कमी येतं-" त्याला एकदम खोकल्याची उबळ आली,

"आणि फुफ्फुसंही कामातून गेलीत." दुसरा कुत्सितपणे म्हणाला.

"मुळीच नाही; पण युद्धाच्या या खाईत कसलेकसले वायू आणि विषं मी श्वासोच्छ्वासावाटे आत घेतलीत कोण जाणे! तेव्हापासून हा खोकला मागे लागलाय."

"खोकल्याचं सोडा; पण दातांचं काय? ते तरी खरे आहेत ना?"

"नाहीत. कवळीच आहे. खोटं कशाला बोलू?"

"नकोच बोलूस."

"आणि सर्वत्र पसरलेल्या या किरणोत्सर्गाचा माझ्या जीन्सवर कायकाय परिणाम झालाय हे तरी आताच कसं सांगता येणार? भविष्यातच याचा निर्णय लागेल."

"आणि तरीही तू स्वतःला पुरुषोत्तम समजतोस?" दुसऱ्याच्या स्वरातून उपहास निथळत होता. तिच्या ओठांच्या कडेवरून अजूनही निथळणाऱ्या जलबिंदूसारखा.

''हो; तरीही मीच आपल्या दोघांत हिला साजेसा आहे. कारण मी सुशिक्षित आहे. आत्मप्रौढीचा धोका पत्करून सांगतो, बुद्धिमान आहे. युद्धापूर्वी अग्रस्थानी असलेल्या विज्ञानकेंद्रात मी शास्त्रज्ञ होतो. मलाच नोबेल पारितोषिक मिळालं असा सर्वत्र समज होता. बुद्धिमत्तेबरोबरच मला रसिकतेचंही वरदान आहे. चौसष्ट नसल्या तरी अनेक कला मला अवगत आहेत. नव्या जगाचा जनक सुशिक्षित हवा तसा सुसंस्कृतही हवा. शिवाय वय झालं असलं तरी डोक्यावरून नाहीशा झालेल्या प्रत्येक केसागणिक तेवढं शहाणपण, अनुभव गाठी पडला आहे.''

''थँक यू, पुरुषोत्तम!'' प्रसन्न चेहऱ्यानं, त्याला थांबवीत ती म्हणाली, ''तुझं म्हणणं खरोखरच विचार करण्यासारखं आहे.''

''आता तुझी पाळी,'' दुसऱ्याकडे वळत ती म्हणाली.

''माझं नाव नऊ.''

बसल्या जागेवरून उठत आणि जवळ येत तो म्हणाला. त्याची उंची आणि पीळदार शरीर एकदम नजरेत भरलं. पुरुषोत्तमच्या छातीत कुठंतरी एक कळ उमटून गेली. देखणेपणात तरी पुरुषोत्तमचा पाड लागणं कठीण होतं.

''माझं नाव नऊ,'' तो परत म्हणाला, ''कारण मी मुळी माणूसच नाही. मी आहे यंत्रमानव! अँन्ड्रॉइड. माझं संपूर्ण नाव आहे, नऊ सात पाच दोन तीन दशांश शून्य, शून्य तीन आठ.''

''छे, छे! राजेश्री. तुमचं नाव खरं म्हणजे शून्य शून्य दशांश शून्य शून्य हवं. यू आर ए झिरो.''

''मुळीच नाही,'' नऊ किंचित रागानं म्हणाला. स्वतः मघापासून टवाळी करीत असूनही आता तिचा रोख त्याच्यावर उलटताच तो त्याला सहन झाला नाही, ''मीच खरा पुरुषोत्तम!''

''हो, हो! प्लॅस्टिकच्या हाडांचा आणि कृत्रिम रबरी मांसाचा तू- तू पुरुषोत्तम! तुझ्या धमन्यांतून तांबड्याभडक रक्ताऐवजी कसलीशी रसायनं पंपाद्वारे फेऱ्या घालताहेत तो तू पुरुषोत्तम! तू मुळी पुरुषच नाहीस. माणूसच नाहीस तो तू-''

''खरंच नऊ,'' पुरुषोत्तमला मध्येच अडवीत ती म्हणाली, ''तू जर मानवच नाहीस तर मग या स्वयंवरात भाग घेतोसच कसा?''

लांबलचक व्याख्यान देण्यापूर्वी घसा साफ करावा तसं खाकरून नऊ म्हणाला,

''रोबो व अँन्ड्रॉइड यांचा इतिहास सांगून तुम्हाला बोअर करायची माझी इच्छा नाही.''

''हिअर, हिअर!'' पुरुषोत्तमच्या आवाजाला आता उपरोधाची धार चढली होती.

''तरीसुद्धा गेल्या दोन शतकांत रोबोंच्या निर्मितीतंत्रात किती प्रगती झालीय हे

मी तुम्हाला सांगायला हवंय असं नाही, तू-तू स्वतःला शास्त्रज्ञ म्हणवतोस ना? मग तुला हे माहीत असायला हवं.''

''आहे ना,'' एखाद्या किळस आणणाऱ्या किड्याकडे पाहावं तसा दृष्टिक्षेप त्याच्याकडे टाकत पुरुषोत्तम म्हणाला, ''पूर्वी यंत्रमानवांचे डोळे म्हणजे टीव्हीच्या कॅमेऱ्यासारखे असत. त्यात हळूहळू सुधारणा होत आता तुमच्या आणि आमच्या डोळ्यांत फारसा फरक उरलेला नाही.''

''आणि हो बाई! तुमची नखं आणि केसही खऱ्यासारखे वाढतात म्हणे.''

तिच्या प्रश्नाला प्रसन्न हास्यानंच उत्तर देत नऊनं मान डोलवली.

''आणि शरीरातील मूलमूत्र विसर्जनाची क्रियाही पूर्वीसारखी प्लंबिंगवर राहिलेली नाही. अधिकाधिक मानवी शरीरासारखी होत आली आहे.''

''नाही. झाली आहे. अगदी तसूभरही फरक नाही.''

''बरं बुवा! झाली आहे,'' एखाद्या हट्टी मुलाचं म्हणणं मान्य करावं त्या सुरात पुरुषोत्तम म्हणाला.

''शिवाय मानवाचं खरं वैशिष्ट्य, त्यांच्या भावभावना. त्याही आता तुम्हाला मिळाल्या आहेत. खरं ना?'' तिनं विचारलं.

''कसं बोललीस! हसू आणि आसू- दोन्हीचंही वरदान आता आम्हाला मिळालंय. ऐकतोयस ना तू?'' पुरुषोत्तमकडे वळत नऊ म्हणाला, ''जसजशी आमची एफिशियन्सी वाढत गेली, तसतसे आम्ही अधिकाधिक मानवी बनत गेलो.''

''कारण?''

''कारण मानवी शरीर आणि विशेषतः मानवी मेंदू ही सर्वांत जास्त एफिशियन्ट अशी यंत्रं आहेत. तेव्हा आम्हा यंत्रांची एफिशियन्सी वाढत गेली, तसतशी ही उत्क्रांती होणं क्रमप्राप्तच होतं.''

क्षणभर कोणीच काही बोललं नाही.

''काय गंमत आहे पाहा,'' किंचित हसत नऊ म्हणाला, ''आम्ही असे जास्तीतजास्त मानवी होत असताना तुम्ही खरे मानव मात्र जास्तीतजास्त यंत्रवत बनत चालला होता. तुमचे खोटे, धातूचे बनवलेले दात आणि प्लॅस्टिक सर्जरीनं बसवलेली तुमची सिन्थेटिक नाकं, काचेचे डोळे आणि सिलिकॉनचे स्तन. म्हणजे तुझे नाही म्हणत मी.'' तिच्याकडे पाहत, स्वतःला सावरत नऊ पुढे म्हणाला, ''पण केवढा विरोधाभास! आम्ही जसजसे खरेखुरे नैसर्गिक बनत होतो, तसतसे तुम्ही मात्र जास्तीतजास्त कृत्रिम बनत चालला होता. केवढा विरोधाभास!''

''भलताच!'' पुरुषोत्तम म्हणाला. स्वतःला येणारी जांभई आवरण्याचा जरासाही प्रयत्न त्यानं केला नाही.

''तेव्हा-तू-तू-''

"पुरुषोत्तम, पुरुषोत्तम मी. एवढ्यात विसरलास वाटतं माझं नाव."

"विसरलो नाही; पण तुला त्या नावानं संबोधणं जिवावर येतंय माझ्या, कारण कृत्रिम असलो तरी मीच खरा पुरुषोत्तम आहे. तू आता म्हातारा झाला आहेस. तुझं शरीर थकत चाललंय. उलट माझं हे शरीर अजूनही दणकट आहे. गेला बाजार निदान शंभर वर्षं तरी टिकेल. थोडीफार काळजी घेतली तर जास्तच; पण कमी नाही आणि नव्या जगाची सुरुवात करायला, नव्या मानवजातीला जन्म द्यायला अशाच सशक्त शरीराची गरज आहे. माझे डोळे, कान, स्नायू अजून शाबूत आहेत. शाबूत राहणार आहेत. नव्या मानवजातीच्या निर्मितीला तेच उपयोगी पडणार आहेत. थकल्या शरीराच्या तुझ्यासारख्या येऱ्यागबाळ्याचं ते काम नाही. मग..."

अन् आपलं वाक्य अर्धवटच सोडत, आपले हात पसरत नऊ अर्थगर्भरीत्या हसला.

त्याच्या दृष्टीनं स्वयंवर संपलं होतं. घोंगावणारा झंझावात आणि दुबळ्या गालांनी घातलेली फुंकर यांत का कधी स्पर्धा होऊ शकणार होती! कडकडणाऱ्या विजेला मिणमिणणारी पणती का आव्हान देऊ शकणार होती!

पण पुरुषोत्तम अजूनही मख्खपणे बसून होता. त्याच्या चेहऱ्यावर चलबिचल झाल्याची कोणतीच खूण नव्हती.

"तू म्हणतोस ते सगळं खरं आहे असं धरून चालू हवं तर; पण एक महत्त्वाचा मुद्दा विसरतोस तू. मानवनिर्मितीचा-"

"लक्षात आहे माझ्या तो मुद्दा," त्याला पुरतं बोलू न देताच नऊ म्हणाला, "आणखी उघड बोलणं मला प्रशस्त नव्हतं वाटलं. एस्पेशली व्हेन लेडीज आर प्रेझेन्ट; पण आता तू विषय काढलाच आहेस तर सांगतो. पूर्वी आमची निर्मिती फक्त प्रयोगशाळांमध्ये किंवा कारखान्यांमध्ये असेम्ब्ली लाइनवरच होत असे. खरं आहे ते. पण आता परिस्थिती बदललीय. कारखान्यांमध्ये आम्हाला तयार करणं परवडेनासं झालं, तसा याबाबतीत पुनर्विचार आला आणि गेल्या काही वर्षांत आमचं आम्हीच पुनरुत्पादन करू लागलो. फारसं कोणाला ठाऊक नाही हे; पण तुमच्या भाषेतच सांगायचं तर आम्हीच आमच्या मुलांना जन्म देऊ लागलो आणि अलीकडच्या काही टॉप सीक्रेट प्रयोगांचा दाखलाच द्यायचा तर आमचा विवाह मानवांशी झाला तर तो सफल होईल हेही सिद्ध झालं आहे."

"हे, हे भयंकर आहे. हे, हे अश्लील आहे. असभ्य आहे. एक मानव आणि एक यंत्रमानव यांचं मीलन. त्यांचा संकर. त्यापासून निर्माण होणारी प्रजा... छे, छे! नाही नाही!"

पुरुषोत्तम एकदम गडबडला. त्याच्या विचारांना दिशाच मिळत नव्हती. सुसंगतपणे

बोलणं त्याला कठीण जात होतं, "तुझा यावर विश्वास बसतोय?" तिच्याकडे वळत शेवटी तो म्हणाला,

"का नाही बसणार?" नऊही तिला सामोरा जात म्हणाला, "कारण भयंकर वाटत असलं तरी ते संपूर्ण सत्यच आहे."

आता दोघांनीही तिला आवाहन केलं होतं. तिची नजर मात्र अजूनही नऊच्या भरदार, सुदृढ शरीरावर खिळून राहिली होती. नाइलाज झाल्यासारखी ती मिचमिच्या डोळ्यांच्या आणि खोकल्यानं हैराण झालेल्या पुरुषोत्तमकडे दृष्टी वळवत म्हणाली... हळुवारपणे पुरुषोत्तमच्या मनाची काळजी घेत-

"खरं आहे नऊचं म्हणणं. आय ॲम सॉरी, पुरुषोत्तम; पण खरा पुरुषोत्तम नऊच आहे. मला योग्य असा वर तोच आहे."

थोडा वेळ पुरुषोत्तम तसाच बसून राहिला अन् मग धडपडत उभा राहत, पाणावलेल्या डोळ्यांनी त्यानं तिच्याकडे एक शेवटचा दृष्टिक्षेप टाकला. "ऑल द बेस्ट, माय डिअर." असं पराभूत स्वरात पुटपुटत, थकलेल्या पावलांनी सरपटत तो पलीकडच्या शिळांआड दिसेनासा झाला. मिनिटातच पिस्तुलातून सुटलेल्या गोळीचा एक आवाज आला आणि त्या पाठोपाठ एक झुकलेलं शरीर जमिनीवर कोसळल्याचा.

"बिच्चारा पुरुषोत्तम!" खऱ्याखुऱ्या विषादानं ती म्हणाली. "वाईट वाटतं मला त्याचं."

तिच्या खांद्याभोवती उजवा हात लपेटत नऊ म्हणाला, "मलाही! बट कान्ट हेल्प इट. दॅट्स लाइफ. एक स्त्री आणि दोन पुरुष असा त्रिकोण उभा राहिला की त्यांतल्या एका बिंदूला हार खावीच लागते. अनादी कालापासून चालत आलंय हे."

तिला हळूच उठवत, जवळच्याच खोपटाकडे नेत नऊनं पुन्हा एकदा बोलावयास सुरुवात केली.

"खरं सांगू, मला वाटलं होतं की, पुरुषोत्तमच्या बुद्धिमत्तेवर, त्याच्या प्रतिभेवर, त्याच्यातील कलावंतावर तू भाळणार; त्यालाच पसंत करणार."

"त्याला पसंत केलं होतं मी. म्हणूनच तर वाईट वाटतंय मला."

"म्हणूनच तर, मग मी तुला, मी ॲन्ड्रॉइड असल्याचं खोटंच सांगितलं. वास्तविक मी मानवच आहे. खराखुरा, नैसर्गिक हाडामांसाचा. अणुयुद्धातील किरणोत्सर्गांचा माझ्यावरही तसाच भयंकर परिणाम झाला असणार आणि हो, माझं नाव नऊ नाही. अजित आहे."

"वाटलंच होतं मला," खोपटाच्या दारातून अकस्मात आत येत पुरुषोत्तम म्हणाला, "खोटारडा. खोटारडाच नव्हे तर मूर्खही. महामूर्ख, बेअक्कल! म्हणूनच

तर माझ्या अगदी साध्याशा साउंड इफेक्टला इतक्या लवकर आणि सहजपणे फसलास.''

अवाक् झालेल्या अजितला सोडून तिच्याकडे वळत पुरुषोत्तमनं विचारलं,

''आणि अशा या बुद्दू माणसाला पसंत करणार होतीस तू. नवीन मानवजातीला जन्म देणारा तुझा जोडीदार कसा असावा, माय डियर! याच्यासारखा जिंकण्यासाठी कसलाच विधिनिषेध न बाळगणारा नीतिभ्रष्ट माणूस? की माझ्यासारखा पराभव समोर दिसत असतानाही खोटं न बोलणारा? सुदृढ, सशक्त, पिळदार शरीराचा, देखणा पण वरचा मजला रिकामा असणारा हा अजित? की थकल्याभागल्या शरीराचा पण बुद्धीचं वरदान लाभलेला मी? आता तूच ती निवड कर!''

काहीच न सुचल्यासारखी ती गडबडली.

पण क्षणभरच!

''अजित, तू हरला आहेस. पुरुषोत्तमच मला आयुष्यभर साथ करायला योग्य आहे.''

''ऐकलंस,'' पुरुषोत्तम म्हणाला, ''तू केलेल्या गंभीर गुन्ह्याचा न्यायनिवाडा खरं तर न्यायालयातच व्हायला हवा; पण आता इथं कुठलं न्यायालय, न्यायाधीश, वकील वगैरे सरंजाम! तेव्हा मीच तुझा न्याय करतो अन् तुझ्या या अधम दुष्कृत्याबद्दल तुला शिक्षा फर्मावतो- देहान्ताची.''

आणि त्या धक्क्यातून सावरत अजितनं उठण्याची धडपड करण्यापूर्वीच पुरुषोत्तमने थेट त्याच्या मस्तकाचा नेम धरून गोळी घातली. पुढच्याच क्षणी आपल्या पायावर कोसळलेलं अजितचं निर्जीव कलेवर निर्दयपणे ठोकरत त्यानं तिला मिठीत घेत म्हटलं-

''आणि लाडके, आता वेळ कशाला घालवायचा! सगळी मानवजात आपल्याला निर्माण करायचीय. मिनिटभरही फुकट घालवता उपयोगी नाही.''

त्याच्या मिचमिच्या डोळ्यांतली मिस्कील छटा तेवढ्यातही तिला दिसल्यावाचून राहिली नाही.

''या अजितएवढा तरुण किंवा सशक्त नाही मी. मान्य; पण एकदा अजमावून पाहाच. अभी मैं जवान हूँ।''

आपलं शरीर त्याच्या मिठीत घुसळत तिनं हळुवारपणे विचारलं,

''खरं खरं सांग हं! पुरुषोत्तम, तू तर ॲन्ड्रॉइड नाहीस ना?''

खो खो हसत तो म्हणाला,

''मघाशी मी अजितच्या शब्दांवर अविश्वास दाखवला म्हणून तर नाही तुझ्या मनात ही शंका आली? अग, एव्हरीथिंग इज फेअर इन लव्ह ॲंड वॉर. अजितचं म्हणणं खरंच आहे. त्याने सांगितलेले काही शास्त्रीय प्रयोग तर मीच

केले होते. यंत्रमानव आणि मानव यांचं सफल मीलन होऊ शकतं. एवढंच नव्हे तर या संबंधांतून निर्माण झालेली प्रजाही संपूणपणे निरोगी असते तेव्हा त्याबद्दल मुळीच काळजी करू नकोस. शिवाय तुला जाणूनच घ्यायचं असेल तर सांगतो, मी मानव आहे. संपूर्ण मानव. अगदी शंभर टक्के. मग हरकत नाही ना तुझी?''

''छे! माझी कसली हरकत असणार?'' कामोन्मादानं घोगऱ्या होत चाललेल्या आवाजात ती म्हणाली, ''पण तुलाही जाणून घ्यायचं असेल तर सांगते. मी मात्र अ‍ॅन्ड्रॉइड आहे. यंत्रमानव. अगदी शंभर टक्के. हरकत नाही ना तुझी?''

आणि त्याच्या उत्तराची वाट न पाहता आश्चर्यानं विस्फारणारे त्याचे ओठ तिनं आपल्या ओठांनी बंद केले.

●

वारस

साहित्यसम्राट, ज्ञानपीठविजेते डॉ. बाणेश्वर भट्ट मृत्युशय्येवर होते. जराजर्जर झालेलं त्यांचं शरीर एकेका श्वासासाठी कराव्या लागणाऱ्या प्रयासानंही थकत होतं. आयुष्यभर अखंड, अथक चाललेला ज्ञानयज्ञ संपत आला होता.

मेंदूला लागलेली गेल्या कित्येक वर्षांची विचार करण्याची सवय मात्र सुटली नव्हती. अजून बाकी शरीराची फारशी साथ नसतानाही त्याचं चक्र चालूच होतं. उलटसुलट विचारांचा कल्लोळ माजला होता.

मन म्हणत होतं, 'आयुष्य संपत आलं म्हणून दुःख नाही; केव्हा ना केव्हा ही ज्योत विझणारच. नव्वद वर्षं अखंड ती तेवत राहिली. उजळ, स्वच्छ प्रकाशानं दीप्तिमान होत राहिली; आणखी काय हवं आपल्याला!

'लौकिकार्थानंही आपलं जीवन कृतार्थ ठरलं. पुरेपूर उपभोगून झालंय. वारसानं कुशाग्र बुद्धी मिळाली. तिचा सुयोग्य वापर करून मानवजातीला त्याचा फायदाच करून दिलास ना आयुष्यभर? त्याच्या ज्ञानभांडारात लक्षणीय भरच घातलीस ना? विज्ञान आणि ललित साहित्य याचा सुरेख मेळ जमवून विज्ञानकथा-कादंबऱ्यांना शारदेच्या दरबारात मानाचं स्थान मिळवून दिलंस. ज्ञानपीठ पारितोषिक मिळवणारा पहिला विज्ञानकथाकार म्हणून नाव मिळवलंस. नवनवीन संशोधनांनी इतरांचं जीवन अधिकाधिक समृद्ध केलंस. आता आणखी काय हवं तुला? शांतपणानं, समाधानानं आता तुला देह ठेवायला हरकत नसावी. आयुष्यभर केवळ तर्कसंगत आणि आसक्तीपासून संपूर्ण मुक्त असं आचरण करीत आलास; आताच कसली या देहाची आसक्ती वाटावी तुला?'

'तसं नाही. आणखी आयुष्य मिळावं ही इच्छाच नाही; पण-' दुसरं मन कुरकुरत होतं.

'वाटलंच! हा 'पण'च नेहमी आडवा येतो. यालाच हाव म्हणतात. जर इच्छा

नाही तर सुखेनैव पाठ फिरवायला कोणती हरकत असावी?'

'आहे, हरकत आहे. आजवरच्या आयुष्यात स्वतःला एक शिस्त लावून घेतली. कोणतंही कार्य कधी अपुरं राहू दिलं नाही. हाती घेतलं ते तडीस नेलं. आज मात्र हातात घेतलेला, आजवरचा सर्वांत महत्त्वाकांक्षी प्रकल्प अर्धवट सोडावा लागणार आहे याचं-'

'हेच-हेच म्हणत होतो मी. महत्त्वाकांक्षा आली की, त्यात अभिप्रेत असलेली आकांक्षा आणि पाठोपाठ आसक्ती आपोआपच आल्या! आता समजलं?'

'छे, छे! पुरतं सांगू देत नाहीस. हा प्रकल्प आता माझ्या हातून पुरा होणार नाही हे तर उघडच आहे. त्याला तयारी आहे माझी; पण तो प्रकल्प हे एका अर्थी या जगाचं माझ्यावर असलेलं ऋण आहे. ते फेडायला हवंय. ते न फेडणं कृतघ्नपणाचं होईल. मला नाही फेडता आलं तर-'

'फेडतील तुझे वारस! एक नव्हे, दोन सुपुत्र लाभले आहेत तुला. तुझेच रक्तगुण त्यांच्यात उतरले आहेत. दोघांनीही विज्ञानकथा लेखक म्हणून ख्याती मिळवली आहे.'

'हो; पण त्यात त्यांच्या प्रतिभेचा अंश किती आणि माझ्याकडून मिळालेली परप्रकाशित झळाळी किती, हा प्रश्नच आहे.'

'हा निव्वळ तुझा अहंकार आहे! तुझ्या नावाचा त्यांना कदाचित थोडाफार फायदा झाला असेल. सुरुवातीच्या उमेदवारीच्या काळात; पण नंतरचं यश, सन्मान हे त्यांचंच असलं पाहिजे. परप्रकाशित असलेला ग्रहच राहतो; सूर्यासारखा तारा नाही बनत.'

'खरं असेलही हे. कदाचित माझ्याच बोलण्यात अहंकाराचा- थोडाफार असूयेचाही भाग असेल; पण आजवर त्यांच्या लेखनाकडे मी नीट लक्षच दिलं नाही. त्यांचं लेखन नीटसं वाचलंही नाही. त्याचमुळे त्यांच्या लेखनाच्या प्रकृतीची, वकुबाची, स्वरूपाची नीटशी कल्पनाच नाही, म्हणूनच आता ही चिंता छळते आहे.'

'आलास पुन्हा मूळ पदावर! या चिंतेच्या निमित्तानं परत आयुष्य वाढावं म्हणजे मुलांचं लेखन जरा नीटसं वाचता येईल हेच म्हणायचंय ना तुला?'

'मुळीच नाही; पण ती माहिती असती तर ही जबाबदारी कुणावर सोपवावी हे आता नीट ठरवता आलं असतं.'

'आपल्यामागे काय होईल याची काळजी कशाला करतोस? करील कोणीतरी तो प्रकल्प पुरा! कदाचित अपुराही राहील. दैवाच्या मनात-'

'अं हं हं! दैवावर माझा विश्वास नाही. आजवर कधीही तर्कदृष्ट वाटणारी, दैवावर विसंबायला लावणारी कृती हातून घडली नाही; केली नाही आणि आता या अंतिम क्षणी दैवाची कास धरू? ते शक्य नाही. या समस्येवरचा तोडगा तर्कसुसंगतच

असला पाहिजे. तो शोधून काढलाच पाहिजे. हातात वेळ थोडा असला तरी, त्याचाच ध्यास लागला आहे.'

विचारांच्या या थैमानाचा ताण विकल शरीराला सहन झाला नाही. त्याला आणखी थकवा आला. नकळत डोळे मिटले.

बाजूला असलेल्या मंडळींची एकदम धांदल उडाली. काहींनी हंबरडा फोडला. डॉक्टर लगबगीनं पुढं झाले. त्यांनी नाडी पाहिली. ती अतिशय मंदपणे; पण चालू होती. त्यांनी एक सुटकेचा निःश्वास सोडला.

"अजून नाडी चालू आहे. क्षीण श्वासोच्छ्वासही चालू आहे. बहुधा परत ग्लानी आली असावी." मंडळींना धीर देत डॉक्टर म्हणाले. मंडळी परत आपापल्या जागेवर जाऊन बसली. चिंता वाढीला लागली होती. तरी अजून आशा खुंटली नव्हती.

आपल्याचकडे पाहून स्मितहास्य करणाऱ्या त्या समोरच्या व्यक्तीला पाहून बाणेश्वर बुचकळ्यात पडले. चेहरामोहरा ओळखीचा वाटत होता. कुठंतरी गाठभेट झाली आहे असं वाटत होतं; पण नक्की ओळख पटत नव्हती. मग नाव आठवण्याचा प्रश्नच नव्हता. आजकाल हे असंच होत होतं. स्मृती अपंग झाल्याचाच परिणाम हा!

त्या गृहस्थांनी बाणेश्वरांच्या मनाची दोलायमान स्थिती ओळखली. आपण होऊन पुढे येत ते म्हणाले, "काय, ओळखलं नाहीस ना?"

"नाही बुवा! खोटं कशाला बोलू? तसे अगदीच अपरिचित वाटत नाही आहात. पण-"

"नेमकी ओळख पटत नाही, असंच ना? अरेरे! एकाच समान सूत्रातले आपण. माझाच अंश तुझ्यात उतरलेला आणि तरी तू ओळख विसरलास? बाकी दोष तुझा नाही. काळाचा परिणाम हा!"

"काळाचा? मी नाही समजलो."

"माझं नाव सांगताच समजशील! मी बाणभट्ट. तुझ्याआधी हजार वर्षांपूर्वीच्या काळातला, सम्राट हर्षवर्धनाच्या कारकीर्दीत वास करून होतो मी. आता तरी पटली ओळख? यापेक्षा माझी अधिक माहिती मीच देणं हा माझा अपमान आणि तुझा अधिक्षेप आहे. तेव्हा-"

"आणखी नकाच सांगू आता. चांगली ओळख पटली. तरीच चेहरा इतका जवळचा वाटत होता. बाणभट्ट! कादंबरीकार बाणभट्ट!

"हंऽ! कादंबरीकार! आजवर जग मला त्याच एका साहित्यकृतीचा कर्ता म्हणून ओळखत आलंय; पण त्यातली खरी गोष्ट मात्र सोयीस्कररीत्या विसरली गेलीय."

"कोणती?"

"माझ्या हातून कादंबरी लिहून झाली ती अर्धीच. संपूर्ण कादंबरीचा एकमेव कर्ता मी नाही."

"तुम्ही नाही? खरं? मग कोण?"

"आज तुझ्यापुढं उभी राहिलेली समस्या माझ्यापुढंही उभी राहिली होती. मृत्यू समीप आला होता आणि जी एक महनीय साहित्यकृती आपल्या हातून घडावी अशी इच्छा बाळगली होती, ती अपुऱ्या अवस्थेतच पडली होती. मनाप्रमाणे लेखन होतं तर ती अप्रतिम उतरेल याविषयी तिळमात्र शंका नव्हती; पण आता वेळ नव्हता. तुझ्यासारखी माझीही दोन मुलं लेखन करत, काव्य रचत. माझं त्यांच्याकडे दुर्लक्ष झालं होतं. आता त्यांच्यामधूनच एकाची निवड करावी लागणार अशी चिन्हं दिसत होती."

"मग! तुम्ही काय उपाय शोधून काढलात? सांगा, सांगा! कारण कादंबरी चिरंतन झालीय हे आपण पाहताच," बाणेश्वर उतावळेपणानं म्हणाले.

"तेच सांगण्यासाठी आलोय, बाणेश्वरा! असा उतावीळ होऊ नकोस. मलाही तुझ्याप्रमाणेच ही निवड काही निश्चित निकषांवर करायची होती. माझा साहित्यिक वारस कोण, हे मला दैवाला ठरवू द्यायचं नव्हतं. त्याची निवड साहित्यिक मूल्यांनुसारच करायची होती. म्हणूनच मग मी त्यांची परीक्षा घ्यायची ठरवली."

"परीक्षा?"

"एक प्रकारची परीक्षाच ती! शय्येवर पडल्यापडल्याही मला समोर एक निष्पर्ण, रसहीन वृक्ष दिसत होता. जणू तो माझंच प्रतीक होता. माझ्यासारख्याच त्याच्याही आयुष्यातल्या कोमल, रमणीय, रसपूर्ण संवेदना आटून गेल्या होत्या. अशा वृक्षाचंही काव्यात्मक, मधुर वर्णन कुणी करू शकेल, तो गुणाढ्य असेल याविषयी माझ्या मनात संदेह राहिला नव्हता. मग मी माझ्या दोन्ही मुलांना जवळ बोलावलं आणि त्यांना त्या निष्पर्ण, वठलेल्या वृक्षाचं वर्णन करायला सांगितलं. छंदोबद्ध वर्णन!

'डाव्या बाजूला मोठा मुलगा उभा होता. 'हूंऽ! त्यात काय मोठंसं.' म्हणून त्यानं मान उडवली आणि क्षणा-दोन क्षणांनंतर तो म्हणाला, 'हं, हे घ्या. शुष्कं काष्ठं तिष्ठत्यग्रे!'

'शुष्कं काष्ठं तिष्ठत्यग्रे!'

"रचना छंदोबद्ध होती. व्याकरणशुद्ध होती. त्यामध्ये अनुप्रासही होता; पण... पण त्या सुकलेल्या, उजाड झालेल्या झाडासारखीच तीही रसहीन होती. त्या झाडाच्या पर्णहीन फांद्यांसारखीच कानाला बोचत होती.

"महत्प्रयासानं मी धाकट्याकडे मान वळवली. अन् वाटलं, छे! हा तर अजून लहान आहे. एवढं मोठं ओझं याच्या खांद्यांना पेलवणार तरी आहे का? इथं

निवडीला वावच नव्हता. मोठ्यावरच हे कार्य सोपवायला हवं. असा विचार मनात येतो, तोच धाकट्याचा भीतीनं, चिंतेनं ओलसर झालेला हात माझ्या सुकलेल्या गालांवर फिरला आणि तो म्हणाला,

'नीरस तरुरिह विलसति पुरतः।'

"शिवालयात पंचपंच उषःकाली करावा तसा घंटानाद कुणीतरी कानांत करतोय असं वाटून गेलं. रचना केवळ छंदोबद्ध, व्याकरणशुद्धच नव्हती तर अलंकृत होती. रसपरिपूर्ण होती. त्यामध्ये शब्दांचं माधुर्य होतं, लालित्य होतं.

" 'तूच, बाळ तूच-' असं म्हणेपर्यंत माझी प्राणज्योत मालवली होती.

"या मुलानंच कादंबरीचं उरलेलं लेखन पुरं केलं आणि आज जग ही कादंबरी केवळ माझी एकट्याची कलाकृती आहे असं मानतंय, हा खरं पाहता त्याच्या लेखणीचा गौरव आहे.

"तेव्हा तात्पर्य- पण तुला तात्पर्य सांगायचं प्रयोजनच नाही, 'सुज्ञांसी अधिक सांगणे न लगे।' "

अन् पुढच्याच क्षणी बाणभट्ट निघून गेले; पण त्यांनी समस्येवर सुचवलेल्या तोडग्यानं बाणेश्वरांना हुरूप आला. त्यांनी डोळे उघडले, क्षीण स्वरात मुलांना हाक मारली,

"विश्वेश्वरा...! राजेश्वरा!"

बसलेल्या मंडळींची पुन्हा धांदल उडाली. डॉक्टर घाईघाईनं पुढं झाले; पण त्यांना थोपवून बाणेश्वरांनी आपल्या दोन मुलांखेरीज बाकी सर्वांनी काही काळ बाहेर जावं अशी विनंती केली. डॉक्टरांनी ती ताबडतोब मान्य करून, अमलात आणली. मग बाणेश्वरांनी डॉक्टरांनाही बाहेर जाण्याची विनंती केली. डॉक्टरांनी जरा नाखुशीनंच ती मान्य केली.

आता बाणेश्वरांच्या डाव्या बाजूला विश्वेश्वर आणि उजव्या बाजूला राजेश्वर उभे होते.

"विश्वेश्वरा!... राजेश्वरा!" बाणेश्वरांनी पुन्हा दोघांना हाक मारली.

"बोलू नका ना बाबा. तुम्हाला त्रास होतोय."

"मला मध्येच अडवू नका. हे एवढं बोलण्यापुरतीच शक्ती गोळा केलीय मी. तेव्हा ऐका, नीट लक्ष देऊन ऐका. गेला काही काळ एक सर्वांगपरिपूर्ण अशी दीर्घ, प्रदीर्घ विज्ञानकथा लिहिण्याचा प्रयत्न मी करीत होतो, हे कदाचित तुम्हाला ठाऊक असेल; पण आता माझ्या हातून ती पुरी होईलसं वाटत नाही. ती अर्धीमुर्धीच लिहून झाली आहे. ती तशी अपुरी राहू नये, तुम्ही ती पूर्ण करावी, अशी माझी इच्छा आहे."

"मी करीन ना ती पुरी," विश्वेश्वर घाईघाईनं म्हणाला.

“मीही लिहीन उरलेला भाग,” राजेश्वर संथ आवाजात म्हणाला.

“हे कार्य तुम्ही अंगावर घ्याल यात मला अणुमात्रही शंका नाही; पण तुम्हा दोघांत त्या निमित्तानं वाद निर्माण होऊ नये, तसेच आजवर माझ्या हातून झालेल्या लेखनात तुमचं लेखन बेमालूम मिसळून जावं, एवढीच इच्छा राहिलीय. तुम्ही जाणताच, विज्ञान साहित्य आणि इतर ललित साहित्य यांत फार फरक आहे. ललित साहित्याचे इतर सारे निकष तर विज्ञानकथांना लागू पडतातच. शिवाय विज्ञानकथांमध्ये मती गुंग करणाऱ्या अनेक चमत्कृतीपूर्ण घटना असाव्या लागतात आणि त्या क्षणापुरत्या चक्रावून टाकणाऱ्या या विलक्षण घटना असल्या, तरी त्या शेवटी वैज्ञानिक तत्त्वांशी, आधारभूत मूल्यांशी पूर्णपणे सुसंगत असाव्याच लागतात. सुरुवातीला वाचक बुचकळ्यात पडला, तरी त्याचा खुलासा होताच तो त्याला वास्तव वाटला पाहिजे. माझ्या या दीर्घ कथेत तर या वैशिष्ट्याचा प्रामुख्यानं अंतर्भाव आहे. आतापर्यंत झालेलं लेखन, तसंच संपूर्ण कथाबीज आणि ते कसं फुलवायचं याविषयी माझ्या मनात असलेल्या सूत्राचा आराखडा वगैरेंची टाचणं तुम्हाला माझ्या टेबलाच्या खणात मिळतीलच. त्या सर्वांचा आविष्कार तुम्ही कसा करणार, हेच मला अजमावून घ्यायचं आहे. त्यासाठी मी तुमची एक चाचणी घेणार आहे. टेस्ट!”

“टेस्ट?” दोघांनी विचारलं आणि विश्वास न बसून ते एकमेकांकडे पाहत राहिले.

“हो, टेस्ट! तुमची तयारी नसेल तर-”

“नाही, नाही. बाबा, घ्या तुम्ही टेस्ट, माझी तयारी आहे,” राजेश्वर म्हणाला.

“आणि तू विश्वेश्वरा?”

“माझीही हरकत नाही.”

“गुड! तर मग ही टेस्ट सोपी आहे. लघुत्तम कथा होऊ शकेल असं एक कथाबीज, अर्धी कथा मी तुम्हांला सांगतो. ती तुम्ही आपापल्या शैलीमध्ये पुरी करायची. आलं लक्षात?”

“हं!”

“तर मग ऐका-

“प्राध्यापक अनुभव दत्त घाईघाईनं पावलं उचलत होते. घर अजून तसं बरंच लांब होतं आणि आकाश तर असं भरून आलं होतं की, कोणत्याही क्षणी ते कोसळू लागेल अशी भीती वाटत होती.

‘छे, छे! घरून निघताना छत्री घ्यायची राहूनच गेली. चांगली अर्चना देत होती; आपणच नको म्हटलं. चुकलंच आपलं!...’

स्वतःचीच निर्भर्त्सना करीत अनुभव दत्तांनी चालण्याचा वेग वाढवला. वास्तविक

त्यांना तशी घाई करण्याचं कारण नव्हतं. कारण एखादी चूक झाली तर ती दुरुस्त करून तिचे परिणाम टाळण्याची किमया त्यांना साध्य झाली होती.

वागण्या-बोलण्यात आपल्या हातून एखादी चूक घडलीय हे लक्षात येताच प्रा. अनुभव कालप्रवाह उलटा फिरवू शकत आणि ती आधी घडलेली घटना परत घडवून आणू शकत. अर्थात आधीच्या अनुभवातून मिळालेल्या शहाणपणाचा वापर करून या वेळी आपल्या बोलण्या-चालण्यात योग्य तो बदल करायला मात्र ते विसरत नसत.

आत्ताही पाहिजे तर कालप्रवाह उलटा फिरवून ते घरून निघायच्या वेळेवर पोहोचू शकले असते आणि मग अर्चनाने दिलेली छत्री न झिडकारता ती घेऊन बाहेर पडू शकले असते. मग पावसात भिजण्याचा प्रश्नच उद्भवला नसता.

पण अशा क्षुल्लक कारणासाठी ती सिद्धी वापरण्याचा त्यांना कंटाळा आला. 'भिजलो पावसात. फार फार तर काय अर्चना बोलेल दोन शब्द. नाहीतरी बायकोला नवऱ्याची कोणती गोष्ट पसंत पडते कधी!' स्वतःच्या मनाची समजूत घालत अनुभव दत्त चालत राहिले.

नेमक्या त्याच क्षणी पावसाचे पहिले दोन थेंब त्यांच्या मानेवर उतरले आणि कॉलरमधून धसमुसळेपणाने त्यांच्या पाठीवर ओघळले, चमकून त्यांनी वर पाहिलं. बाकीचे थेंबही घाईघाईनं येऊन त्या पळपुट्या थेंबांना पकडू पाहत होते.

दत्त धावतधावत निघाले आणि हाकेच्या अंतरावर असलेल्या, थोडंफार छप्पर शाबूत असलेल्या एका पडिक वाड्याच्या कोपऱ्याच्या आश्रयाला येऊन उभे राहिले.

इथून बाहेरचा रस्ता दिसत नव्हता; पण आवाजावरून धो धो पावसाला सुरुवात झाली आहे, हे जाणवत होतं.

किती वेळ असा काढावा लागेल, या विवंचनेत प्रा. दत्त असतानाच त्यांच्या मागे कसलासा आवाज झाला. त्यांनी वळून पाहिलं.

समोर एक लावण्यवती, मदनज्वाला उभी होती. ही मघाशी कडाडलेली वीजच तर मानवीरूप घेऊन अवतरली नाही ना असंही त्यांना वाटून गेलं. नखशिखान्त भिजली होती ती. ओले कपडे जागोजाग अंगाला चिकटून गोलाईला उठाव आणत होते. ठिकठिकाणी पारदर्शक बनून नजरेशी लपंडाव खेळू पाहत होते. छातीवरचे गुलाबी गेंद आव्हान देत उभे होते. नजरेतली चमक साद घालत होती. ओठांवरचं मिस्कील स्मित खुणावत होतं.

अनुभव दत्त भान हरपून क्षणभर पाहतच राहिले. तशी थंडीनं अंग शहारल्यासारखा सीत्कार करीत ती त्यांच्याजवळ सरकली. त्यांना खेटून उभी राहिली.

दुसऱ्याच क्षणी भानावर आलेले प्राध्यापकमहाशय बाहेर पडले आणि चालू लागले. पावसाचा जोर ओसरला होता. केवळ रिमझिम चालू होती. उदबत्ती

विझल्यावरही आसमंतात रेंगाळणाऱ्या सुगंधी वलयांसारखी.

घरी पोहोचताच दारातच अर्चना म्हणाली, 'तरी मी सांगत होते, छत्री न्या म्हणून! पण बायकोचं ऐकलं तर पाप लागेल ना!'

'अगं, तसं नाही, मुळीच भिजलो नसतो मी. पाऊस सुरू होताच एका पडक्या वाड्याच्या आडोशाला उभा राहिलो होतो मी; पण तितक्यात... तितक्यात...'

'तितक्यात काय? वरचं छप्पर गळायला लागलं की काय?' अर्चनानं खवटपणे विचारलं.

'भलतंच! एक पुरती भिजलेली, तरुण, सुंदर बाई आली तिथं. झिरझिरीत कपडे घातले होते तिनं आणि तेही अगदी चिंब भिजलेले. त्यातच ती अगदी जवळ येऊन उभी राहिली...'

'छान! आणि तुम्ही पाघळलात! तुम्हाला काय, अगदी स्वतःच्या पायानं शिकार चालत आली! मग तिला थंडी वाजू नये म्हणून तुम्ही आणखी जवळ घेतलंत, होय ना? मेली पुरुषांची जातच तसली! सगळे इथूनतिथून सारखेच! अगदी कुणाचाही विश्वास धरू नये.'

'अगं, अगं, ऐकून तर घेशील?' बायकोच्या सरबत्तीनं गांगरूनच अनुभव दत्त म्हणाले, 'तसं काहीएक झालं नाही. मी ताबडतोब तिथून तसाच बाहेर पडलो. म्हणून तर इतका भिजलो. खरं सांगतो, माझ्या हातून कोणताही भलतासलता प्रकार घडलेला नाही. तुझी शप्पथ! अगं, वेडावाकडा विचारही माझ्या मनात आला नाही.'

या सांगण्यानं अर्चनाचं समाधान होईल, अशा अपेक्षेनं अनुभव तिच्याकडे पाहत राहिले. क्षणभर अर्चनाच्या चेहऱ्यावर स्मित चमकूनही गेलं; पण आकाशात चमकून लोप पावणाऱ्या विजेइतकंच क्षणार्ध.

पुढच्याच क्षणी नाक उडवत आणि तोंड वाकडं करत ती म्हणाली, 'तर, तर! म्हणे विचारही शिवला नाही! विश्वामित्रच की नाही! एवढी काही शेखी मिरवायला नको. जो मोह पडलाच नाही, त्यावर विजय मिळवण्यात कसली आलीय बहादुरी? मोह झाल्यावर मन आवरता आलं, तर त्याला म्हणतात पुरुषार्थ! तो झालाच नाही तर त्यावर मात केल्याच्या कसल्या बढाया मारताय एवढ्या,' आणि तशीच पदर फलकावत झटक्यानं वळून ती आत निघून गेली.

अंगावरचे ओले कपडे बदलायचे विसरून अनुभव ती गेली त्या दिशेनं पाहतच राहिले. आपल्या हातून एक धोरणात्मक चूक झाल्याचं त्यांच्या लक्षात यायला वेळ लागला नाही. त्याबरोबर त्यांनी आपल्या सिद्धीचा वापर करून कालप्रवाह उलटा फिरवला आणि घरात पाऊल ठेवल्यानंतर अर्चनानं त्यांच्यावर केलेल्या आरोपाच्या क्षणापाशी ते येऊन पोहोचले.

मागच्या अनुभवावरून शहाणं होऊन या वेळी मात्र त्यांनी वेगळाच सूर

लावला.

'खरं आहे. होतीच तशी ती चवळीची शेंग! जणू विश्वामित्राचा तपोभंग करायला आलेली मेनकाच! वाटलं, असंच पुढं व्हावं, तिचं आव्हान स्वीकारावं आणि या मजबूत बाहुपाशात तिला बंदिस्त करून टाकावं! चाळवणाऱ्या तिच्या ओठांना दंश करावा; पण मनात असा विचार येताक्षणीच तुझी आठवण झाली. तुझ्यावरच्या माझ्या गाढ, नितांत प्रेमानं मला शक्ती दिली. खोटं कशाला सांगू? क्षणिक मोह झाला होता; पण मी काही लेचापेचा नाही त्याला बळी पडायला! त्यावर मात करून तसाच तडक निघून आलो. म्हणून तर भिजलो.'

आणि आता नवऱ्याच्या आपल्यावरच्या त्या अविचल प्रेमानं खूश झालेली अर्चना आपल्याजवळ येईल, या अपेक्षेनं उभ्या असलेल्या अनुभव दत्तना परत एकदा धक्का बसला!

कारण त्यांचे शेवटचे शब्द संपतासंपताच अर्चनाचं नाक फुरफुरू लागलं होतं. तोंड लालेलाल होत गेलं होतं. डोळे स्फुल्लिंगासारखे पेटत गेले होते आणि ती कडाडली होती. 'मोठा पराक्रमच गाजवलात! लाजही नाही वाटत तोंड वर करून सांगायला! म्हणे, बाहुपाशात बंदिस्त करावंसं वाटलं! ओठांना डंख करावासा वाटलं! आम्ही मेलं इथं मरमर मरावं, एवढं करावं- आणि यांनी रस्त्यावरच्या बायांना मिठ्या मारत मोकाट फिरावं! नवरा म्हणू नये आपला हेच खरं! सगळे मेले पुरुष कसाईच अगदी! नुसतं दुसऱ्या बाईला मिठीत घेतलं म्हणजेच व्यभिचार होतो असं नाही. दुसऱ्या बाईचा विचार मनात आला तरी तोही व्यभिचारच; समजलं?'

असं म्हणून हुंदके देत, दाणदाण पावलं टाकत अर्चना स्वयंपाकघरात निघून गेली.''

बाणेश्वर भट्ट सांगतासांगता थांबले. त्यांच्या कथाकथनात गुंगून गेलेले विश्वेश्वर-राजेश्वर अवाक् होऊन उभे राहिले. पुढच्याच क्षणी अभद्र शंका मनात येऊन दोघांनीही एकदम हाक मारली-

''बाबा!''

''हां बेटा.''

''पुढं? पुढं काय?''

''पुढं काय, तेच तर तुम्ही ठरवायचं आहे. ही कथा पूर्ण करायची आहे.''

''पूर्ण करायची? पण मला तर वाटतं, ती पुरी झालीय,'' विश्वेश्वर गोंधळून म्हणाला.

''हीच तर तुमची खरी कसोटी आहे, मुलांनो! विज्ञानकथेत चमत्कृती गाठीवर निरगाठ लागते, असं म्हणालो ते उगीच नाही. ही कथा पुरी झाली असं वाचकाला वाटत असतानाच त्याला अशी एखादी कलाटणी द्यावी की, वाचक चमकून गेला

पाहिजे.''

''तेव्हा आता अर्धा-एक तास मला स्वस्थ पडू दे. तेवढ्यात तुम्ही ही कथा पुरी करून आणा. भिऊ नका. तुम्ही केलेला कथेचा शेवट ऐकेपर्यंत माझे प्राण जाणार नाहीत! जा, आता मला स्वस्थ पडू द्या.''

दबकत दबकत येणाऱ्या पावलांच्या हळुवार आवाजानंही बाणेश्वरांना जाग आली. मान न वळवताच ते म्हणाले-

''विश्वेश्वरा तू?''

''होय, बाबा.''

''आणि राजेश्वर?''

''मीही आहेच.''

''छान! कथा पूर्ण केलीत दोघांनी?''

''होय बाबा.''

''मग वेळ कशाला लावता? वाचायला सुरुवात करा. विश्वेश्वरा, तू वाचतोस का प्रथम?''

विश्वेश्वरानं सुरुवात केली-

''अनुभव दत्त अवाक् होऊन तिच्याकडे पाहतच राहिले. त्यांची मती गुंग होऊन गेली होती. काय करावं हे त्यांना समजत नव्हतं. स्त्रीला सुखावणं, तिच्या मनासारखं करणं कठीण आहे याची त्यांना जाण होती; पण ते इतकं अवघड असेल याची मात्र त्यांना कल्पना नव्हती.

'छे, छे! असं डगमगून चालणार नाही. केवढ्या कठीण, गहन समस्यांवर आपण तोडगे शोधून काढलेत. अनुभवांतून चुका सुधारण्यासाठी कालप्रवाह उलटा फिरवण्याची सिद्धी प्राप्त केली आणि साधं बायकोला खूश करणं आपल्याला जमणार नाही असं कसं होईल? जरा शांतपणे विचार कर. आत्ता सुचेल उपाय!' स्वतःशीच बोलत अनुभव पलीकडच्या सोफ्यावर बसले आणि विचारात गढून गेले.

थोड्याच वेळात सुचलेल्या उपायानं ते इतके उल्हसित झाले की, शीळ घालतघालतच त्यांनी घड्याळाचे काटे पुन्हा एकदा मागं फिरवले. पुन्हा एकदा अर्चनानं त्यांच्यावर केलेल्या त्या आरोपाच्या क्षणी ते जाऊन पोहोचले आणि म्हणाले,

'व्हॉट रबिश! अगं, कितीही सुंदर झाली म्हणून कुणी स्त्री तुझ्या पासंगाला तरी पुरणार आहे का! आणि तुझ्यासारखं रत्न हाती असताना कोणत्याही चकाकणाऱ्या दगडाचा मोह पडायला मी काय गाढव आहे? हाउ कॅन यू एंटरटेन सच अ थॉट?'

अन् पुढच्याच क्षणी आपल्या प्रशंसेनं खूश झालेल्या, चारचौघींइतपतच सुंदर

असलेल्या अर्चनानं 'ओ, माय डार्लिंग' म्हणत त्यांना मिठी मारली.

'थोडक्यात काय, बायकांना खूश करणं तितकंसं अवघड नाही!' आरशातल्या आपल्या प्रतिबिंबाला डोळा मारून अनुभव पुटपुटले.''

विश्वेश्वरानं वाचन थांबवलं.

''छान आहे,'' त्याच्या पाठीवरून हात फिरवीत बाणेश्वर म्हणाले. पोरानं कथेला एक चमत्कृतिपूर्ण कलाटणी दिली होती. त्यात तशी चमक होती. तरीही शेवट तसा सांकेतिकच होता, अपेक्षित होता.

''राजेश्वरा, आता तू वाचतोस ना?''

''पण... पण मी थोडंसंच लिहिलंय बाबा. दादासारखं नाही.''

''अरे, थोडं आणि जास्त. शब्दसंख्येला महत्त्व नाही. महत्त्व असतं ते शब्दांच्या वजनाला. वाच तू.''

''हिप्नॉटाइझ झाल्यासारखे अनुभव, अर्चना गेली त्या दिशेनं पाहतच राहिले.'' राजेश्वर वाचू लागला- ''क्षण-दोन क्षण असेच गेले असतील. अन् मग मान वळवत, बैठक मारत ते स्वतःशीच बोलले, 'छे, छे! विश्वातली कोणतीही गहन समस्या सोडवून दाखवू आपण; पण बायकांना खूश करणं काही जमायचं नाही आपल्याला. एक वेळ कालप्रवाहच काय; पण गुरुत्वाकर्षणाची दिशाही उलटी फिरवता येईल; पण स्त्रीचं हृदय जिंकता येणार नाही. अरेच्चा! पण हे तर त्रिकालाबाधित सत्यच आहे, आपल्याला आधीच समजायला हवं होतं. अशी कशी चूक झाली आपल्या हातून!'

अन् त्यासरशी अनुभव ताडकन उठले. पुन्हा एकदा त्यांनी कालचक्र उलटं फिरवलं; पण आधी आलेल्या अनुभवांतून शहाणे होऊन या वेळी ते आणखी मागे गेले आणि त्या पडक्या वाड्याच्या आडोशाला जाऊन पोहोचले आणि ती ओलेती, मदमस्त वसंतसेना जेव्हा सीत्कारत त्यांना बिलगली तेव्हा आपले दोन्ही बाहू पसरत, प्रफुल्लित चेहऱ्यानं, स्वरात मध मिसळत म्हणाले, 'यावं, यावं, तृषितचातक मेघमाले, यावं!'

अन् पुढच्याच क्षणी- ''

राजेश्वराचा आवाज थांबला.

अन् पुढच्याच क्षणी तृप्तीनं, समाधानानं, प्रमुदित चेहऱ्यानं बाणेश्वरांनी मान टाकली.

●

गेले ते दिवस

"चलो बाई, उतर जाव; जल्दी जल्दी! खालीपिली खोटी मत करो. चलो जल्दी," कंडक्टर बेल वाजवण्याच्या तयारीत दोरीवर हात ठेवूनच ओरडला.

"हां बाबा! उतरते-उतरते. कावू नकोस उगीच!" दोन्ही हातांतल्या जड पिशव्या कशाबशा सावरत सावित्री बसमधून उतरली.

बसच्या खालच्या पायरीवरून तिचं पाऊल उचललं जाण्याचीच जणू कंडक्टर वाट पाहत होता. दुसऱ्याच क्षणी तिच्या अंगावर रस्त्यावरचा धुरळा उडवीत, तिला खिजवीत बस गेली होती.

दोन्ही हातांतल्या पिशव्या क्षणभर एका हातात मुश्कीलीनं धरत सावित्रीनं पदराच्या शेवानं गळ्यावरचा घाम पुसून काढला आणि चालायला सुरुवात केली. अजून बरंच चालायचं होतं, वैशाखातल्या रणरणत्या उन्हाचा हा कडाका! त्यात पुन्हा हातात ही ओझी! खरं म्हणजे पुढच्याच स्टॉपवर उतरायला हवं होतं. तिथून घर जवळ होतं; म्हणजे ही ओझी वाहणं असं जिवावर आलं नसतं.

पण पुढचा स्टॉप म्हणजे तिकिटाला आणखी पंचवीस पैसे मोजावे लागले असते. ही बसची भाडीसुद्धा गेल्या पाच-सहा महिन्यांत भरमसाठ वाढलीत एकदम! पंधरा पैशांत जाणं व्हायचं, तिथं अधेली खर्ची पडू लागली होती. करता येईल तितकी काटकसर थोडीच होती. जाऊ दे! लागलं थोडंसं चालावं म्हणून काय बिघडतंय!...

बाकी बसवाल्यांनी तरी भाडेवाढ का करू नये? सगळंच वाढत चाललंय. घरून निघताना शंभराची नोट पर्समध्ये टाकूनच निघाली होती ती. आता जेमतेम काही खुर्दा राहिला असेल शिल्लक आणि त्यात झालं काय? हातांना हे ओझं होतंय याला कारण आपलं वय. एरवी चार दिवस काही पुरायचं नाही हे सामान! दिवसेंदिवस पाहावं तर सगळं वाढतच चाललंय. वाढत नाही ती फक्त यांची पेन्शन.

तरी बरं, पेन्शन आल्याबरोबर भगवंतराव ती सगळीच्या सगळी आपल्या हातात आणून देतात. नाहीतर त्यांच्या त्या नसत्या उपद्व्यापांत ती कशी अन् कुठं खरचली गेली असती, एक भगवंतच जाणे!

नकळत मनात आलेल्या त्या कोटीवर सावित्री एकदम खूश झाली. तिच्या चेहऱ्यावर एक हलकंसं, प्रसन्न स्मित सुळकन वळून नाहीशा होणाऱ्या खारीसारखं चमकून गेलं.

हातातल्या पिशव्यांची अदलाबदल करून ओझं कमी वाटतं का हे पाहण्याची वांझोटी धडपड करीत सावित्री एकेक पाऊल उचलू लागली... छे! आताशा थकवा फार जाणवू लागला होता. पुढच्याच स्टॉपवर उतरायला हवं होतं. वाचवून वाचवून किती, पंचवीस पैसेच तर वाचवले ना?

- हो, पंचवीसच! पण असे पंचवीस-पंचवीस करून वाचवले तरच निभाव लागणार होता. मघाशी नाही, साखरेसाठी किती वणवण फिरलो! पण ती साडेबाराच्या खाली कुठे दिसेचना! फुलचंद वाण्याकडे तेवढा बारा चाळीसचा भाव होता. न राहवून आपण विचारलंही, "बारा-चाळीस? अहो, पण गेल्या गुरुवारीच तर पावणेबारानं घेतली होती ना मी अर्धा किलो?"

"अरे, गुरुवारची कसली वार्ता करते, सावित्रीबाय! कालचा भाव आजला नाय ऱ्हात! मी तो तुम्हानला ते वक्ताला बोलला नव्हता, भाव वधारेल; तवा आजलाच बे किलो घेऊन टाक म्हणून?"

"हो बाबा! खरं आहे तुझं. तुला सांगायला काय होतंय? इथं दिडक्या तर हव्यात कनवटीला!"

"तर मंग केटला देऊ? आज देऊ त्रण-चार किलो? परमदाढे पाछळथी भाव वधारेल. सांगून ठेवते!"

फुलचंदचं म्हणणं खरंच होतं. काय करावं? घ्यावी का दोन किलो? पण मग दुसऱ्या कशालातरी कात्री लावावी लागणार होती; पण कशाला? पोटाला लागणाऱ्या मोजक्या मीठ-भाकरीची व्यवस्था तर पुरी करायला हवी होती...

होय-नाहीच्या संभ्रमात असतानाच शेजारचा म्हातारा हलक्या आवाजात पुटपुटला होता, "विठोबाच्या देवळाशेजारच्या पूरणमलच्या दुकानात बघा. सव्वाबाराला तरी नक्की मिळेल."

"खरंच?" आपण न राहवून विचारलं होतं.

"तर! मी आत्ताच घेतली ना! एकदम दोन-तीन किलो घेतलीत, तर कदाचित आणखीही कमी करेल तो."

"पण माल चांगला आहे ना? का कचराबिचरा आहे त्यात?"

"तसा कचरा नाही. निदान दिसत तरी नाही. बाकी एकदम चांगला माल

मिळतो कुठं आजकाल! अहो, आमच्या लहानपणी बारा आण्यांना पायली-पायली घेतलीय ही साखर! पांढरी शुभ्र! दाणेदार! एकेक दाण्याचा चौरस आकार अगदी मापून घ्यावा! -हंऽ! गेले ते दिवस! उण्यापुऱ्या पन्नास वर्षांत आकाशाला भिडली ही महागाई!''

''खरंय! तेव्हाचे आणे ते आत्ताचे रुपये! रुपयाची किंमत सोळा आण्यांवरून सोळा पैशांवर आलीय आता!''

''गेला तो दिवस बरा म्हणायचं; झालं!''

''चला बाई! पटकन जाते देवळाकडे. नाहीतर तेवढ्यात तिथलीही साखर संपायची!'' लगबगीनं सावित्री मग पूरणमलच्या दुकानात गेली होती आणि अर्धा किलो साखरेमागं पुरे पंधरा पैसे वाचवून लढाई मारल्याच्या आवेशात परतली होती.

पिठाच्या गिरणीचा खडखडाट ऐकू आला, तशी सावित्री भानावर आली. घर आलं होतं. लगबगीनं ती पुढं होणार, तो दारातच फतकल मारून आणि कपाळाला हात लावून भगवंतराव बसलेले तिला दिसले. त्याबरोबर तिच्या मनात शंकेची पाल चुकचुकली.

'आज काय नवीनच खूळ काढलंय यांनी आता!' सावित्री स्वतःशीच पुटपुटली.

ते असे बसलेले दिसले की, डोक्यात त्यांनी नवीनच काहीतरी वेड घेतलंय असं नक्की समजावं. आजवरचा तिचा अनुभव हेच सांगत होता. या निरनिराळ्या वेडापायी तर नोकरीकडे त्यांनी कधीच फारसं लक्ष दिलं नव्हतं. बाकीची मंडळी चांगली होती, त्यांना सांभाळून घेणारी होती म्हणून नोकरी टिकली होती. वाडवडिलांनी हा एक वाडा मागं ठेवला होता म्हणून डोक्यावरच्या छपराची व्यवस्था झाली होती. तिनंच मग मधला बंगला स्वतःसाठी ठेवून एकेक करून भाडेकरू ठेवायला सुरुवात केली होती; त्यामुळेच तर आजवर तिनं संसार तकवला होता.

भगवंतरावांच्या या वेगवेगळ्या छंदांपायी तर एकेक भाऊ वाटण्या करून वेगळा झाला होता. नाहीतर इस्टेट काही कमी नव्हती. तिच्या वाट्यालाही आणखी भाग यायला हवा होता; पण स्वतःच्या नादापायी तिकडेही लक्ष द्यायला भगवंतरावांना फुरसत कुठं होती? मग सावित्रीच पुढं झाली होती आणि खंबीर राहून तिनं हा वाडा मात्र हातचा जाऊ दिला नव्हता.

सावित्रीच्या बहिणींनी, नणंदानी, जावांनी भगवंतरावांच्या या भ्रमिष्टपणापायी काही कमी नाकं मुरडली नव्हती. त्यांच्या घालूनपाडून बोलण्यांनी तर काही वेळा तिचाही अंत पाहिला होता; पण आपल्या दिराच्या ऐतखाऊ व्यसनाकडे पाहत तिनंही मग जावांना ऐकवलं होतं- ''असू दे यांचा छांदिष्ट स्वभाव! बाटल्या तर नाही ना रिचवत! माड्या चढण्यापरीस हा नाद कितीतरी बरा म्हणते मी!''

पण वरवर असा कितीही आव आणला, तरी मनातून मात्र सावित्रीला चिंतेची जळू कायमच चिकटलेली असायची. अर्थात भगवंतरावांना मात्र तिनं त्याचा कधीच थांगपत्ता लागू दिला नव्हता.

आत्ताही ती मनोमन काळजीनं पोखरलेली असताना उसना उत्साह आणून तिनं त्यांच्याजवळ बैठक मारली. स्वरात थोडा लाडिकपणा आणून विचारलं,

"काय चाललंय स्वारीचं? आपलं वर्कशॉप सोडून इकडे कुठं मेहेरनजर झाली, म्हणते मी!"

पण भगवंतरावांनी हू की चू केलं नाही. हातातली काडी चघळीत शून्यात नजर लावून ते बसून राहिले.

नेहमीपेक्षा काहीतरी वेगळा प्रकार होता. खुर्चीतून उठावंसं वाटत नसतानाही बळेबळेच उठून सावित्री त्यांच्या शेजारी जाऊन बसली. त्यांचा सुरकुतलेला, घट्टे पडलेला हात हातात घेऊन तिनं मायेनं विचारलं, "काय झालंय असं? मला नाही का सांगायचं? कसली अडचण आलीय का तुमच्या त्या मशीनमध्ये?"

भगवंतरावांचं मशीन म्हणजे साधंसुधं नव्हतं. या वेळची त्यांची योजना भलतीच महत्त्वाकांक्षी होती; पण तरीही त्यातून काही निष्पन्न होईल, असं तिला कधीच वाटलं नव्हतं. नाहीतरी आजवरच्या त्यांच्या योजनांचं काय झालं होतं ते पाहत आलीच होती ना ती!

तरीही आजवर एका शब्दानंही सावित्रीनं भगवंतरावांना त्यावरून हिणवलं नव्हतं. उलट ती त्यांच्या पाठीशीच उभी राहिली होती. त्यांच्या कलानं तिनं घेतलं होतं. विशेषतः पेन्शनीत गेल्यापासून तर त्यांच्या डोक्यात सदोदित घोळणाऱ्या त्या चित्रविचित्र, विक्षिप्त कल्पनांविषयी खोटंनाटं का होईना तिनं औत्सुक्यच दाखवलं होतं. तळघरातल्या वर्कशॉपमध्ये त्यांनी सदैव काहीतरी मोडतोड करीत राहावं म्हणून त्यांना तिनं उत्तेजनचं दिलं होतं. नाहीतर सारा वेळ मोकळा राहून काहीच काम नसतं तर त्यांनी तिला भंडावून सोडलं असतं याविषयी तिची खात्री होती. कदाचित वेडेपिसेही झाले असते ते! निवृत्त झाल्यावर काहीच काम नसल्यानं, दिवसभर कुढत बसण्यानं, समोरच्या त्या वाळिंब्यांचं काय झालं होतं, तेही तिनं पाहिलं होतं. तसंच भगवंतरावांचं काहीतरी...!

मनातल्या त्या अशुभ विचारानं सावित्री दचकून भानावर आली. भगवंतरावांना बोलतं करण्यासाठी तिनं पुन्हा प्रयत्न सुरू केले. त्यांच्या पाठीवरून ममतेनं हात फिरवीत तिनं परत विचारलं, "असं काय करायचं ते? सांगितल्याशिवाय कळणार तरी कसं माणसाला, म्हणते मी?"

आपल्या तंद्रीतून जागं होऊन भगवंतरावांनी तिच्याकडे नजर वळवली. एखाद्या अनोळखी माणसानं सलगी केल्यावर गोंधळून त्याच्याकडे पाहत राहावं, तसं

थोडा वेळ ते तिच्याकडे पाहतच राहिले. मग एखाद्या कळसूत्री बाहुल्यासारखी आपली मान हलवीत, उसासून ते म्हणाले, ''सावित्री! सावित्री! काय सांगायचं? संपलं गं सगळं! काहीएक उरलं नाही! हा एक शेवटचा आधार होता; तोही तुटला! सारा खेळ खलास झालाय आता!''

''अहो पण...''

''वाईट वाटतं ते तुझ्याबद्दल!'' तिला पुरतं बोलूही न देता भगवंतराव पुढे म्हणाले, ''मला आजवर तू किती धीर दिलास! प्रत्येक वेळी माझ्या पाठीशी उभी राहिलीस. माझ्यावर एवढा विश्वास टाकलास; पण तुझा विश्वासघात केलाय गं मी! हेही मशीन नीट उभारू शकलो नाही मी!''

सावित्रीला आश्चर्य वाटलं नाही. हे असं होणार हे सुरुवातीपासून धरूनच चालली होती ती. मशीन नीट चालत नाही, यात तसं अजब काहीच नव्हतं. चाललं असतं तरच नवलं होतं. कसं चालावं? काहीतरी खुळचट कल्पना! अशी नुसती बटणं फिरवून का कधी कुणाला स्थळकाळाचं बंधन न पाळता, भटकता येणार होतं! स्वतःला हव्या त्या जागी किंवा हव्या त्या काळी जादूची कांडी फिरवावी, तसं हजर होणं माणसाला कसं शक्य आहे? त्या एच. जी. वेल्सला नव्हता उद्योग. काहीच्या बाहीच लिहून ठेवलंय त्यानं; पण काही झालं तरी ती होती एक कथाच, कपोलकल्पित! प्रत्यक्षात ती कशी उतरावी? पण हे भगवंतरावांना कोण आणि कसं समजावणार?...

त्रागा करणाऱ्या लहान मुलाला समजवावं, तसं भगवंतरावांना समजावीत सावित्री म्हणाली, ''न चालू दे! बरंच झालं म्हणते मी एका अर्थी! तुम्हाला बोलले नाही कधी; पण अहो, ते तयार झालं असतं ना, तरी तुमच्याबरोबर त्यातून फिरणं मला बाई नसतं जमलं! अहो, साधं मालवणला जायचं, तर बोट लागते मला. ओकूनओकून जीव बेजार होतो! बसमध्येसुद्धा चक्कर येते लवंग दातांत धरली नाहीतर! मग तुमच्या या टाइम मशीनमधून मी हो कशी भटकंती करणार होते?''

''छे, छे, छे!'' मानेबरोबर आपला हातही जोरजोरात हलवीत भगवंतराव म्हणाले, ''तुझ्या लक्षात नाही आला माझ्या म्हणण्याचा अर्थ. अगं, तुला या वयात तरी प्रवासाला नेण्याचं वचन मी पाळू शकलो नाही याचं दुःख तर आहेच; पण खरं दुःख वेगळंच आहे! माझी एखादी तरी योजना सफल होईल अशी आशा बाळगत आलो होतो मी आजवर; पण कुठं ना कुठं माशी शिंके. शेवटपर्यंत सगळं सुरळीत चाले अन् आता काम फत्ते झालं असं वाटावं तोच, गाडं अडून बसे! आजवर खूप चटके सहन केले. हीच एक शेवटची आशा होती! तीही फसली. संपलं सगळं! खलास झालं! मीही संपलो! कुचकामी ठरलो! आणखी

शिकायला हवं होतं मी! वेळेवर ते केलं असतं तर आज असा अपयशाचा धनी होतो ना! आता अर्ध्या गवऱ्या मसणात गेल्या. आता कुठं नवीन शिकायला जाऊ? आता राम नाही राहिला या आयुष्यात सावित्री!''

कोणत्याही क्षणी भगवंतराव ओक्साबोक्शी रडू लागतील की काय, अशी भीती सावित्रीला वाटली. बाब प्रथम वाटली होती, त्यापेक्षाही जास्त गंभीर होती.

''भलतंच काहीतरी असतं हं तुमचं! नाही झालं तयार हे मशीन तर नाही झालं! पण एवढ्यात असा धीर सोडून कसं चालेल? मी म्हटलं ना की, नाहीतरी ते टाइम मशीन मला नव्हतंच पसंत! त्यापेक्षा गडे, तुम्ही या सामानातून एखादा टीव्हीच बनवा! संध्याकाळचा वेळही मजेत जाईल आपला.''

''मला कुठं काय कळतंय टीव्हीतलं? माझ्याच्यानं नाही व्हायचा तो तयार! तुला समजायचं नाही सावित्री, माझा जीव अडकलाय गं या मशीनमध्ये. जवळजवळ तयार होत आलं होतं; पण आता असा काही अडलोय की, पुढे रस्ताच दिसत नाही. चल, तुला दाखवतोच चल!''

भगवंतराव उठल्यावर नाइलाजानं सावित्रीलाही उठावंच लागलं. त्यांच्या बरोबर तळघरात जावंच लागलं.

भगवंतरावांच्या त्या मशीनच्या धुडानं जवळजवळ सारं तळघर व्यापून टाकलं होतं. त्यावर इतके रंगीबेरंगी दिवे पसरले होते की, कुणाला वाटावं, प्रजासत्ताक दिनाच्या रोषणाईचीच तयारी चाललीय अन् आत असंख्य बटणं, तारा, जाळी... एखादा भला मोठा टेलिफोन एक्स्चेंज तर समोर आणून बसवला नाही ना, असंच क्षणभर सावित्रीला वाटून गेलं.

''पाहिलंस?'' स्वतःच्या मुलाचं कौतुक करावं अशा सुरात त्या मशीनकडे अभिमानानं हात करीत भगवंतराव म्हणाले, ''अगं, केवढे बेत आखले होते मी! आजवर तुला कधीच कुठं घेऊन नाही गेलो. आता चारी धामच काय, चारी युगांची यात्रा घडवून आणली असती तुला! अयोध्येत हजर झालो असतो आपण रामराज्याभिषेकाचा सोहळा पाहायला! आणि रामाला सांगायला की, त्या हलकट धोब्याच्या बोलण्याकडे लक्ष देऊ नकोस म्हणून! नाहीतर गोकुळात गेलो असतो! प्रत्यक्ष श्रीकृष्णाकडून त्यानं चोरलेलं लोणी घेऊन खायला! किंवा कुरुक्षेत्रावरच गेलो असतो... तर कसं? रोज सकाळी उठून ज्ञानेश्वरी वाचतेस; प्रत्यक्ष श्रीकृष्णाच्या तोंडून गीताच ऐकवली असती तुला!''

''अहो, जिभेला काही हाड? अशी देवादिकांची टिंगलटवाळी केलेली नाही हं खपायची मला!'' त्या विषयावरून भगवंतरावाचं लक्ष उडवावं म्हणून खोटं खोटं रागावत सावित्री बोलली, ''शिवाय श्रीकृष्णानं गीता सांगितली ती संस्कृतमध्ये, मला तर ओ की ठो कळायचं नाही! ज्ञानेश्वरीच समजता समजता फे फे उडते!

“नेहमीनेहमी अशी देवाधर्माची चेष्टा करता ना, म्हणूनच तर नाही चालत तुमचं हे मशीन!”...

“कोण म्हणतं नाही चालत!”

“अगं बाई! आता तुम्हीच तर म्हणालात ना-”

“नीट लक्ष नाही दिलंस ना माझ्या बोलण्याकडे! मी म्हणालो की, याचा काहीच उपयोग नाही. चालत नाही असं नव्हतं म्हटलं मी! ते चालतं; पण मला हवं तसं नाही.”

आता मात्र सावित्री घाबरली. खरंच भगवंतरावांचं डोकं तर नाही फिरलं? काहीतरी अफाट कल्पना डोक्यात बाळगणं वेगळं आणि त्यावरून बनवलेली ही किचकट, गुंतागुंतीची यंत्रं खरोखरच काम देतात, अशी समजूत करून घेणं वेगळं!

सावित्रीनं त्यांच्याकडे निरखून पाहिलं- खुळेपणाची काही झाक डोळ्यांत दिसते का हे बघण्यासाठी; पण भगवंतरावांचा चेहरा आता वेगळ्याच आनंदानं फुलला होता. आधीच्या हताशपणाचा तिथं मागमूस नव्हता.

“म्हणजे? मी नाही समजले! चालतं; पण चालत नाही... म्हणजे... असं कोड्यात नका बोलू!”

“तू सांगू देशील तर ना! माझं पुरं व्हायच्या आतच तू नेहमीचं देवाधर्माच्या टवाळीचं पुराण लावलंस. मी हे टाइम मशीन का बांधायला घेतलं, ठाऊक आहे तुला? त्याचा वापर करून स्थळ-काळाचं बंधन झुगारून मुक्त संचार करावा अशी कल्पना होती मनात. भूगोलात, इतिहासात, मन मानेल तसं भटकावं अशी इच्छा धरून होतो मी. हा पृथ्वीचा गोल पाहिलास?” यंत्राच्या एका भागात बसवलेल्या त्या गोलावरून, मुलाच्या जावळावरून फिरवावा तसा मायेचा हात फिरवीत ते म्हणाले, “हा इथला काटा नेमका आपल्याला पाहिजे त्या दिवसाकडे वळवला आणि नुसतं हे बटण दाबलं की, आपण त्या क्षणी, त्या तिथं हजर व्हावं अशीच कल्पना होती- हो, होती! आता काहीतरी त्रांगडंच होऊन बसलंय. गेला आठवडाभर झगडतोय; पण छे! या गोलावर हा काटा कुठंही टेकवा. हे बटण दाबलं की, मी आपला त्या विठोबाच्या देवळाजवळच्या पूरणमल मारवाड्याच्या दुकानासमोर अवतीर्ण होतो!”

“अगं बाई! खरं की काय? आधी तरी बोलायचं. बसमधून ही ओझी वाहत कशाला गेले असते मी मेली? तीस पैसेही वाचले असते?”

सावित्रीनं प्रथमच अशी कुचेष्टा केली होती; पण भगवंतरावांचं तिकडे लक्षच नव्हतं. ते आपल्याच तंद्रीत होते; पण नको तेव्हा ती मध्येच बोलल्याची मात्र त्यांना चीड आली होती.

"अगं, पुरतं ऐकून तरी घेशील? पूरणमलच्या दुकानासमोर मी अवतीर्ण होतो खरा पण आजच्या काळात नाही. पन्नास वर्षांपूर्वीच्या काळात! कॅलेंडरमधला पॉइंटर कुठंही असो, मी आपला नेमका त्याच काळात टपकतो! आणखीही एक गुंता झालाय. हा इथला टाइमर पाहिलास? हवा तितका वेळ इतिहासात दौड मारून यावी म्हणून याची स्थापना केली होती; पण तोही बेटा नीट काम देत नाही. वीस मिनिटांना घट्ट पकडून बसलाय तो. वीस मिनिटं झाली की, विठोबाच्या देवळापासून पन्नास वर्षांचा प्रवास करीत मी परत इथं! आता बोल! यात सुधारणा कशी करू मी?"

"कशी म्हणजे..." पुढं बोलण्यासाठी उघडलेलं तोंड गपकन मिटत सावित्रीनं चमकून आपल्या नवऱ्याकडे पाहिलं. तिच्या मनात नेहमी येणारा विचार या वेळी धसमुसळेपणानं पुढं येऊन उभा राहिला, 'असा कसा हा माणूस? व्यवहार कशाशी खातात म्हणून माहीत नाही. संसार कशाला करावा अशा माणसानं...?'

दुसऱ्याच क्षणी समोर फतकल मारून बसत सावित्रीनं हातातली पर्स उघडली आणि आत असलेल्या मोजक्याच नोटा नि चिल्लर-खुर्दा ती मोजू लागली.

"सावित्री, अगं काय हे? मी काय सांगतोय आणि तुझं हे काय चाललंय?" वैतागानं भगवंतराव जवळजवळ ओरडलेच.

पण सावित्रीनं त्यांच्याकडे दुर्लक्ष करीत आपलं काम चालू ठेवलं. नाही म्हणायला मध्येच तिनं अशा काही नजरेनं त्यांच्याकडे पाहिलं की, त्यापेक्षा तिनं सरळसरळ श्रीमुखात मारली असती तरी चाललं असतं, असं भगवंतरावांना वाटल्यावाचून राहिलं नाही.

कुणीतरी गिऱ्हाईक आल्यासारखं वाटलं म्हणून शेठजींनी समोरच्या कीर्द-खतावणीत खुपसलेली नजर वर केली.

"आवो-आवो बेन!" बिचकत बिचकत येणाऱ्या सावित्रीचं स्वागत करीत ते म्हणाले, "सूं जोये बेन?"

सावित्री अजून गोंधळून जागच्या जागीच उभी होती. पलीकडचं विठोबाचं देऊळ नेहमीचंच होतं. त्याचा जीर्णोद्धार केल्यासारखा मात्र भास होत होता आणि हे पूरणमलचं दुकानही तेच होतं. गल्ल्यावरचा हा शेठजी मात्र वेगळाच कुणीतरी होता. तरीही त्याला कधीतरी, कुठंतरी पाहिल्यासारखं वाटत होतं.

कुठं बरं असावं?

- अरेच्च्या! खरंच की! पूरणमल बसतो, त्या गादीच्यावर हार घातलेल्या एक-दोन शेठजींच्या तसबिरी असतात. त्यातल्या एका तसबिरीत या शेठजीला पाहिल्याचं आठवतं!

क्षणभर परत पाठीमागं फिरावं असा विचार सावित्रीच्या मनात येऊन गेला; पण अंगावर चढलेलं एखादं झुरळ झटकावं तसा तो विचार काढून टाकून ठामपणे ती दुकानाच्या पायऱ्या चढून वर गेली.

"साखर आहे का?" तिनं विचारलं.

"हां हां! हाये तर! मारिशसवाली छे. एकदम चोकस माल!"

"काय भाव?"

"जादा ना. चौदा..."

"काय चौदा? मघाशी तर साडेबारा-"

"अरे, मग कवा बेन? ती तर कालची वार्ता! दिस लई खराब आले बेन! महंगाई वधारतेच हाय. गयी कालचा भाव आज नाय, अने आजचा भाव आवती काले नाय! पिछल्या मयन्यामंदी तो मी पोतेच नाय विकलो! ही साखर दस आना पायली-"

"काय? दस आना पायली?" न राहवून सावित्री आश्चर्यानं ओरडणारच होती; पण तेवढ्यात जीभ चावून तिनं स्वतःला सावरलं.

"पिछल्या मयन्यामंदी! आजनो भाव छे चौदा आना पायली."

"बरं, बरं. द्या पाच पायली आणि गोडं तेल आहे?"

"गोडा तेल? अरे, कसाला ते खराब चीज वापरते बेन? हे घी, घेऊनशान जा नी! अस्साल खानदेसी हाय! फक्त पाच आना शेर."

"तूप? लोणकढं आहे?"

"चोकस!"

"मग द्या पंधरा शेर."

"तो पछी हे आधा मणच्या डिब्बाच का नाय घेत? सस्तामंदी पडेल. सिर्फ पाच रुपया, दस आना."

"बरं, बरं. द्या लवकर आणि तांदूळ कुठले आहेत?"

"आंबेमोहोर हाय, बेन. केटला देऊ?"

"राहू दे. आता वेळ नाही. नंतर येईन मी. काढून ठेवा. साखर आणि तूप द्या पाहू चटकन."

"नाम्या, साला बघत काय राह्यला? बेनला साखर ने घी दे. बेन, गडी देऊ काय संगटी?"

"नको, नको. मीच नेईन." कशीबशी ती ओझी पेलत सावित्री घाईघाईनं म्हणाली,

"हं, हे घ्या पैसे."

पैसे मोजून पेटीत ठेवण्यासाठी शेठजी वळले. पैसे ठेवून वळून पाहतात, तो बाई गायब!

“अरे नाम्या, बेन क्यां गयी?”

“काय की मालक! म्या ह्यो तुपाचा डबा खाली काढत हुतो. म्यांबी नाय बगिटलं.”

“जवा दे! पाछळ आवसे. तांदूळ देयाचा हाय तिला. तुला सांगते मी नाम्या, हे महंगाई हाय; पण कायी कायी लोककडे पैसाची कमती नाय. ते भावाची पर्वाच नाय करते! हे बेन बगिटला ने? पाच पायली शक्कर अने आधा मन घी एकदमशान घेऊन गेला! दस रुपियाचा माल! ते बी रोख! उधार नाय. भावासाठी घासाघीस नाय के किटकिट नाय. पैशेवाला लोगकडे, नाम्या, सोन्याचा धुँवा निकलते... धुँवा!”

आपुलीच प्रतिभा होते...

हिरो शिवदासानीला खेळांचा भारी शोक आणि खेळण्यांचा. तऱ्हेतऱ्हेची खेळणी. माणसाचा जन्मच मुळी खेळण्या-बागडण्याकरता झालाय असं त्याचं ठाम मत होतं. अर्थात प्रत्येक खेळात आणि खेळीतही- स्वतःच जिंकू हे तो सतत मोठ्या कटाक्षाने पाहत असे. म्हणूनच तर आज त्याने भारतातीलच नव्हे तर सर्व विश्वातला एक अग्रगण्य उद्योगपती म्हणून नाव कमावलं होतं.

त्याच्या लहानपणी, त्याच्या वडिलांनी त्याच्या हातात खेळण्यातलं रॉकेट ठेवलं तेव्हा आपण मुलाच्या हातात कसला ठेवा ठेवत आहोत, त्याच्या मनात कोणती ज्योत प्रज्वलित करत आहोत याची त्या बिचाऱ्यांना काय कल्पना! कारण तेव्हापासूनच आकाशातल्या चंद्राचा ध्यास घेणाऱ्या रामाप्रमाणे त्यानं अवकाशाचा, तारकांचा, ग्रहांचा ध्यास घेतला होता. एक दिवस या साऱ्यांना स्वतःचं एक अफाट खेळणं बनवीन असा हिरोनं निर्धार केला होता. त्याचा हा ठाम निर्धारच त्याच्या आजवरच्या यशाचं रहस्य होता. आपला उद्योग त्यानं केवळ आपल्या सूर्यमालिकेपुरताच मर्यादित न ठेवता त्याच्याही पलीकडे यशस्वीपणे रोवला होता. मंगळावर त्याची दृष्टी होती. चंद्रावरच्या खाणीतून खनिजं काढण्याची मक्तेदारी त्याच्याकडे होती. त्याच्या कंपन्यांनी बनवलेले उपग्रह आकाशात भ्रमण करत पृथ्वीला सौरऊर्जेचं दान करत होते. या स्वस्त, अखंडित, कधीही न संपणाऱ्या ऊर्जास्रोतानं जग अधिकच समृद्ध बनलं होतं. पोट भरल्यावर निवांत, सुस्त पडावं तसं शांतता, करुणा यांचीच जपमाळ ओढत होतं.

अशा या हिरोला काही लोकांनी क्रूर म्हणावं हा विनोद होता. त्याची वृत्ती हुकूमशाही आहे असा डांगोरा पिटावा ही निव्वळ असूया होती. तो खेळ खेळतो ते लोकांच्या जिवाशी असा आक्रोश करावा हा केवळ कांगावा होता. हिरोला विचाराल तर तो म्हणे की, मी एक खेळाडू आहे. इतरांपेक्षा कदाचित मी जास्त

चांगला खेळतो म्हणून कोणाला नावं ठेवायची असतील तर ठेवोत बापडे. काहीजणांना सोंगट्यांनी खेळायला आवडतं, काहीजण बुद्धिबळाच्या पटावरील प्यादी हलवण्यात रमून जातात. काहींना चेंडू हातात असल्याशिवाय चैन पडत नाही. तसं मला माणसांशी खेळायला आवडतं. ही माझी खासियत समजा हवं तर. कोणी कशाशी खेळावं हा ज्याचा त्याचा प्रश्न झाला. मोटारी जलद पळवण्याची शर्यत खेळणारे किंवा विमानांच्या, अवकाशयानांच्या कसरती करणारे स्वतःच्या जिवाशी नाही का खेळत? त्यांना कोणी नावं ठेवत नाही ते!

हं, आता साधनशुचिता, नीतिमत्ता वगैरे म्हणाल तर उगीच आपले जाडजुड, विद्वत्ताप्रचुर शब्द आहेत. त्यांचा उद्घोष करणाऱ्यांना तरी त्याचा नक्की अर्थ सांगता येईल का? नाही म्हणायला, शब्दकोडी सोडवताना त्यांचा उपयोग होतो खरा! म्हणजे एकूण काय, शेवटी तीही खेळणीच की!

आपल्या नव्या कोऱ्या खेळण्याला समोर घेऊनच हिरो बसला होता. संगमरवरी फरशीचं सुबक, नक्षीदार टेबल दोघांच्या मध्ये होतं. त्यावर बहुमोल क्रिस्टल ग्लासेसमध्ये ठेवलेल्या उंची मद्याचे घुटके घेत हिरो राहूनराहून आपल्या या नव्या खेळण्याकडे पाहत होता. ती मात्र निर्विकार होती. एखाद्या ग्रीक शिल्पकारानं टेबलावरच्या त्या संगमरवरातून कोरून काढावा असा तिचा तो नितळ चेहरा पुतळ्यासारखाच कोरडा होता. नाही म्हणायला पाचूंशी स्पर्धा करणारे तिचे डोळे अधूनमधून चमकत होते. तेही बहुधा समोरच्या झुंबरांचा प्रकाश त्यावर पडल्यामुळे असावेत. तिचे सोनेरी लांबसडक केस मात्र वाऱ्याच्या मंद झुळकेवर हलकेच विहरत होते. तिच्या चेहऱ्यावर घुंगट धरत होते. हिरोनं घुटका घेण्यासाठी आपला ग्लास उचलला की, तीही आपला ग्लास उचलून आपल्या ओठांना लावी; अगदी यांत्रिकपणे. तिची ती नाजूक, गुलाबी जिवणी त्या ग्लासातल्या तांबड्या मद्याचीच बनलेली आहे की काय, अशी शंका मात्र त्या वेळी हिरोच्या मनाला शिवून जाई.

आपली पायघोळ, डोळ्यांतल्या पाचूंशी स्पर्धा करणारी हिरवी मॅक्सी डौलदारपणे सावरत ती स्वस्थ बसून होती. अंगांगाला स्पर्श करून त्यांना उठाव देणाऱ्या त्या मॅक्सीकडे- खरं म्हणजे त्या झिरझिरीत मॅक्सीतून दिसणाऱ्या तिच्या सुंदर, घाटदार देहाकडे- हिरो अनिमिष नेत्रांनी पाहत बसला होता.

आज तो स्वतः एखाद्या राजपुत्रासारखा सजला होता. शुभ्र पांढरी रेशमी अचकन, चुडीदार, पायांत लोण्यासारखे मऊ, जरतारी चढाव. मनगटावर चढवलेला गजरा तेवढा हा खानदानी राजपुत्र नसल्याचं घोषित करत होता; पण हिरोला त्याची चिंता नव्हती. अक्कडबाज वळवलेल्या मिश्या आणि कमरेला बांधलेल्या शेल्यात खुपसलेला हिरेजडित मुठीचा खंजीर, आपलं एक वेगळंच रूप समोर आणत आहे हे तो जाणून होता आणि हे रूप आजच्या खेळाला साजेसं आहे,

त्या खेळाची लज्जत वाढवणारं आहे याची त्याला खात्री होती.

"हेमानं पाहताक्षणीच आजचा नूर काही वेगळाच आहे हे तिला समजायला हवं; पण आहे कुठे ती! अजून कशी नाही आली!"

आपला होरा चुकला तर नाही ना, या शंकेनं त्याच्या कपाळावर एक नाजुकशी आठी उमटली, महाराजांच्या खासगी महालात दबकत पाऊल टाकणाऱ्या दासीसारखी आणि तिनं जसा निःशब्दपणे पाय मागे घ्यावा तशी निघूनही गेली.

"येईलच ती. येणारच. यावंच लागणार आहे हेमाला," मिश्यांच्या टोकांना गोंजारत हिरो स्वतःशीच पुटपुटला. त्याच्या मैत्रिणीनं ते ऐकलं असलं तरी तिच्या चेहऱ्यावरून काहीही समजणं अशक्य होतं.

पण हेमाला मात्र त्याचं म्हणणं ऐकू गेल्यासारखा त्याच क्षणी त्या पेंट हाउसमधल्या कॉलबेलचा मंजुळ किणकिणाट झाला अन् त्या पाठोपाठ इंटरकॉम स्पीकरमधून हेमाचा आवाज आला.

"मी आलेय. लिफ्ट पाठव."

वास्तविक लिफ्ट तळमजल्यावरच होती. त्याची खास लिफ्ट. अध्येमध्ये कुठंही न थांबणारी.

समोरचा पेला रिकामा करत हिरो उठला आणि उठू पाहणाऱ्या आपल्या मैत्रिणीला हाताचा इशारा देत म्हणाला,

"लिफ्ट बोलावतेस ना, लाडके! चल."

काहीही न बोलता ती उठली. त्याच्या हातातला आपला हात तिनं सोडवून घेतला. रेशमी मॅक्सीची जीवघेणी सळसळ करत, हिरोला चाळवून सोडणाऱ्या सेंटची झुळूक त्याच्यावर सोडत, ती लिफ्ट केव्हपर्यंत गेली. त्याच्या बाजूच्या भिंतीवरच्या उथळ कोनाड्यात तिनं आपला गोरा गोरा तळहात टेकवला. तिच्या तळहातावरच्या उंचवट्यांची आणि रेषांची ओळख पटताच, पोटभर दूध प्यालेल्या मांजराच्या समाधानानं आतली इलेक्ट्रॉनिक यंत्रणा गुरगुरली अन् पुढच्याच क्षणी लिफ्ट वर येत आहे हे दाखवणारा इंडिकेटर आपले लालगुंज डोळे मिचकावू लागला.

हेमाला हे दोनशे मजले चढायला आता मिनिटभर तरी लागणार होतं-

हिरोनं तीन ग्लासेस मद्यानं भरले.

आपली उत्कंठा चेहऱ्यावर दिसू न देण्याच्या प्रयत्नात तो बराच यशस्वी झाला असला, तरी त्याचे हात मात्र स्वस्थ नव्हते. त्यांची चुळबूळ तो आवरू शकत नव्हता. आताही त्याचा हात सहज गळ्याजवळच्या, निळ्याभोर स्फटिकाच्या गोलाकार बटणावर विसावला आणि प्रथमच त्याच्या मनात पाल चुकचुकली.

त्याचा आवाज सकाळपासून काही वेगळाच येत होता.

हिरो जन्माला आला तोच बिघडलेलं स्वरयंत्र घेऊन. त्यातून हवा तो आवाज काढण्यासाठी त्याला अति परिश्रम करावे लागत; पण या शारीरिक दोषावर मात करणारं कृत्रिम स्वरयंत्र त्यानं बसवून घेतलं होतं आणि या कृत्रिम स्वरयंत्राचं नियंत्रण त्या स्फटिकाच्या बटणात होतं. ते बिघडलेलं तर नाही ना, अशी शंका सकाळी उठताच त्याला आली होती; पण आजच्या या खेळावर त्यानं संपूर्ण लक्ष केंद्रित केलं होतं. त्याशिवाय दुसरा कसलाही विचार तो मनात ठरू देत नव्हता. आताही शयनगृहात जाऊन दुसरं स्पेअर बटण बसवावं असा विचार त्याच्या मनात आला, नाही असं नाही; पण त्यानं तो निर्धारानं बाजूला सारला.

हेमा जेव्हा त्या लिफ्टमधून बाहेर पडेल तेव्हा ती त्याला दिसायला हवी होती. तिच्याही नजरेला सर्वांत प्रथम आपण पडायला हवं, असंही त्याला वाटत होतं. त्याच्या आजच्या खेळातली ती पहिली खेळी होती.

''आपली पाहुणी त्या लिफ्टमधून बाहेर पडली की, तिचं प्रसन्न मुद्रेनं स्वागत कर,'' हिरोनं आपल्या मैत्रिणीला सांगितलं.

''तिच्याशी शेकहँड कर. गुड इव्हिनिंग म्हण.''

एखाद्या लहान मुलाला पाहुण्यांशी कसं वागावं याचे धडे द्यावेत तसं हिरो आपल्या मैत्रिणीला पढवीत होता.

तिची मात्र याबद्दल काही तक्रार असल्याचं दिसलं नाही. आपले हिरवे पाचू रोखून क्षणभर तिनं त्याच्याकडे पाहिलं. जणू त्याचे शब्द ती आपल्या डोळ्यांमध्ये साठवून घेत होती.

पुढच्याच क्षणी निःशब्दपणे ती वळली. लिफ्टकडे जाऊ लागली.

बागडत्या झऱ्याच्या सुखावणाऱ्या आवाजानं हिरो भानावर आला. लिफ्ट पेंट हाउसमध्ये पोहोचली होती. समोरचा इंडिकेटर तेच सांगत होता.

फिस्कारत लिफ्टचा दरवाजा उघडला आणि हेमा बाहेर पडली. हिरोच्या चेहऱ्यावर तिची नजर स्थिरावते तोच, हिरोची मैत्रीण सांगितल्याप्रमाणे पुढे झाली आणि प्रसन्न स्मित करत तिनं हेमाचा हात हातात घेतला.

''गुड इव्हिनिंग.''

हेमानंही तो हात हातात घेत अभिवादन स्वीकारलं. तोपर्यंत पेंट हाउसमधल्या त्या मंद प्रकाशाला तिचे डोळे सरावले अन् भाजल्यासारखा आपला हात तिनं मागे घेतला.

आपल्याच प्रतिबिंबाशी आपण हस्तांदोलन करत असल्याचं पाहून कुणाला नाही चटका बसणार!

आपली पहिली खेळी योग्य तो परिणाम साधून गेल्याचं पाहून हिरो हसला. त्या हास्यात उन्मादाची छटा मिसळलेली होती, हे तेवढ्यातही हेमाला जाणवून

गेलं.

पण ती- हिरोच्या मैत्रिणीकडे- खेळण्याकडे- त्या ॲन्ड्रॉइडकडे एकटक पाहत राहिली. पापणी न लवता. ॲन्ड्राइडची तर पापणी लवण्याचा प्रश्नच नव्हता.

आणि त्या दोघींकडे तेवढ्याच उत्कंठतेनं हिरो पाहत राहिला.

असा किती वेळ गेला कोण जाणे!

अन् मग भानावर येत हेमा वळली. ॲन्ड्राइडवरून प्रयासानं उचललेली नजर हिरोवर रोखत म्हणाली,

"हिरो, हा काय चावटपणा आहे? की हा आणखी एक पोरखेळ तुझा?"

"हेमा!" आपल्या स्वरात नाखुशी आणण्याचा व्यर्थ प्रयत्न करत हिरो म्हणाला, "आपल्या मालकाशी बोलण्याची ही कोणती पद्धत?"

"कोण मालक! मी तुझी दासी नाही आता!" ती रागानं पेटली होती.

तिचा उघडा, गोरा दंड हळुवारपणे पकडत हिरो म्हणाला, "तेच तर बोलायचं होतं मला तुझ्याशी. इतरही काही गोष्टी आहेतच. तुझा राजीनामा अजूनही स्वीकारलेला नाही मी."

"वाटलंच होतं मला की, तुझा काहीतरी डाव असणार यात," आपला दंड खसकन सोडवून घेत हेमा म्हणाली, "येणारच नव्हते मी; पण रमेशला माझ्या मदतीची गरज आहे असं सांगितलंस तू फोनवर, म्हणून आले. एरवी तुझं तोंडही पाहायची इच्छा नाही माझी. जाते मी," बोलताबोलताच ती लिफ्टकडे चालू लागली होती.

"थांबव तिला," ओरडून हिरोनं ॲन्ड्रॉइडला हुकूम सोडला. वीज चमकावी तसा त्या ॲन्ड्राइडचा चमकता हात खाडकन पुढं झाला. दचकून हेमा दोन पावलं मागे सरकली आणि पुढच्याच क्षणी आपली सारी शक्ती पणाला लावून त्या हातावर तुटून पडली.

हेमाही तशी काही मेणाची पुतळी नव्हती; पण तिला अडवणारा हात जणू कणखर पोलादाचा बनलेला होता.

असेलही पोलादाचा- तेवढ्यात तिच्या मनानं तिला सुचवलंदेखील.

हिरो मात्र भलताच खूश झाला. हेमाचा रस्ता हेमानंच अडवलाय हे दृश्य पाहून आपल्या त्या नव्या खेळण्याचं सार्थक झाल्याचा आनंद त्याला झाला होता.

"माझ्यापासून पळशील फार तर; पण स्वतःपासून कशी दूर जाशील?"

उन्मादानं खिदळत हिरोनं विचारलं.

हताश, चिडलेली हेमा चवताळून हिरोवर चाल करून गेली, "याचा जाब द्यावा लागेल तुला," तिच्या शब्दाशब्दांतून पेटता अंगार उसळत होता.

"कशाचा जाब? कोणी अडवलंय तुला? तू केव्हाही, कुठंही जायला मोकळी आहेस. फक्त तुझ्या त्या जाराच्या नशिबी काय वाढून ठेवलं आहे, हे दाखवायचं होतं तुला बस्स!"

त्यानं जायची मुभा देताच निघून जाणारी हेमा जागच्या जागी थबकली.

"जाऊ दे तिला," हिरोनं परत अॅन्ड्रॉइडला हुकूम सोडला. तिचा हात अजूनही जमिनीला समांतर होता. हिरोचा हुकूम ऐकताच तो झपाट्यानं खाली आला. तिच्या बाह्यरंगी स्त्रीत्वाला न साजणाऱ्या घाईनं.

"सुंदर आहे ती. तुझ्याइतकीच!" विषादाचा एक सुस्कारा सोडत हिरो म्हणाला, "पण तुझी अक्कल, तुझी हुशारी नाही तिच्यात."

हेमा अजूनही डोळ्यांतून आग ओकत त्याच्याकडे पाहत उभी होती.

"जात होतीस ना?"

"काय केलंस तू त्याचं?" त्याच्या प्रश्नाकडे लक्ष न देता तिनं विचारलं. "रमेशला कुठं ठेवलंस तू?" नकळत तिचा स्वर कातर झाला होता.

"ते असं उभ्याउभ्याच कसं सांगू! आत ये, आरामात बस. सुख-दुःखाच्या दोन गोष्टी कर. तुला हवं असेल तर पूर्वीसारखं ड्रिंक घेत बसू."

वाऱ्यावर मस्तवालपणे विहरणारा पतंग वारा पडताच मेंगळटपणे लोंबू लागावा तशी हेमाची अवस्था झाली होती. तिचं अवसान पार गळालं होतं. मुकाटपणे ती हिरोच्या मागून सोफ्याजवळ आली.

"का असा छळतो आहेस मला? मला वेगळी राहू दे. तुझं काय नुकसान आहे त्यात?" आवाजातली अगतिकता प्रयत्न करूनही ती टाळू शकली नाही.

"छे, छे! तू अशी एकटी राहावीस हे आवडणार नाही मला."

"एकटी!" विषण्णपणे हसत हेमा म्हणाली, "मी नेहमी एकटीच होते. तुझ्याजवळ असतानाही एकटीच होते."

"अन् मला वाटत होतं, माझ्या लाडक्या राणीला मी जास्त वेळ तिच्या वाट्याला येत नाही म्हणून वाईट वाटतंय."

"रमेशचं काय केलंस तू?"

"त्याचं मी काय करणार? तो एक चांगला इंजिनिअर आहे. माझ्या कंपनीला हवा आहे तो. त्याला मी काही त्रास देईनच कसा?"

"पण मघाशी तर म्हणालास-"

"काय म्हणालो? मी फक्त एवढंच म्हणालो की, त्याच्या नशिबी काय वाढून ठेवलंय ते दाखवायचंय तुला. तुला ते पाहायची इच्छा नसेल तर-"

गोंधळ, अनिश्चितता, भय, आपल्या प्रियकराची काळजी, असहायता, राग साऱ्यांचा एकच गुंता झाला होता. आपल्या मनातला हा भावनांचा प्रक्षोभ आपल्या

चेहऱ्यावर दिसू न देण्याचा कसलाही प्रयत्न हेमानं केला नाही. तो पाहण्यात हिरोला एक आसुरी आनंद मिळतोय हे जाणूनदेखील.

हिरो मात्र जास्तच खूश होत होता. आता त्याचा खेळ रंगणार होता. त्याची लज्जत वाढणार होती.

"आय हेट यू." रागानं धुमसत हेमा म्हणाली, "आय हेट यू."

"थँक यू! निदान या बाबतीत तरी तू एकटी नाहीस. तसे बरेचजण माझा द्वेष करतात."

"तुझ्याशी हे खेळ खेळत बसण्यात मला बिलकूल रस नाही; वेळही नाही. मी आता जातेय रमेशला घेऊन, तोही माझ्याबरोबर बाहेर पडणार आहे. तूच म्हणालास ना आता की, तो चांगला इंजिनिअर आहे म्हणून. नोकऱ्या त्याला सांगून येतील."

"येतील ना, जरूर येतील; आधीच्या मालकाकडून चांगलं सर्टिफिकेट मिळालं तर- "

"तुझ्याकडून त्याची अपेक्षा नाही," कडवटपणे हसत हेमा म्हणाली. "तुझे प्रतिस्पर्धीही तुला चांगलं ओळखून आहेत. तू एखाद्याला शिव्या घालाव्यास हे त्यांच्या दृष्टीनं शिफारसपत्र देण्यासारखंच आहे."

"शक्य आहे. तू म्हणतेस तसंही असेल; पण माझ्या प्रतिस्पर्ध्यांचं आणि माझं एका बाबतीत एकमत आहे. आपले नोकर प्रामाणिक असावेत असं त्यांनाही वाटतं."

"काय, म्हणायचंय काय तुला?"

"सोपं आहे, डार्लिंग! रमेशच्या रिसर्च अँड डेव्हलपमेंट अकाउंटमध्ये-अं-अं- सौम्य भाषेतच सांगायचं तर- गोलमाल आहे."

"चांडाळा! कसला सूड घेतो आहेस हा-"

"मला वाटलं, तर ही एक प्रचंड अफरातफर आहे, विश्वासघात आहे; चोरी आहे- काय हवं ते दाखवू शकतो मी!"

"जमणार नाही ते! रमेश किती सरळ, साधा आहे हे साऱ्या जगाला माहीत आहे."

"असेल ना! पण माणूस चळतो. एखाद्या स्त्रीच्या प्रेमापोटी, तिला मिळवण्यासाठी काय वाटेल ते करू शकतो."

"स्वतःवरून जगाची पारख नको करूस!"

"पारख करण्याचा प्रश्नच नाही. पुरावाच आहे माझ्याजवळ. पावत्या, व्हाउचर्स, लेजर्स, प्रॉमिसरी नोटा- वगैरे वगैरे. अगदी जपून ठेवलंय मी. माझ्या तिजोरीत."

"राक्षस आहेस तू! हैवान!"

"छे, छे! मी आपला साधा खेळाडू आहे. प्रत्येक सामन्यात मी जिंकायचा प्रयत्न करतो, एवढंच! आणि जिंकून मिळवलेलं बक्षीस स्वतःकडेच ठेवतो. तुझ्यासारखं बक्षीस-"

"हवंय तरी काय तुला?... आपला वांझोटा राग आवरून धरत हेमानं विचारलं.

"मला तू हवी आहेस. फक्त तू. दिवसा माझ्या ऑफिसात. नीटनेटकी, चटपटीत, कामात चोख आणि रात्री इथे तशीच नीटनेटकी हसरी, लडिवाळ, खिलाडू, खेळात समरसून जाणारी, आव्हान देणारी, पुढाकार घेणारी, मला हवीहवीशी वाटणारी- निदान मला हवी असेपर्यंत तरी."

"आणि रमेश- रमेशचं काय?"

"त्याचं काय? त्याचा प्रश्नच कुठं येतो. तो हवं ते करायला मोकळा आहे. मला हवी आहेस ती तू."

"त्याला असं ब्लॅकमेल नाही करता येणार तुला."

"च् च् च्" खोट्या रागानं हिरो म्हणाला, "हीच का पारख केलीस माझी आजवर. मी कधी कुणाला असा ब्लॅकमेल करतो का? कोंडीत पकडतो का? ती आपली माझी एक चाल असते. त्यावर प्रतिचाल करून ज्यानं त्यानं त्या कोंडीतून सोडवावं स्वतःला. तूही आता काय चाल करतेस ते पाहायला उत्सुक आहे मी!"

हेमाची नजर कोपऱ्यात लपवलेल्या तिजोरीकडे गेल्याचं हिरोच्या तीक्ष्ण नजरेतून सुटलं नाही. तिच्या मनात कोणते विचार झिम्मा-फुगडी घालत असावेत ते न ओळखण्याइतका तो मूर्ख नव्हता.

"प्लास्टीलची बनवलेली, दहा इंच जाडी असलेली तिजोरी आहे ती. शिवाय तिच्यामध्ये सुप्तपणे बसवलेला बर्ग्लर अलार्म थेट पोलीस स्टेशनशी जोडलेला आहे. तिजोरी हलवायची म्हटली तरी शक्य नाही. कारण भिंतीत भक्कम बसवलेली आहे ती! आणि ती उघडली जाईल ती एकाच व्यक्तीच्या तळहाताचा ठसा उमटल्यावर. तो ओळखीचा वाटला तरच तो तिला आपलं दार उघडेल. एरवी तुरुंगातल्या कोठडीचंच दार उघडलं जाईल; तेव्हा विचार कर. बाकी मी तरी तुला काय सांगणार म्हणा. हुशार आहेस तू."

हिरोच्या नकळत आपल्या पर्समध्ये हात घालण्याचा हेमाचा प्रयत्न फसला. कारण विकट हसत तो म्हणाला-

"कशाला ते खेळणं काढते आहेस! मीच तुला भेट दिलेलं ते शस्त्र तू माझ्यावरच रोखणार! रोख बापडी; पण माझ्या तळहाताचा ठसा ती तिजोरी उघडायला उपयोगी नाही हेही लक्षात असू दे."

पर्सच्या दिशेनं जाणारा हात झटक्यानं मागे घेत हेमा म्हणाली, "पण आताच

तर तू म्हणालास-''

''च् च्- आज तुला झालंय तरी काय? माझ्या प्रत्येक शब्दाचा विपर्यासच चालवला आहेस तू. मी एवढंच म्हणालो की, ती तिजोरी उघडेल ती फक्त एकाच व्यक्तीच्या तळहाताच्या ठशानं, त्या तिजोरीला ओळखीचा वाटणारा तो ठसा; तो तळहात माझा नाही हे आता तुला सांगायला हरकत नाही. मला अत्यंत प्रिय असणाऱ्या एका व्यक्तीचा तो आहे हे मात्र नक्की. तो हात ओळखून काढ आणि मग खुशाल माझ्या डोळ्यांदेखत आतला माल घेऊन जा.''

''तू एवढा उदार झाला आहेस, तेव्हा मामला वाटतो तेवढा सरळ नक्कीच नसणार. आता या कागदपत्रांच्या कॉपीज काढून तू दुसरीकडे कुठंतरी ठेवल्या असणार.''

त्यानं हसतहसत मान डोलवूनच नकार दिला.

''नाही! खरं आहे- कशाला ठेवशील? या पावत्याच मुळात खोट्या! या गेल्या तर दुसऱ्या खोट्या पावत्या तयार करशील तू.''

''काय हे, काय हे; हेमा. इतर बाबतींत मी कसाही असलो तरी खेळात असा रडीचा डाव मी टाकत नाही हे निदान तुला तरी माहीत असावं. रमेशविरुद्ध माझा हा एवढाच डाव आहे.''

''रमेशविरुद्ध! म्हणजे मग माझ्याविरुद्ध आणखी एखादा डाव असणार तुझा.''

''आहेस. अजून आहेस तशीच हुशार आहेस. ही तुझी हुशारीच आवडते मला. म्हणून तर तुझ्याबरोबर खेळ खेळण्यात मजा येते. हिला नाही ते जमत. ती आपली सांगकामी. सांगेल ते मुकाट्यानं करणारी. नको म्हणेपर्यंत करत राहणारी.''

''बकवास नको. माझ्याविरुद्धचा तुझा डाव काय आहे ते सांग.''

''आता आग्रहच आहे तुझा म्हणून दाखवतो हवं तर तुला; पण-''

आणि त्यानं त्रिमिती, नैसर्गिक असल्यासारखं चित्र दाखविणारा होलोग्राम क्यूब तिच्या हाती दिला.

''यापूर्वी कदाचित ही तुझी भूमिका तू पाहिली नसशील-'' किंचित उपरोधानं हिरो म्हणाला-

हेमानं काही सेकंदच त्या होलो क्यूबमधील चित्रं पाहिली असतील; पण तेवढ्यानंही तिला वाटलेली घृणा तिनं ज्या वेगानं तो क्यूब हिरोच्या अंगावर फेकला त्यातून पुरेपूर व्यक्त झाली. त्याला अर्थात याची अपेक्षा असावी. कारण एखाद्या कसरतपटूच्या चपळाईनं आणि शिताफीनं त्यानं तो क्यूब चुकवला.

''शी! शी! नीचा, कुठे, कुठून ही किळसवाणी- ही गलिच्छ-'' हेमाला त्याचा पुरा उच्चार करणंही अवघड जात होतं.''

''भिऊ नकोस अशी. जाहीरपणे, पब्लिकला दाखवण्यासाठी काही ती फिल्म

बनवलेली नाही मी. हं, आता तू जर माझा नाइलाजच केलास, मला भागच पाडलंस तर-''

''पण, पण- मी असं कधीच- खोटं, खोटं; बनावट आहे हे सारं.''

''तुझी ही प्रतिमा इतकी हुबेहूब झाल्याचं सर्टिफिकेटच दिलंस तू मला.'' अॅन्ड्राइडला कवेत घेत हिरो म्हणाला, ''पण हे गुपित फक्त तुला आणि मलाच माहीत आहे. जगाला त्याची काय कल्पना? मी तर बाबा ते नाही सांगत बसणार. आणि तू-तू- सांगितलंस तरी कोण विश्वास ठेवील? विशेषतः स्वतःच्या डोळ्यांनी पाहिल्यावर-''

''यू-यू फिल्दी स्काउन्ड्रल-''

''दे शिव्या दे हव्या तेवढ्या; पण तुझी ही प्रतिमा- की जुळी बहीण म्हणू मी- इतकी क्लोन केल्यासारखी झालीय हे तर कबूल करशील. तुझी बुद्धी सोडली तर बाकी प्रत्येक बाबीत ही तुझ्याइतकीच तरबेज आहे. नाचतेही तुझ्याइतकीच स्किलफुली. बघायचंय तुला-''

आणि तिचा होकार गृहीत धरूनच त्यानं पेंट हाउसच्या म्युझिक सिस्टिमवर एक पाश्चात्त्य संगीताची धून लावली. सर्व बाजूंनी आलेल्या या सुरांनी वातावरण भरून टाकलं.

''हेमा, डार्लिंग! तू नाही नाचणार माझ्याबरोबर?'' आवाजात गोडवा आणण्याचा निष्फळ प्रयत्न करत हिरोनं विचारलं.

''मसणात जाईन मी त्यापेक्षा.''

''मर्जी तुझी. मग निदान ही तुझी बहीण कशी नाचते ते तरी पाहशील?''

पराभूत, निराश हेमाला खिजवत हिरोनं त्या अॅन्ड्रॉइडला आपल्या मिठीत घेतलं आणि एक गिरकी घेत नाचायला सुरुवात केली.

माणूस आणि यंत्र यांची ती विचित्र जोडी त्या संगीताच्या तालावर विहरत राहिली. ते सांद्र सूर, तो मंद प्रकाश, पलीकडे संपूर्ण काचेची भिंत, त्यातून हजार-दीड हजार फूट खाली असलेल्या त्या शहरातली रोषणाई, राजपुत्रासारखा सजलेला हिरो आणि त्याच्या मिठीत ती अप्सरा.

स्वप्नात तर नाही ना आपण असं हेमाला वाटल्यावाचून राहिलं नाही.

पण असलंच तर हे दुःस्वप्न आहे याची जाणीवही तिला झाली, कारण त्या क्षणीच हिरोचा आवाज तिच्या कानांवर अभद्र आघात करून गेला.

''माझा खून करायला तुला आवडेल नाही लाडके? अगं, जरूर मार मला. तुझ्या हातून, माझ्या लाडक्या हेमाच्या हातून मरण येण्याइतका भाग्यवान मीच,'' त्याच्या मिठीतली ती प्रतिहेमा नाचाच्या भरात त्याला खोलीच्या पार दुसऱ्या टोकाला नेत असताना हिरो म्हणाला आणि जसजसे ते परत हेमाच्या जवळ येऊ

लागले, तेव्हा त्यानं हेमाला बजावलं, "मात्र, माझ्या खुनाचा आळ रमेशवर येईल अशी व्यवस्था मी करून ठेवलीय हे लक्षात असू दे."

त्याच्या शब्दांचा अर्थ पूर्णपणे तिच्या ध्यानात येईतो ते परत खोलीच्या दुसऱ्या टोकाला पोहोचले होते.

हेमा मोडून पडलेली पाहून त्यानं मुद्दाम जखमेवर मीठ चोळल्यासारखं प्रतिहेमाला म्हटलं, "आणखी जवळ घे ना मला. माय लव्ह!"

हुकुमाची ताबेदार असलेल्या प्रतिहेमानं आपल्या प्लास्टिकच्या हातांची मिठी अधिकच घट्ट केली. त्याबरोबर चीत्कारत हिरो म्हणाला, "तू सोडून गेलीस ना हेमा मला, तरी ही तुझी प्रतिमा कधीकधी सोडणार नाही मला. अशीच घट्ट आवळून जवळ ठेवील."

हेमाला तो सारा प्रकार अश्लील वाटत होता; पाहवत नव्हता. त्याकडे पाठ फिरवून ती उभी राहिली तरी हिरोची नजर आपल्या पाठीतून आरपार आपल्याकडे लागून राहिली आहे हे तिला जाणवत होतं. कान बंद करून घेतले तरी ते अभद्र संगीत कानांच्या पडद्यांवर येऊन आदळत होतं.

आपल्यातच गुरफटून राहिल्यामुळे आताचा हिरोचा आवाज काहीसा वेगळा, घुसमटल्यासारखा आल्याचं तिच्या लक्षात आलं नसावं.

हिरोच्या स्वतःच्या ते लक्षात आलं असलं तरी तो विजयाच्या धुंदीत होता. हेमा आता संपूर्ण पराभूत झाली आहे. ही बाजी आपण मारली आहे हे त्यानं ओळखलं होतं. यापुढे हा खेळ अधिक धोकादायक होणार आहे, आपल्याला जास्तच काळजी घ्यायला हवी हे त्याला समजलं होतं; पण त्यामुळे खेळाची खुमारी वाढणारच होती. सामन्यात अधिक चुरस निर्माण होणार होती, थ्रिल अधिक वाढणार होतं.

संगीत एकदम तार सप्तकात पोहोचलं होतं. निदान हेमाला तरी ते तसं वाटत होतं. आता कोणत्याही क्षणी ते कर्कश होईल अशीच तिची धारणा होती.

"थांबवा रे कोणीतरी हे! पण काय थांबवा? संगीत की हा बीभत्स नाच! की हा जीवघेणा खेळ! की हे भयाण स्वप्न."

न राहवून, सहनशक्ती संपून हेमा वळली आणि म्हणाली, "ठीक आहे. हलकटा, तुझं म्हणणं मान्य आहे मला; पण आता तरी हा किळसवाणा नाच, हे नृत्यसंगीत थांबव."

"ॲज यू से डार्लिंग!" हिरो म्हणाला. निदान तसं म्हणण्यासाठी त्यानं तोंड उघडलं; पण त्याच्या तोंडातून आवाजच उमटला नाही. हेमा त्याच्याकडे पाहतच राहिली.

आपलं म्हणणं त्याला ऐकूच गेलं नाही की काय! पण मग त्याचे ओठ

हलल्यासारखे वाटले ते! की त्याचं बोलणं या गदारोळामुळे आपल्यालाच ऐकू आलं नाही?

"तू जिंकलास. यू विन, यू बास्टर्ड," ती परत ओरडून म्हणाली.

प्रतिहेमाला नाच थांबवण्याचा आणि आपली मिठी सैल करण्याचा हुकूम देण्यासाठी हिरोनं तोंड उघडलं; पण परत आवाज उमटलाच नाही.

नाच चालूच राहिला. मिठी कदाचित थोडी अधिकच घट्ट झाली.

भीतीची पहिली लहर हिरोच्या शरीरातून सळसळून गेली.

"हरामखोर! एवढा पैसा घेतला; पण आपली कामं नीट करायला नकोत या नालायकांना. आपलंच चुकलं. मघाशीच हे सिन्थेसाइझरचं, कृत्रिम स्वरयंत्राचं बटण बदलायला हवं होतं. आताही ते थोडं ॲडजस्ट केलं तर परत व्यवस्थित काम करू लागेल-"

त्या बटणाकडे हात नेण्याचा हिरोनं प्रयत्न केला; पण प्रतिहेमाची त्याच्याच हुकुमानुसार आवळलेली मिठीच एवढी घट्ट होती की, त्याला हात हलवणंच अशक्य झालं होतं.

"बंद कर ते संगीत. ताबडतोब."

हिरोनं हेमाला सांगायचा प्रयत्न केला; पण परत त्याचा आवाज उमटलाच नाही. हेमा आपणहून म्युझिक सिस्टिमच्या कंट्रोल पॅनलकडे गेल्याचं पाहून त्यानं पुन्हा एकदा ओरडण्याचा वांझोटा प्रयत्न केला.

त्याच क्षणी हेमाची आणि त्याची नजरानजर झाली.

हेमाच्या डोळ्यांतील ती आगळी चमक पाहून तो घाबरून गेला.

संगीत बंद करण्यासाठी पुढं केलेला आपला हात हळूहळू मागे नेत हेमा हिरोजवळ गेली. आता निदान ही तरी आपली या मिठीतून सुटका करील या आशेनं तो तिच्याकडे पाहतो तोच तिचा हात पुढं झाला. मघाशी तिचा मार्ग रोखण्यासाठी प्रतिहेमाचा हात ज्या वेगाने पुढं आला होता त्याच वेगानं आणि तिनं हिरोच्या गळ्याजवळचा तो स्फटिक मणी खेचून काढला.

हिरोला घेरी आली. त्याचे पाय लडबडले आणि यांत्रिकपणे नाचणाऱ्या प्रतिहेमाचा प्लास्टीलचा जड पाय त्याच्या पायावर पडला.

हाड मोडल्याचा आवाज त्या संगीताच्या आवाजावर मात करत तीरासारखा त्याच्या कानांत घुसला. डोळ्यांवर आलेली अंधेरी बाजूला होताच हिरोनं पाहिलं-

हेमा कोपऱ्यातल्या तिजोरीसमोर उभी होती आणि तळहाताच्या ठशाचे कुलूप असलेल्या चौरस पट्टीकडे एकटक पाहत होती.

'त्या कुलुपाच्या चावीचं गूढ हिच्या लक्षात तर नाही ना आलं?' ही त्याची भीती सार्थच होती. 'आपणच विजयोन्मादाच्या भरात मघाशी बोलून गेलो होतो.

एकाच व्यक्तीच्या तळहाताचा ठसा ती तिजोरी ओळखेल. तो म्हणजे मला अत्यंत प्रिय असलेल्या व्यक्तीच्या. तुझ्याशिवाय कोण प्रिय आहे मला, हेमा डार्लिंग!'

त्याच्या या विचारलहरी हेमापर्यंत पोहोचल्यासारखा तिनं नेमका त्याच क्षणी आपला हात पुढं करून त्या चौकटीवर टेकवला.

तिच्या हृदयाची धडधडच त्या बर्ग्लर अलार्मऐवजी पोलीस स्टेशनवर ऐकू गेली असती; पण अलार्म गप्पच राहिला आणि कुरकुरत तिजोरी उघडली.

हिरोनं सांगितल्याप्रमाणे त्याच्या डोळ्यांदेखत त्यातली कागदपत्रं आपल्या पर्समध्ये कोंबत हेमानं तिजोरी बंद केली.

त्या मूर्ख अॅन्ड्रॉइडच्या मिठीतून सुटण्याचा निकराचा प्रयत्न करण्यासाठी असेल किंवा हताश, हतबल मनःस्थितीमुळे असेल हिरोनं तिच्या त्या प्लास्टीलच्या शरीरावर हातानं बुक्के मारण्यास सुरुवात केली.

भक्कम भिंतीवर डोकं आपटण्यासारखंच होतं ते! हात रक्तबंबाळ होण्यापलीकडे काहीच झालं नाही.

हेमा परत त्या म्युझिक कंट्रोल पॅनलकडे गेल्याचं त्यानं पाहिलं.

"हिरवं बटण, हिरवं बटण." आपला आवाज उमटतच नाही याकडे त्याच लक्षच नव्हतं.

हेमा मात्र तोपर्यंत लिफ्टजवळ पोहोचून निघूनही गेली होती.

आणि त्याच वेळी संगीत द्रुतगतीनं सुरू झाल्याचं आणि प्रतिहेमा त्या तालावर अधिकाधिक वेगानं त्याला फिरवू लागल्याचं त्याला अंधुकसं जाणवलं.

किंकाळी फोडण्यासाठी त्यानं तोंड उघडलं आणि मिटलं.

पण आवाज उमटलाच नाही. किंकाळी घशातच विरून गेली.

●

बुद्धिबळ

अकस्मात कावेरीबाईंना जाग आली. काय वेळ झाली असावी हे कळत नव्हतं. त्यांनी सहज आजूबाजूला नजर टाकली. बाहेर अजूनही काळोख दिसत होता; अर्थात त्यावरून काहीही अनुमान काढणं कठीण होतं. आजकाल दिवसाढवळ्याही फारसा प्रकाश दृष्टीस पडत नसे. प्रकाश यावाच कसा? निरनिराळ्या प्रकारचे धूर सोडलेले वातावरणात आणि त्यात या छोट्याशा चौरस तुकड्यांवर उभ्या ठाकलेल्या, शेकड्यांनी मजले असलेल्या इमारती. प्रकाशानं आत प्रवेश करायचा तरी कोठून?

कोपरावर भार देत, अर्धवट उठून कावेरीबाईंनी समोरच्या प्रकाशित डिजिटल घड्याळाकडे नजर टाकली. अजून कुठं साडेचारच वाजत होते. नेहमीची उठायची वेळ व्हायला तसा बराच अवकाश होता. मग एवढ्या लवकर का बरं जाग यावी? काहीतरी कारण होतं हे निश्चित. जाग येण्यापूर्वी कसले तरी विचार मनात आले होते हे खरं; पण काय नि कोणते ते आठवत नव्हतं. त्या अस्वस्थ झाल्या होत्या. सारं अंग ठसठसत राहावं; पण कुठं काय दुखतंय ते कळू नये, असं झालं होतं. दुखरा भाग सापडता तर त्यावर हळुवार बोटं दाबून ठणका क्षणभर कमी करता आला असता; पण तोच तर नेमका हुलकावण्या देत होता.

उठण्यात अर्थ नव्हता. उठून करायचं काय? आजकाल ही सगळी ॲटोमॅटिक यंत्रं आल्यापासून दिवसभराची कामं कशी चटकन होऊन जात. मनात आणलं तर बिछान्यावर पडल्यापडल्याही नुसती बटणं दाबून सारा कारभार आटोपता येई. बाकीचा सारा वेळ मग खायला उठे आणि या खा-खा करीत उठलेल्या राक्षसाला आवरण्यासाठीच तर टीव्हीचा खुराक दिवसभर चालू असे- तीस-तीस चॅनेल्सवर; पण या खुराकातही आजकाल चव नव्हती राहिली. स्वतःचीच टिमकी वाजवत सरकारनं काढलेले कार्यक्रम! चोथा होऊन गेला होता नुसता!

परत झोपावं हेच उत्तम! या अशा आडवेळी जाग आली की, हीच मोठी पंचाईत असते. चटकन परत झोप लागत नाही. तिची बरीच आळवणी करावी लागते. निश्चयानं कूस बदलून कावेरीबाईंनी निद्रादेवीची आराधना सुरू केली. झोप लागणार तोच आपल्याला जाग का आली होती याचं कारण त्यांना आठवलं. त्या लख्ख जाग्या झाल्या.

आज चंदूचा वाढदिवस होता- बारावा!

ठसठसणारं गळू फुटून नासकं रक्त वाहत सुटावं तसं झालं होतं. मघापासून अस्वस्थ का वाटत होतं ते समजलं होतं. खरं म्हणजे पाच-सहा महिन्यांपूर्वी शिरस्त्यानुसार चंदूच्या परीक्षेच्या अपॉइंटमेंटबद्दलची नोटीस आली होती तेव्हापासूनच कावेरीबाई अस्वस्थ झाल्या होत्या. त्यांच्या मनाची घालमेल चालू होती; पण अवघड जागेच्या दुखण्यासारखी त्याबाबत कुठं बोलायची चोरी. चंदूला तर आपल्या मनातल्या या कुतरओढीचा थांगपत्ताच लागू दिला नव्हता त्यांनी. विनाकारण कोमेजलं असतं पोर! केशवरावांकडे एक-दोन वेळा विषय काढायचा प्रयत्न त्यांनी केला; पण त्यांनी थोडंफार चिडूनच त्यांना उडवून लावलं होतं. कदाचित त्यांनाही आपल्यासारखीच हुरहूर लागली असावी; पण काही झालं तरी ते पडले पुरुष! मनाचं दुःख मनातच रिचवणारे. कावेरीबाईंनी परतपरत त्यांना टोचावं आणि या दाबून ठेवलेल्या नागाला फणा काढू द्यावा हे त्यांना पसंत नसावं. काही असो; त्यामुळे स्वतःच्याच मनाला या कसरीनं कुरतडत राहू देण्यापलीकडे कावेरीबाईंना पर्यायच उरला नाही; पण कापल्या गेलेल्या धमनीतून उसळणाऱ्या रक्तासारख्या पुनःपुन्हा उफाळून वर येणाऱ्या मनातल्या हुरहुरीला आवर घालावा कसा?

आता झोप येणं शक्यच नव्हतं. उठावं का? पण नको. आपण जागे झाल्याची चाहूल लागून जर केशवरावांची झोप चाळवली तर ते चिडचिडत राहणार होते. आज चंदूचा वाढदिवस होता. आज तरी दिवसाची सुरुवात अशी व्हायला नको होती. उजाडणाऱ्या दिवसाची वाट पाहत, अस्वस्थपणे चुळबुळत त्या तशाच पडून राहिल्या; पण वरवर येणाऱ्या दिवसाबरोबरच त्यांची चुळबूळ वाढत गेली.

ब्रेकफास्टच्या वेळी तर त्यांना राहवलंच नाही. समोर चंदू आहे याची जाणीव असूनही त्यांनी चंदूच्या परीक्षेविषयीचं बोलणं सुरू केलंच; पण केशवरावांनी त्यांना फटकारलं.

"तू नको त्याची काळजी करूस! होईल सगळं काही ठीक," प्रयत्नपूर्वक आपल्या उद्वेगाला आवर घालत ते म्हणाले.

क्षणभर कोणीच काही बोलले नाही.

चंदूचं आपल्या बोलण्याकडे लक्ष नसावं असं समजून कावेरीबाई समाधानाचा सुस्कारा सोडणार तोच हातातला काटा खाली ठेवत चंदूनं विचारलंच, "कसली परीक्षा?"

चारचौघांसारखाच दिसणारा असला तरी चंदूच्या डोळ्यांतली हुशारीची चमक लपून राहत नसे. कोणतीही गोष्ट तशी त्याला चटकन समजे, पटकन आकलन होई आणि असं झालं की, त्याच्या डोळ्यांतली ती चमक प्रखर होई. आत्ताही तसंच झालं होतं. तो बोलत नसला तरी त्या ब्रेकफास्ट टेबलाभोवती कसल्यातरी विचित्र टेन्शननं आपलं जाळं ताणून धरलं आहे याची त्याला पुरेपूर जाणीव झाली होती. साधीच वाक्यं उच्चारणाऱ्या बाबांच्या बोलण्यातली धार त्याला स्पर्शून गेली होती. वाहू पाहणाऱ्या पाण्याला आवरून धरणाऱ्या आईच्या डोळ्यांतली मुकी वेदना त्याच्याही काळजात करुण सूर उमटवून गेली होती.

या सर्वांचं कारण मात्र त्याला समजलं नव्हतं. आजचा दिवस कसा मजेत जाईल, अशी अपेक्षा ठेवूनच काल रात्री तो झोपी गेला होता. आजचा आपला वाढदिवस नेहमीसारखाच हसतखेळत, मौजमजेत जायला हवा होता. कोकिळेच्या सुस्वर कुजनानं ज्याची सुरुवात व्हावी असा हा दिवस कावळ्याच्या कर्कश ओरडीनं उजाडू पाहत होता. पिकलेल्या आंब्याच्या मुशीत धगधगून लाल बनलेल्या सोन्यासारख्या रंगाला भुलून त्यात दात रोवावे आणि आपल्या नासक्या कडवटपणानं तोंडाची चव घालवून टाकावी तसं होऊ पाहत होतं.

''कसली परीक्षा?'' त्यानं पुन्हा विचारलं.

त्याची दृष्टी चुकवत कावेरीबाईंनी खाली टेबलाकडे एकाग्र नजर लावली. जणू त्याच्या बोलण्यापेक्षा त्या निर्जीव, जुनाट मळक्या टेबलक्लॉथमध्ये काहीतरी जास्त इंटरेस्टिंग होतं.

''आहे झालं एक प्रकारची सरकारी परीक्षा. इंटेलिजन्स टेस्ट. कोणतंही मूल बारा वर्षांचं झालं की सरकार ही परीक्षा घेतं. सगळ्यांचीच. त्यात काळजी करण्यासारखं काही नाही माझ्या राजा,'' त्या म्हणाल्या; पण त्यांचा स्वतःचाच आपल्या बोलण्यावर विश्वास नाही हे चेहऱ्यावरचं उसनं हसू लपवू शकलं नाही.

म्हणूनच असावं कदाचित, कारण चंदूनं परत विचारलंच, ''टेस्ट? म्हणजे शाळेत घेतात तशी?''

''हो, तसलीच. जवळजवळ तशाच प्रकारची. पुढच्या आठवड्यात आहे तुझी; तेव्हा समजेलच.'' केशवरावांनी हा विषय संपावा हे सुचवणाऱ्या सुरात म्हटलं, ''तुझी सगळी कॉमिक्स वाचून झाली? असली तरी परत वाच एखादं. नाहीतरी एवढी ठेवलीत ती काय नुसती अडगळ म्हणून?''

नाइलाजानं उठत चंदू मग आपल्या कोपऱ्यात गेला. भिंतीतला बुक टीव्ही चालू करून कोणतं कॉमिक्स उघडावं याचा विचार करत असतानाच त्यातला त्याचा इंटरेस्ट संपला. खटकन परत बटण दाबून त्यानं बुक टीव्ही बंद केला आणि खिडकीजवळ जाऊन बाहेर नजर लावली.

ढग भरून आले होते. काळोख दाटला होता. वारा साफ पडला होता हे खिडकीच्या बाहेरच्या कठड्यावर ठेवलेल्या सिन्थेटिक झाडाच्या न हलणाऱ्या पानांवरून सहज समजत होतं. वातावरण कसं कुचंबल्यासारखं झालं होतं!

"आजच नेमकी या पावसानं का वर्दी लावावी?" मनातला वांझोटा राग हवामानावर काढत चंदू बोलला, अन् मग बाबांना बोलतं करण्यासाठी म्हणून त्यानं विचारलं, "हा पाऊस का पडतो बाबा?"

केशवराव आधीच वैतागले होते. त्यात या चंदूचे भलतेसलते प्रश्न. पोराच्या डोक्यात कसलेकसले नसते विचार येतात, काही कळत नाही. शिवाय त्याचे प्रश्नही असतात भारीच अवखळ. आताचेच पाहा ना. पाऊस का पडतो म्हणे!

"का म्हणजे? पडतो, पडायला हवा म्हणून पडतो. तू म्हणजे..." इतक्यात त्यांना एक उत्तर सुचलं. त्याबरोबर उल्हसित होत ते चंदूला म्हणाले, "अरे, त्यामुळे गवत ना, हिरवंगार बनतं..."

"छट् ! गवत तर सरकारी पॉलिग्रास फॅक्टरीत तयार करतात. त्याला कुठं पाऊस लागतो?"

"हो, हो. खरं आहे. फॅक्टरीतच होतं तयार. माहीत आहे की तुला सारं. हंऽऽ."

सुटकेचा निःश्वास टाकत केशवरावांनी परत सरकारी वर्तमानपत्रात तोंड खुपसलं. सरकारच्या धोरणांमुळे उत्पादनवाढ होऊन किमती कशा घसरत आहेत आणि त्यामुळे सुबत्ता कशी येत आहे यावरचा अग्रलेख वाचावयास त्यांनी सुरुवात केली.

पण चंदूला तेवढ्यात पुन्हा एक प्रश्न पडला. त्यानं तो विचारलाच,

"हे गवत तरी हिरवंच का असतं बाबा?"

"तुझं म्हणजे चंदू, नको तिथं डोकं धावतं. आता हिरवं का म्हणजे? हिरवं नाही तर काय तांबडं असायला हवं गवत? उद्या विचारशील आकाश निळं का म्हणून? नसत्या चांभारचौकशा!"

केशवराव त्याच्यावर खेकसलेच; पण लगोलग त्याबद्दल त्यांचं त्यांनाच वाईट वाटलं. त्या कुंद वातावरणानं त्यांच्याही मनावर दडपण आणलं होतं.

दुपारी मात्र थोडीशी उघडीप झाली. तोवर सकाळचा अवघड ताणही सर्वजण विसरले होते. चंदू वाढदिवसाच्या प्रेझेंट्सची रंगीबेरंगी पॅकेट्स उघडत होता आणि आतील तऱ्हेतऱ्हेच्या भेटी पाहून हरखून जात होता. त्या भरात त्यानं आईला चक्क आपला मुका घेऊ दिला होता आणि केशवरावांना आपल्याला कवेत घेऊ दिलं होतं.

भिंतीतल्या किचनमधून येणाऱ्या केकचा दरवळ जिभेला पाणी आणत होता.

आईही तोंड धुऊन पावडर लावून फ्रेश झाली होती. नव्या कपड्यांत चंदूही वेगळाच भासत होता. त्यातच आईनं घरीच गाईच्या दुधाचं आइस्क्रीम केलं होतं. स्तनांच्या कर्करोगाच्या पेशी आणि निरोगी स्तनांतील दूधपेशी यांचा संकर करून केलेल्या हायब्रिडोमापासून मानवी दूध तयार करणाऱ्या फॅक्टरीज आल्यापासून गाईचं दूध दुर्मिळ झालं होतं; पण चंदूला ते आवडतं म्हणून आईनं आज मुद्दाम ते मिळवून आइस्क्रीम केलं होतं.

आइस्क्रीम जिभेवर ठेवून त्याची चव घोळवत घोळवत चंदू परत खिडकीजवळ गेला, तो सूर्य ढगांचा काळाभोर बुरखा फाडून बाहेर डोकावू पाहत होता. ते पाहताच चंदूला राहवलं नाही.

"हा सूर्य आपल्यापासून किती लांब आहे हो?" त्यानं परत विचारलंच.

जड खाण्यानं केशवरावांच्या अंगावरही सुस्ती आली होती; त्यामुळे या भलत्याच कठीण प्रश्नानंही त्यांना चीड आली नाही. उडवाउडवी करत ते म्हणाले, "असेल काहीतरी शंभरहजार, दहाहजार किलोमीटर. हं, आइस्क्रीम घे ना आणखी."

आइस्क्रीम बाकी होतंच तसं छान! टॉप टेस्ट! चंदूही मग बाकी सारं विसरला. सकाळी विषय निघालेल्या परीक्षेचंही तो विसरून गेला.

परीक्षेच्या दिवशी सकाळी ब्रेकफास्ट घेताना चंदूला परत आईचे डोळे भरून आल्यासारखे वाटले. तिच्या कपाळावर परत नव्यानं चिंतेचं जाळं विणल्यासारखं वाटून गेलं. बाबाही नेहमीपेक्षा जरा जास्तच गंभीर झाल्यासारखे वाटले. त्यांचा आवाजही जरासा जड वाटला.

"मग काय चंदू, जायचं ना? आज दुपारीच परीक्षा आहे तुझी. बोलावलंय आपल्याला. लक्षात आहे ना?"

"आहे ना; पण माझी तशी तयारी..."

"हॅट! त्याची कसली आलीय तयारी? सगळं काही ठीक होईल. अरे, दररोज हजारो मुलं देतात ही परीक्षा. आज तुझ्याबरोबरही कितीतरीजण असतील. तू किती हुशार आहेस एवढंच शोधून काढायचं असतं सरकारला. दॅट्स ऑल! आहे काय अन् नाही काय!"

"हात्तिच्या, एवढंच ना? मग घाबरत नाही हा पठ्ठ्या! शाळेत तर पोत्यांनी मार्क मिळतातच की मला!"

"ते खरंय; पण हे थोडं वेगळं आहे. म्हणजे काय... ही एक स्पेशल टेस्ट आहे. ती घेण्यापूर्वी ना, तुला काहीतरी प्यायला देतील."

"प्यायला? काय? पाणी की कोला?"

"असतं कसलं तरी पेय. ते घेतलं ना, म्हणजे माणूस सगळी खरीखरी उत्तरं देतो."

"आं?"

"म्हणजे तू एरवी खोटं बोलतोस असं नाही रे," त्याच्या पाठीवर थोपटत घाईघाईनं केशवराव म्हणाले, "पण हे ड्रिंक घेतलं ना की, तशी खात्रीच होते त्यांची आणि चव काय मस्त असते! आंब्यासारखी! आवडेल तुला!"

"हो ना! नक्कीच आवडेल." चंदू उत्साहानं म्हणाला खरा- पण त्या क्षणी प्रथमच कोणत्यातरी अनामिक भीतीनं त्याच्या मनात प्रवेश केला होता. बाबा सांगताहेत ते खरंच आहे की... मनातल्या चुकचुकणाऱ्या पालीचा आवाज बंद करण्यासाठी त्यानं कावेरीबाईंकडे पाहिलं; पण तोवर कसोशीचा प्रयत्न करून कावेरीबाईंनी चेहऱ्यावरचं चिंतेचं सावट बाजूला सारत प्रसन्न स्मित आणलं होतं. चंदूला त्या वेळी आठवडाभरापूर्वी पाहिलेल्या ढगांआडून डोकावणाऱ्या सूर्याची आठवण झाली.

"उगीच काळजी नको करूस राजा, सगळं काही ठीक होईल."

"मग शंका आहे की काय?" त्यांना पाठिंबा देत केशवरावही बोलले, "अरे, सारा पंधरा-वीस मिनिटांचा मामला. त्यांनी दिलेला पेला ओठी लावायचा, त्यांच्या मोजक्या प्रश्नांना उत्तरं द्यायची. काही उत्तरं नाही आली तरी बिघडत नाही. ते समजून घेतात. बस्स! तिथून परत आलो ना संध्याकाळी की, मग आपण सेलिब्रेट करू तुझा रिझल्ट, काय? खूश ना चंद्या?"

"ऑफ कोर्स! मज्जा येणार बाबा!" जाण्यासाठी उठत चंदू बोलला.

शिक्षण खात्याची ती सरकारी इमारत कोणाचीही छाती दडपून टाकणारी होती. चंदू आज प्रथमच तिथं येत होता. इमारतीची उंची, समोरचे ते सरळसोट वर गेलेले संगमरवरी खांब, भव्य कमानी आणि त्यावर कोरलेल्या नक्षीमध्ये कशिदा केल्यासारखी काढलेली सुभाषितं पाहून चंदूही आपला अवखळपणा विसरला. केशवरावांचं बोट त्यानं घट्ट पकडलं आणि पावलांचा आवाज न करता समोरचं प्रशस्त दालन ओलांडत पलीकडच्या लिफ्टसमोर ते उभे राहिले.

त्याबरोबर जणू त्यांचीच वाट पाहत असल्यासारखी समोरची लिफ्ट निःशब्दपणे उघडली. ते आत शिरताच तितक्याच मूकपणे बंद झाली. ती थांबली थेट त्र्याऐंशीव्या मजल्यावर! ते बाहेर पडताच समोर एक हिरव्या रंगाचा बाण पेटला; पुढे पुढे सरकू लागला. त्याचा मागोवा घेत ते रूम नं. ८३०४ मध्ये पोहोचले. सरकारी युनिफार्म घातलेला एक गोरटेला तरुण तिथं बसलेलाच होता. केशवरावांनी नाव सांगताच त्यानं हातातल्या लिस्टमध्ये ते असल्याची खात्री करून घेतली आणि त्यांना आतल्या दालनात प्रवेश करण्यास परवानगी दिली.

आत शिरल्याबरोबर का कोण जाणे; पण चंदूच्या अंगावर शहारे आले. मागे एकदा तो टॉन्सिलच्या ऑपरेशनसाठी हॉस्पिटलात गेला असताना ऑपरेशन थिएटरमध्ये

शिरताना त्याच्या अंगावर असेच शहारे आले होते. त्याचीही तेवढ्यात त्याला आठवण होऊन गेली.

त्याच्यासारखी बरीच मुलं आपापल्या वडिलांबरोबर आली होती. त्या सगळ्यांनाच बाहेरच्या त्या तरुणासारखाच पोशाख केलेली एक जाडजूड मध्यमवयीन बाई कसलेसे फॉर्म देत होती. तिचा चेहरा बाहेरच्या त्या संगमरवरी पुतळ्यासारखाच होता; थंड आणि निर्विकार! नाही म्हणायला खालच्या ओठांवर दाबून बसलेला तिचा पुढे आलेला दात अधूनमधून चमकून जाई - खसकन उघडणाऱ्या चाकूच्या पात्यासारखा.

तिनं दिलेला फॉर्म केशवरावांनी घेतला. त्यात हवी असलेली सर्व माहिती भरली आणि परत त्या बाईला दिला.

"आता झालंच," चंदूला ते म्हणाले, "थोड्या वेळानंतर तुला बोलावलं जाईल. तुझं नाव घेतलं ना की, त्या तिकडच्या हिरवा पडदा असलेल्या दारातून पलीकडच्या खोलीत जायचंस तू. तिथं कोणीतरी असेलच तुला पुढच्या सूचना द्यायला."

त्यांचं हे बोलून संपतंय तोच न दिसणाऱ्या लाउड स्पीकरमधून पहिल्या मुलाचं नाव पुकारलं गेलं आणि मोठ्या प्रयासानं आपला हात वडिलांच्या हातातून सोडवून घेत तो मुलगा पुढं निघाला. पुनःपुन्हा वळूनवळून तो आपल्या वडिलांकडे पाहत होता. त्याचे वडीलही कोणत्याही क्षणी उठून त्याच्या मागं जातील की काय, असं वाटत होतं; पण बसल्या खुर्चीच्या हातांना घट्ट पकडून ठेवत त्यांनी स्वतःला बांधून घेतलं होतं.

साधारण सव्वाअकराच्या सुमाराला चंदूचं नाव पुकारलं गेलं. चंदू जाण्यासाठी उठला.

"बेस्ट ऑफ लक चंद्या!" केशवराव म्हणाले. त्याच्या नजरेला नजर देण्याचं मात्र त्यांनी टाळलं, "तुझं संपलं की, तुला घ्यायला मी परत येईन हं."

दारावरचा पडदा बाजूला सारून चंदूनं खोलीत पाऊल टाकलं. कोणत्यातरी गुहेत शिरल्यासारखं त्याला वाटलं. आतला प्रकाश मंदच होता. धुकं पसरल्यासारखं वाटत होतं; त्यामुळेच समोरच्या टेबलापाशी खरोखरच कोणी बसलंय की आपल्याला नुसता भासच होतोय याची त्याला खात्री पटेना.

तेवढ्यात त्या समोरच्या धूसर वाटणाऱ्या व्यक्तीचे ओठ हलल्यासारखे वाटले आणि कानांवर मोरपीस फिरविल्यासारखा अतिशय मृदू आवाज आला,

"ये. बैस इथं या स्टुलावर."

चंदू भारावल्यासारखा पुढे होत त्या स्टुलावर बसला.

"नाव काय म्हणालास तुझं? चंद्रकांत खानोलकर ना?"

"हो. चंद्रकांत केशव खानोलकर."

"गुड बॉय! आणि तुझा कॉम्प्युटर नंबर?"

"४०० १५३ ७९२."

"करेक्ट! तर मग हे पटकन पिऊन टाक पाहू. गुड बॉय!"

त्यानं पुढं केलेला पेपरकप हातात घेत चंदूनं त्यात निरखून पाहिलं. मिल्कशेकसारखं दिसत होतं ते पेय. तोंडाला लावत चंदूनं ते गटागट पिऊन टाकलं. चव तशी वाईट नव्हती. मात्र, बाबांनी सांगितलेल्या आंब्याच्या चवीचा मात्र पत्ता नव्हता.

रिकामा कप परत मिळताच समोरचा तो माणूस तिथं असल्याचं जणू चंदू विसरून गेला. चंदूच्या डोळ्यांवर झापड येऊ लागली. थोड्या वेळानं हातावरच्या घड्याळात गजर होताच तो समोरचा माणूस उठला. चंदूच्या अगदी पुढ्यात येऊन उभा राहिला. त्याच्या हातात डॉक्टर वापरतात तसला पेनच्या आकाराचा टॉर्च होता. तो वापरत त्याचा प्रकाश चंदूच्या डोळ्यांत खुपसत त्यानं चंदूची पाहणी केली आणि मग स्वतःचं समाधान झाल्यासारखी मान हलवत त्याला हात धरून उठवलं.

"हं, चल माझ्याबरोबर."

त्याचा हात धरूनच त्यानं चंदूला आणखी पलीकडे असलेल्या दुसऱ्या एका खोलीत नेलं. इथं तसा प्रकाश जरा बरा होता. त्या उजेडात समोरचा अनेक डायल्स, पॉइंटर्स, बटणं आणि दिवे असलेला भला मोठा कॉम्प्युटर पिंजऱ्यातल्या वाघासारखा गुरगुरत असलेला त्याला दिसला- स्वप्नात पाहिल्यासारखा. त्याच्या समोर असलेल्या खुर्चीत त्या माणसानं चंदूला बसवलं आणि समोरचा मायक्रोफोन चंदूच्या तोंडापुढं ॲडजेस्ट करीत तो म्हणाला,

"घाबरायचं नाही हं चंदू. रिलॅक्स हो आता. हा कॉम्प्युटर ना, तुला काही प्रश्न विचारेल. त्यांची उत्तरं दे तू या मायक्रोफोनपाशी तोंड नेऊन. बस्स! पुढचं सगळं काम मग हा कॉम्प्युटरच करेल. तुझी तयारी झाली की नुसतं 'रेडी' म्हण म्हणजे कॉम्प्युटर प्रश्न विचारायला सुरुवात करेल. समजलं ना?"

"हो, नीट समजलं."

"गुड बॉय! तर चालू दे तुझं," त्याच्या पाठीवर हलकेच थोपटत तो चटकन निघूनसुद्धा गेला.

"रेडी!" चंदू म्हणाला.

त्याबरोबर समोर चार-दोन दिवे एकदम पेटले. समोरच्या त्या वाघानं एक गुदमरलेली डरकाळी फोडली आणि समुद्राच्या गाजेसारख्या घनगंभीर आवाजात कोणीतरी विचारलं,

"हं. मी सांगतो त्या सिक्वेन्समधल्या पुढच्या तीन संख्या सांग. एक, दोन, तीन, चार..."

शून्यात पाहत केशवराव आणि कावेरीबाई दोघं बसून होते, कोणीच काही बोलत नव्हते. जराशा आवाजानंही दोघे दचकत होती.

चार वाजून गेल्यावर एकदम समोरच्या फोनची घंटा वाजली. त्या आवाजानं दोघंही खुर्चीतून उडालेच. कावेरीबाईंनी फोनकडे झेप घेण्याचा प्रयत्न केला; पण केशवरावांनी तेवढ्याच चपळाईनं फोन घेतला.

"मिस्टर केशव खानोलकर?"

पलीकडचा आवाज मोजकेच शब्द बोलणारा आणि जरब बसवणारा होता.

"हो, हो, मीच. केशव खानोलकर. बोला... बोला..."

"चंद्रकांत खानोलकर?"

"हो, माझाच मुलगा. काय झालं त्याच्या..."

"कॉम्प्युटर नंबर ४०० १५३ ७९२?" संपूर्ण खात्री झाल्याशिवाय पलीकडचा आवाज इतर काही बोलायला तयार नव्हता.

"तोच, हो, तोच. सांगा ना... चंदूची परीक्षा..."

"मी गव्हर्नमेंट एज्युकेशनल सर्व्हिसकडून बोलतोय. तुमच्या मुलाची आज परीक्षा झाली. मला सांगायला वाईट वाटते की, नवीन राज्यघटनेच्या कलम तीनशे सतरा- उपकलम पाच- संशोधित उपकलम पाच ब प्रमाणे ठरवून दिलेल्या बुद्धिमत्तेच्या प्रमाणापेक्षा, इंटेलिजन्स कोशन्टपेक्षा तुमच्या मुलाची बुद्धिमत्ता जास्त असलेली आढळली."

पलीकडे असलेल्या कावेरीबाईंनी हंबरडा फोडला. फोनवरचं संभाषण त्यांना ऐकू येत नव्हतं- पण त्याची जरुरी नव्हती. केशवरावांच्या चेहऱ्यावरचे भाव त्यांना सर्व काही सांगून गेले.

"५७७-१२१२ या नंबरवर पुढच्या अर्ध्या तासात फोन करून कळवायला हवं. तुम्ही- प्रेतावर सर्वधर्मसमभावी अंत्यसंस्कार सरकारनं करावयाचे की तुम्ही खासगी धार्मिक संस्कार करू इच्छिता ते. सरकारी अंत्यसंस्काराची फी माफक म्हणजे केवळ पाच रुपये आहे हे माहीत असेलच तुम्हाला."

मायाबाजार

त्याच्या इच्छेविरुद्ध मनोजची नजर खिडकीबाहेर जाते. लोहचुंबकानं आपल्याकडे ओढून घेतलेल्या लोखंडाच्या तुकड्यासारखी. दृष्टी वळण्यापूर्वीच काय दिसणार याची कल्पना त्याला आलेली असते. आकाशातून पडणाऱ्या उल्केनं पडतापडता जोरानं चमकून डोळ्यांवर दिपवता आघात करावा तशी ती नारिंगी-जांभळ्या रंगाची गाडी आपल्या फायबरटॉप छतातून परावर्तित होणाऱ्या सूर्याच्या किरणांचे झगमगते भाले त्याच्या डोळ्यांत खुपसून, सुळकन वळून पलीकडच्या कोपऱ्यावरून नाहीशी होते. हुलकावण्या देणारी चमचमती मासोळीच जणू! मासोळी! छे, मत्स्यकन्याच! हो, मत्स्यकन्याच! त्या गाडीचे स्टिअरिंग व्हील हातातच घेऊन बसलेली.

मत्स्यकन्या! भडवी!!

मस्तकात उठलेली चमक झिणझिण्या आल्याशिवाय जाणार नव्हती. मनोज हातातल्या पेयाचा एक भला मोठा घुटका घेतो; पण तो घोट घशाखाली उतरण्यापूर्वी जिभेवरची कडवट, काटेरी, खरखर त्यात मिसळते. चमक आणखीच वाढते. शिवी हासडत मनोज पलीकडच्या बाटलीवरचं लेबल पाहतो.

मोसंबीच असते ती! खास सरकारी कारखान्यात बनविलेली. पेट्रोल, दूध, पाणी यांपेक्षाही स्वस्त असणारी.

छ्या! या मोसंबीतही काही दम नाही राहिला. साली किकच येत नाही!

उद्याच पत्र लिहिलं पाहिजे. मिनिस्ट्री ऑफ मॉब सायकॉलॉजीला. प्रॉडक्ट इन्इफेक्टिव्ह होत चाललंय. मिनिस्ट्री खडबडून जागी होईल. व्हायलाच हवी आणि ती झाली की सरकार! सरकार? छे शासन! काय समर्पक शब्द आहे. अगदी चपखल, परफेक्ट फिट. स्तनांना घट्ट आवळून बसणाऱ्या ब्रासारखा!

मिनिस्ट्रीची नुसती आठवण झाली की, मस्तकात परत कळ उठते. त्यातही

त्या मिनिस्टरची आठवण. त्याचे विचार. हे विचार कसले? भरपेट गांजाच्या तारेत असलेल्या त्याच्या सडक्या मेंदूची ही लडबडती कसरत. स्वतःचं बूड स्थिर करण्यासाठी जिवाच्या आकांतानं केलेली खटपट.

लोकांच्या भुका प्रथम भागवायला हव्यात; पण पोटाची भूक भागवायला पुरेसा भात, भाजी, चपाती आहेच कुठं? मग ती भूक मारा! इतर भुका, तहाना... त्या पेटवा आणि यथेच्छ भागवा. मोसंबी खुली करा, उद्या-परवा घराघरांतल्या नळांमधून ती वाहू द्या. पोटात भडकलेली आग डोक्यात शिरते ना? तोडफोड करण्याची खुमखुमी येते ना? स्टेडियममध्ये दर संध्याकाळी दंगली भरवा. हो-हो दंगली! कुस्त्यांच्या नव्हे, दंगलींच्या दंगली! कोणीही यावे खून करूनी जावे! बळी द्यायला बरीच आबादी आहे. मात्र, फक्त स्टेडियममध्येच! तलवारी, पिस्तुलं सरकारी खर्चानं पुरवण्यात येतील.

पण या भुकांची हीच तर मोठी गंमत असते. त्या कधी शमतच नाहीत, वाढतच जातात. त्यांच्या कक्षा रुंदावतात आणि मग- मग त्यात माझ्यासारख्याचा बळी पडतो. माझा- या मनोज दिवाणचा आणि त्याच्या बायकोचा!

बायको! बायको कुठली, रांड साली! बाजारबसवी! दीडदमडीची येसवा!

बायको? कसली जुनीपुराणी, आउटडेटेड कल्पना उराशी बाळगताय मिस्टर! बायको म्हटली की, त्याला खासगी मालमत्तेचा वास येतो ते उपयोगी नाही. या २००५ सालात काहीही खासगी असता कामा नये. ती पब्लिक प्रॉपर्टी बनली पाहिजे. बहुजन समाजाला ती मिळायला हवी. सगळ्या समाजाची झाली पायजेल, हाय!

मनोज पेला ओठाला लावतो आणि एका दमात खाली करतो.

त्याच तिडकीत बाटली परत पेल्यात धडाधडा ओततो. मोसंबी फसफसते. त्या फेसातून वर येण्यासाठी धडपडणाऱ्या बुडबुड्यांप्रमाणे रागानं फेसाळत्या मेंदूतून बाहेर पडण्यासाठी आठवणी धडपडतात.

कुठून बरं सुरुवात झाली या सगळ्याला?

तसं म्हटलं तर अप्सरेचं मायावी रूप घेऊन माया जन्माला आली तेव्हाच सुरुवात झाली. जरूर असं रूप लेऊन यावं; पण मग माझ्यासारख्या दरिद्री, रॉकेट इंजिनिअरच्या गळ्यात कशाला पडावं? उत्तम शिक्षण असेल, उत्तम कर्तृत्व असेल, सगळ्यात ॲडव्हान्स्ड टेक्नॉलॉजी असेल; पण संप करता येतात? मागण्यांसाठी दंगे-धोपे करता येतात? लूटमार? जाळपोळ? नाही? मग जादा पगार कशासाठी द्यायचा तुम्हाला? ही प्रतिउर्वशी लाभलीय तुम्हाला तेच नशीब समजा!

नशीब की दुर्दैव?

आता तसं वाटून काय उपयोग? नशीब फळफळलं म्हणून सुरुवातीला कोण हुरळलो होतो! पुढं काय वाढून ठेवलंय हे सुरुवातीला कळलंच नव्हतं.

सुरुवातीला कधीच काही कळत नाही.

म्हणूनच मायानं आपल्या गळ्यात माळ घातली याचा सुरुवातीला केवढा अभिमान वाटला होता. तिला कवेत घेऊन फिरायला जाताना रस्त्यावरच्या इतरांनी पुनःपुन्हा वळूनवळून तिच्याकडे पाहिल्यावर काळजाला कोण गुदगुल्या होत होत्या! तिच्या विरोधाला न जुमानता, तिच्या कमरेभोवती हात अधिकच घट्ट करून तिला जवळ ओढताना नसानसांतून कशा फुलबाज्या उडत होत्या!

आणि म्हणूनच तिचं हे सौंदर्य अधिक खुलून दिसावं म्हणून आपणच ना तिला अधिक चांगले, अधिक फॅशनेबल कपडे करायला लावले? साडी कमरेखाली नेसायला लावली. स्लीव्हलेस ब्लाउज, बॅकलेस ब्लाउज घालायला लावले. केसांचे मिनार उभे करायला शिकवलं. ओठांना लिपस्टिकच्या मैफिलीत बसवलं. पायांतल्या जोडव्यांचा ताल हाय हिलवर धरायला लावला.

तीच आपली पहिली चूक झाली!

चूक कशी? तिचं सौंदर्य अधिक खुलावं अशीच कल्पना होती ना त्यात?

पण ती कल्पना तरी स्वतःची कुठं होती? तोही एक मॉब सायकॉलॉजीचा प्रकार. मिनिस्ट्रीनं दिवस-रात्र तुमच्या कानीकपाळी ओरडून सांगितल्यामुळे मेंदूत घट्ट रुतून बसलेला विचार!

म्हणून तर आपण तेवढ्यावरच थांबलो नाही. तिला डान्स करायला शिकवलं फ्री, सोशल व्हायला लावलं. पार्ट्यांमध्ये हसायला-खिदळायला, ड्रिंक्स घ्यायला शिकवलं.

अशाच एका पार्टीत रणधीर सैगलची नजर तिच्यावर गेली आणि त्यानं बसल्या बैठकीत ऑफर दिली आपल्याला!

तो पहिला ब्रेक मिळाला.

ब्रेक मिळाला की तोपर्यंत सुरळीत, संथ, सुखी असलेल्या आयुष्याला एकदम ब्रेक लागला?

कारण त्यानंतर सगळा तोलच बिघडून गेला. पारड्यांची पार उलथापालथ झाली. बॅलन्स स्प्रिंगच सुटून गेली. सुरुवातीला मात्र ते कळलं नाही.

सुरुवातीला कधीच काही कळत नाही.

एका रात्रीत सौ. माया दिवाणची नुसतीच माया दिवाण झाली. सिनेजगताची अनभिषिक्त सम्राज्ञी. पावलापावलागणिक हजारो दिलांचे कोट्यवधी तुकडे करत जाणारी रसिकांची लाडकी लैला! मिस् सेक्सी इंडिया २००५!

सुरुवातीला सेटवर भलत्याच, टिक्करफुक्या कोणाच्या तरी मिठीत तिला

पाहिलं की, काळजात कळ उठे. मायालाही क्रेडिट द्यायला हवं. तीही त्या मिठीत अंगावर शेण पडल्यासारखी अवघडून उभी राही. घरी आल्यावर घासघासून अंघोळ करीत बसे.

पण मग डोळ्यांवर जाडजाड हिरवी, कागदी झापडं बसू लागली. तशी याची तिला सवय झाली. झापडं नुसती डोळ्यांवरच नव्हे. स्तुतिपठणाची कानांवर! मानमरातबाची मनावर!

आणि मग इन्व्हिटेशन्स यायला लागली.

उद्घाटनांची, बक्षीस-समारंभाची, फॉरेन डिग्निटरींच्या भेटीची, सरकारी शिष्टमंडळांची! अशातच एका लॉटरीच्या सोडतीलाही बोलावलं गेलं. लकी नंबर काढायला! आणि विजेत्याला बक्षिसाचा चेक द्यायला!

झालेल्या गर्दीनं हॉलची दारं तुटून पडायची पाळी आली.

त्याच वेळी ती कल्पना पुढे आली. तो मिनिस्टर हजर होताच. त्याच्याच किडक्या मेंदूतून निघालेलं असणार ते गांडूळ!

लोकांच्या पोटच्या भुका परत वाढायला लागल्या होत्या. लॉटरीचा खपही घसरला होता. पन्नास-पन्नास लाखांचं पहिलं बक्षीस असूनही सोडतीच्या वेळी तर पाच-पन्नास आशाळभूतांखेरीज कोणी फिरकत नसे. मग आजच एवढा लोंढा कसा? काहीतरी करायला पायजेल! हाय, नवीन शक्कल लढवायला पायजेल हाय!

अन् मग पुढच्याच महिन्याला बक्षिसांचं स्वरूपच बदललं. आता रोख रक्कम नव्हती. काहीच विकत घेऊ न शकणारी ती वांझोटी रोख रक्कम! काय उपयोग तिचा? त्याऐवजी लकी नंबरच्या विजेत्याला एक दिवस सेक्स क्वीन माया दिवाणच्या सहवासात घालवता येणार होता. एक अख्खा दिवस! सकाळी तिच्या घरी तिच्याबरोबर ब्रेकफास्ट, नंतर तिच्या गाडीतून, तिच्याबरोबर शॉपिंग. नंतर फाइव्ह स्टार हॉटेलात स्पेशल लंच, दुपारी खास बॉक्समध्ये बसून तिच्याबरोबर एखादा मदहोश सिनेमा आणि संध्याकाळी जुहूच्या वाळूतून पावलं तरंगवत केलेला फेरफटका. एक अख्खा दिवस माया दिवाण तुमच्यावर कुरबान करणार होती. एक अख्खा दिवस!

पण दिवसच! रात्र मात्र नाही! रात्री माया दिवाण आपल्या घरात, गुबगुबीत पलंगावर, मनोजच्या छातीवर मान टेकून निर्धास्त झोपी जाणार होती.

स्कीम जाहीर झाली मात्र, त्या महिन्याला लॉटरीची तिकिटं ब्लॅकमध्ये विकली गेली. सरकारी खात्यातल्या नोकरांनीच हातोहात ती पळवल्याच्या तक्रारी आल्या. सोडतीच्या दिवशी तर खास लष्करी बंदोबस्त ठेवावा लागला.

लोक पोटच्या भुका विसरले. त्या विसरण्यासाठी एक नवीन भूक त्यांना

मिळाली होती. ती भागवण्याची धुंदी विलक्षण होती; पण या भुकांची हीच तर मोठी गंमत आहे. त्या कधी शमतच नाहीत. वाढतच जातात. त्यांच्या कक्षा रुंदावतात. पुरानं फुगलेल्या, फेसांडत जाणाऱ्या नदीसारख्या त्या बांध फोडून धावू लागतात.

दिवस संपल्यावर माया दिवाणचा निरोप घेणं जड जाऊ लागलं. चौपाटीवर तिनं सहज हातात दिलेल्या हातानं भूक अधिकच चाळवली जाऊ लागली. नुसत्या हाताऐवजी अख्खी माया दिवाण हातांच्या मिठीत यावी असं वाटू लागलं. मनोज दिवाणची मायॉपॉली नजरेत खुपू लागली.

त्याच वेळी ती कल्पना पुढे आली. ही मात्र त्या मिनिस्टरची नक्कीच नव्हती. त्याच्या डोक्यात असलेल्या त्या शेणगोळ्यात तेवढी कुवतच नाही. कोणीतरी आणली खरी! वखवखलेल्या अल्लाउद्दिन खिलजीला नाही का पद्मिनी देववली होती? त्याच्या आरशातल्या प्रतिमेच्या रूपात! तशीच मायाही मिळेल सर्वांना! मायाच्या प्रतिमा तयार करता येतील शेकड्यांनी. हुबेहूब! चालत्याबोलत्या! सर्व मानवी क्रिया पार पाडू शकणाऱ्या! शिकवल्याबरहुकूम, प्रोग्राम केल्याबरहुकूम चालणारे रोबो! अशा खुबीनं बनवलेले की, प्रत्यक्ष मनोज दिवाणलाही संभ्रम पडावा, खरी माया कोणती आणि रोबो कोणता?

आणि मग तिच्या हातात एक स्पेशल गाडी देऊन सोडून देता येईल तिला रस्त्यावर. स्पेशल रंगही देऊ त्या गाडीला. टॅक्सीसारखा! कोणीही यावं, हात करावा त्या टॅक्सीला, चार रुपड्या फेकाव्यात, टॅक्सी जरा आडबाजूला न्यावी आणि माया दिवाणला मागच्या सीटवर खेचून करकचून आवळावी, मनसोक्त घुसळावी. दिवाळी साजरी करावी किंवा शिमगा! आपल्या भुकेनुसार, भूक शमेपर्यंत किंवा परत पेटेपर्यंत!

या रोबो बनविणाऱ्या रोबॉटिक कंपनीची भागी देऊ केली गेली मायाला आणि आपल्याला. शिवाय प्रत्येक नव्या रोबोच्या कमाईतला वाटा.

या हिरव्या कागदी पानांचे कॅरॅक्टरिस्टिक्स काही विचित्रच आहेत. वठलेल्या झाडाला हे हिरवे कागदी कोंब फुटले की, त्याच्या संवेदनाच पार बधिर होऊन जातात. इतक्या पायऱ्या उतरलोच आहोत, आणखी एक उतरली म्हणून काही पार तळाला नाही जात असंच वाटत राहतं.

आणि तेव्हापासून या जांभळ्या-नारिंगी टॅक्सीज गल्लोगल्ली दिसू लागल्या आणि ती चालवत, गिऱ्हाइकांना चाळवत बसणारी माया दिवाण!

माया दिवाण! आपली बायको!

बायको! बायको कुठली? रांड साली! बाजारबसवी, येसवा! चार रुपयांना मिळणारी टॅक्सी!!

कोणीतरी न थांबता डोक्यात एकसारखे घणाघाती घाव घालत होतं. अख्खं दारूगोळ्याचं कोठार भडकून पेटावं तसं झालं होतं. ते शमवायला हवं होतं. काट्यानं काटा काढायला हवा होता; पण पेला रिकामा झाला होता. तो भरणारी पलीकडची बाटलीसुद्धा आता तर भरलेली होती. मग कोणीतरी मुद्दाम रिकामी केलेली दिसतेय जाणूनबुजून. आपल्या सगळ्याच भुका, तहाना मारण्याची मोहीम उघडलीय कोणीतरी!

बाटली फेकून देण्यासाठी उचललेला मनोजचा हात तसाच वरच्या वरच थबकला. हळूच खाली आला- बाटली टेबलावर ठेवत.

समोरून माया येत होती. बाथरूममधून. घनदाट सोनेरी केसांचा मोरपिसारा दिमाखात पसरवत. हातातल्या निळसर ग्लासमधील चकाकत्या पेयाची झळाळी लेऊन. पहाटेच्या दवबिंदूसारखी ताजी, टपोरी टवटवीत!

मनोजची छाती एकदम भरून आली. डोक्यातली आग एकदम विझू लागली.

मायाच्या नजरेतून मात्र त्याच्या समोरची रिकामी बाटली सुटली नाही.

''झालं तुझं पुन्हा सुरू! मनोज, एक दिवस तुझा प्यायल्याशिवाय जात नाही आणि किती पण! दिवसाला दोन-दोन, तीन-तीन बाटल्या लागायला लागल्या तुला!''

नाराजी व्यक्त करतानाही तिचा आवाज बांबूच्या वनातून शीळ घालत येणाऱ्या वाऱ्यासारखा आला.

त्या शीळेनं विझू पाहणाऱ्या आगीवरची राख उडवली गेली. निखारे परत धुमसू लागले.

''मग काय करू? दिवसभर विचाराचे भुंगे डोकं पोखरत राहतात.''

''तेच म्हणते मी! राजा, अरे एवढा फुकाचा विचार करतोसच कशाला? काय कमी आहे आपल्याला? विसरावं सगळं!''

''कसं शक्य आहे? सहज म्हणून बाहेर नजर गेली तरी, त्या मोकाट फिरणाऱ्या जांभळ्या-नारिंगी नागिणी दंश करून जातात आणि ते विष मग अंगभर भिनत जातं. वेड लावून सोडतं.''

''अरे पण-''

''त्या गाड्यांमधून गिऱ्हाइकांना डोळा घालत गावभर भटकताना तुला पाहिलं की, आत कुठंतरी तटतटतं. कोणाही हमाल, गवंड्यानं चार दिडक्या फेकाव्यात आणि तुला आपल्या मांडीवर ओढून, नाही नाही ते खेळ खेळावेत; या विचाराचं गिरमीट कोणीतरी फिरवत राहतं सतत! नाही सहन होत हे मला! काय जळतं, कुठं खुपतं, काय सांगू तुला?''

''कळतं रे मला राजा! पण असा कसा वेड्यासारखा वागतोस? अरे मी कुठं

असते त्या गाड्यांमध्ये? माझी मॉडेल्स तर-''

''हो; पण इतकी हुबेहूब! माझा विश्वासच नाही बसत.''

''खरंय! ती इतकी हुबेहूब आहेत म्हणून तर त्या रोबॉटिक कंपनीतली चाळीस टक्के भागी दिली गेलीय आपल्याला! शिवाय प्रत्येक मॉडेलच्या कमाईतला वाटा!

''हो! तो मिळतो म्हणून तर वाटत राहतं की, तूच धंदा करतेस.''

''एवढा मत्सर वाटायला लागला राजाला!'' आपलं ते लोकांना पागल करणारं स्मित करत माया म्हणाली, ''अरे पण खरी मी तर तुझीच आहे, लोकांना मिळतात त्या बाहुल्या. माझं रंगरूप ल्यायलेल्या; पण शेवटी इलेक्ट्रॉनिक बाहुल्याच!''

''पण त्या तरी तुझ्या मापाच्या, तुझ्या रूपाच्या कशाला हव्यात? इतर नट्या नाहीत? ती दक्षिणी नटी जयवरदा. तिची अॅन्ड्रॉइड्स का नाही बनवत? कशी ठासून भरलेली आहे सगळीकडून. अंगाअंगातून वासना वाफाळत बाहेर पडत असते सारखी! छाती पाहिलीस तिची? एकेका हातात नाही मावणार!''

''शी! ती कसली सुंदर? मांसाचे गोळे जागोजागी चिकटवलेलं कोळशाचं पोतं नुसतं! गाभण म्हैसही सुंदर दिसेल तिच्यापुढे.''

आपला प्याला परत भरण्यासाठी माया पुढं वाकली. त्याबरोबर किती सहजपणे तिच्या खांद्यावरचा पदर ओघळून पडला. बाजूच्या टेबललॅम्पचा प्रकाश त्या निळसर प्याल्यामधून जाऊन तिच्या आरस्पानी स्तनांच्या वरच्या भुलावणाऱ्या अर्ध्यावर इंद्रधनुष्याचे रंग दाखवू लागला. प्रेम, माया, वासना यांची तिपेडी नागीण फणा काढून मनोजच्या काळजात धुमाकूळ चालू लागली.

हे नेहमीचंच होतं. असं होई आणि आपल्याला काय म्हणायचंय हे तिच्या बाहुपाशात तो विसरून जाई.

आज असं होऊन चालणार नव्हतं.

डोळे घट्ट मिटून घेऊन मनोज बोलत राहिला.

''ती नको तर ती दुसरी आहे. नीलम कोणीतरी! तिची बनवावी.''

''छे! ते तर पाप्याचं पितर! शिवाय मुद्दा तो नाही मिस्टर दिवाण. माझी ती अॅन्ड्रॉइड मॉडेल्स रस्त्यावरून काढून घेतली तर सरकारदरबारी काय हलकल्लोळ माजेल याची कल्पना आहे तुम्हाला? आणि ती माजली की, आपल्यावर काय प्रसंग गुदरेल याचा विचार केलात का तुम्ही? तुमच्या त्या पगारात तर एका दिवसाचं भागायचं नाही. मी सिनेमात काम करायचं तर कोणाचा हात माझ्या पाठीवर पडला की, तुमच्या तळपायाची आग मस्तकात जाते. मग आता घरबसल्या ही लक्ष्मी चालून आलीय ती लाथाडायला सांगतोस तू मला?''

काय उत्तर देणार यावर? आपल्याजवळ तरी कुठं उत्तर आहे. खरं आहे

मायाचं म्हणणं! आपल्यालाही ते पटतं; पण मग ही डोक्यातली चिघळत राहणारी जखम!

माझ्या बायकोशी खुला शृंगार केला जात असताना मी नुसता मुर्दाडासारखा नोटांचे नंबर तपासत बसून राहू?

माझी बायको! हो, समोर बसलेली माया!

कशी संथ सरोवराच्या पृष्ठभागासारखी नितळ, मुलायम, गोरीपान कांती आहे. लालभडक, ओलसर टपोरे ओठ, त्यांची ती मादक, काळजाचा ठाव घेणारी थरथर. हीच थरथर लोकांना खुळावून सोडत असली पाहिजे. ती थरथर की हिच्या या विचित्र - दोन रंगांच्या दोन डोळ्यांतली ती भिरभिरती पाखरं? एका काळ्या आणि एका घाऱ्या डोळ्यातल्या या भित्र्या चिमण्याच! त्याच तिच्या चेहऱ्यावर तो भाव आणतात. कोणत्याही क्षणी सर्वस्व उधळून देऊ शकेल असं भासवणारी ती निष्पापता, ती निरागसता. तीच लोकांना पिसाट बनवत असावी. उगीच नाही ते हातात चार दिडक्या खुळखुळावत जीव घेऊन धावत सुटत!

"दर दिवसाआड तू हेच आर्ग्युमेंट करत राहतोस अलीकडे! पण त्यातून काही मार्ग निघतोय का? जमाना बदललाय राजा! नवरा, बायको, पत्नीधर्म ही सगळी न चालणारी बाद नाणी झाली आहेत; बद्द वाजणारी! त्यातून खरीखुरी मी तर नाही ना तुला सोडून जात? मग विनाकारण कुढत स्वतःचीच अशी दशा कशाला करून घेतोस? त्यापेक्षा चल, बाहेर जाऊन आपला रंगीत थ्री डायमेन्शनल टी. व्ही, ट्राय व्ही- पाहत बसू. कडक कॉफी आणते पाहिजे तर!'

"नको! अस्वस्थ वाटतंय. दिवसभर इथं राहून हेच घोळवत बसलोय. जरा बाहेर फिरून येतो. मोकळ्या हवेत डोकं तरी उतरेल."

"बरं आहे; पण लवकर ये हं! उशीर नको करूस."

घाईघाईनं उठत मनोज बेडरूममध्ये जातो. तेवढ्या घाईतही बेडरूमच्या दाराला आतून कडी घालयला मात्र तो विसरत नाही. पलीकडची कुलूप लावलेली सूटकेस उघडून त्यातला तो वापरलेला छोटासा गुलाबी मुखवटा काढतो. त्यावरच्या सुरकुत्या हळुवार हातानं साफ करीत काळजीपूर्वक आपल्या चेहऱ्यावर चापूनचोपून बसवतो. मायाच्या मॉडेल्सच्या अंगावरची कातडी मानवी वाटावी म्हणून वापरण्यात येणाऱ्या त्या खास उबदार प्लॅस्टिकपासूनच तो मुखवटा बनवलेला असतो. आपल्या मूळच्या विरळ होत चाललेल्या केसांवर मनोज घनदाट काळ्या केसांचा टोप घालतो. आरशात त्याची दृष्टी जाताच तो हसतो. समोरचा तो अनोळखी चेहराही त्याला प्रतिसाद देतो. भरभर कपडे करत मनोज दाराजवळ पोहोचतो. बाहेर ड्रॉइंग रूममधून ट्राय-व्हीचा आवाज ऐकताच हळूच दार उघडून बाहेर सटकतो. मात्र, त्यापूर्वी न विसरता ते चांदीचं, छोट्याशा लायटरसारखं दिसणारं

इन्स्ट्रुमेंट खिशात टाकतो.

बाहेरच्या धुक्यात काही मिनिटांतच तो विरून जातो. हे धुकं आता मुंबईच्या कायमचंच बोकांडी बसलं आहे. आकाशात नाही नाही ते धूर सोडायचे! मग सूर्य कलला की धुक्याचंच राज्य!

थंडीत तर दिवसादेखील. त्या दिवशीसारखं. माया शूटिंगला गेली होती म्हणून तो असाच भटकत निघाला होता. थंडीचे दिवस म्हणजेच उकडत नव्हतं. दिवसाही भटकायला बरं वाटत होतं आणि अकस्मात त्या धुक्यामधून ती जांभळी-नांरिगी गाडी शेजारी येऊन उभी राहिली होती. निःशब्दपणे उघडणाऱ्या लिफ्टच्या दारासारखी समोरच्या खिडकीची काच सरकली होती आणि समोरची चुडीदार कुडता घातलेली माया डोळा मारत त्याला म्हणाली होती,

"हाय हॅन्डसम! अकेले भटक रहे हो? चले, जरा साथ साथ घूमें। दिल बहलायें। मौसम बडा सुहाना है। और हम भी तो प्यासे है!"

आवाजही तोच होता. बांबूच्या बनातून शीळ घालत येणाऱ्या वाऱ्यासारखा!

मायाचं ते बेशरम रूप पाहून जी सणक आली होती, त्यात खरी माया सेटवर असल्याचं लक्षातच राहिलं नव्हतं. त्याच मायाला जरा आडबाजूला नेऊन मग तुटून पडलो होतो तिच्यावर. जणू कोणत्यातरी समंधानंच आपला ताबा घेतला होता त्या वेळी.

शुद्ध आली तेव्हा निचेष्ट पडलेलं मायाचं कलेवर पायाशी होतं. मुंडकं तुटून हातात आलं होतं. मात्र, रक्ताचा टिपूसही नव्हता कुठं! त्याऐवजी होती इलेक्ट्रिकच्या तारांची भेंडोळीच्या भेंडोळी! आणि त्यात अधूनमधून अडकून पडलेले ट्रॅन्झिस्टर्स, रेझिस्टर्स, कपॅसिटर्स वगैरे-

चमकून आपण हातातल्या त्या मुंडक्याकडे पाहिलं होतं आणि त्या वेळी प्रथमच तो फरक जाणवला होता. प्रथम कारखान्यात ब्ल्यू प्रिंट बनवली गेली त्या वेळी कोणाच्यातरी हातून चूक झाली होती की मुद्दामच तो फरक केला गेला होता कोण जाणे! पण फरक होता. खऱ्या मायाचा डावा डोळा घारा होता आणि उजवा काळा. या मायाचा डावा डोळा काळा होता. आरशातल्या प्रतिमेसारखी प्रतिमाच ती!

आपण काय करून बसलो हे क्षणभर जाणवलंच नाही! जाणवलं तेव्हा मात्र ठसठसणारं गळू फुटल्यासारखं वाटलं. कोंडी फुटली होती. मार्ग दिसला होता. त्या दिवशी फक्त एका जुन्यापुराण्या, चाव्यांच्या जुडग्यात असणाऱ्या पेननाइफचाच वापर केला गेला होता; पण दुसऱ्याच दिवशी एका छोट्या लायटरसारख्या दिसणाऱ्या चांदीच्या लेझर वेल्डिंग सेटची खरेदी झाली होती. लेझरचा तो जबरदस्त झोत काही सेकंदांतच ॲन्ड्रॉइडच्या खोट्या मांसामधून आरपार जाऊन आतील

तारांची भेंडोळी कापून काढत असे.

तेव्हापासून हे सत्र सुरू झालं होतं.

खार-वांद्र्याच्या हॉटेल्समधील खोल्यांत, ब्रीच कँडीच्या उभ्या कातळांआड, रात्रीच्या वेळी तर ओव्हलसारख्या मैदानातही आणि आता तर त्यासाठीच घेतलेल्या स्पेशल फ्लॅटमध्येही, मायांचा शिरच्छेद करण्याचा त्यानं सपाटाच लावला होता. मात्र, त्यापूर्वी त्या त्या मायाचा उपभोग घेतल्यावाचून त्याला राहवत नसे. कसलातरी आसुरी आनंद होई त्यात. अनोळखी चेहऱ्याच्या त्या, आपल्याशी रत झाल्यामुळे तिनं आपल्याशी प्रतारणा केल्याचा प्रत्यक्ष पुरावाच मिळाल्यासारखं होई. आपल्याच बायकोच्या त्या डुप्लिकेटशी केलेल्या त्या धसमुसळ्या शृंगारामुळे एकाच वेळी हवीशी आणि नकोशी वाटणाऱ्या त्या स्त्रीच्या कॉपीला असं कुरवाळल्यामुळे डोक्यातून सतत वाहणाऱ्या त्या जखमेवर फुंकर घातल्यासारखं होई.

आजवर या तऱ्हेनं उडवलेल्या मुंडक्यांचा आकडा सव्वाशेवर पोहोचला होता. सगळ्या पेपर्सनी तारस्वरात किंचाळायला सुरुवात केली होती. दिवसागणिक कमीकमी होत जाणाऱ्या या मायाविनींमुळे कोणता अनर्थ घडणार आहे याची त्यांना पुरेपूर कल्पना होती. पोटाच्या भुका परत उफाळून उठणार होत्या. २००५ सालाचं हे सुरळीत जीवन पार ढवळून निघणार होतं आणि मग त्यात सगळ्यांच्या आहुत्या पडणार होत्या. मोकाट सुटलेल्या या पिसाट खुन्याला वेळीच आवर घालायला हवा होता.

पण आपण कशाला त्याची तमा बाळगा? दिवसाकाठी दोनजणींचा फडशा पाडत राहिलो तर काही दिवसांतच रोबॉटिक कंपनीला हा बुडित धंदा बंद करावा लागला असता अन् मग सारं कसं शांत झालं असतं.

त्या पहिल्या दिवसासारखीच आजही आवाज न करता अकस्मात आकाशातून उतरावी तशी ती नारिंगी-जांभळी टॅक्सी हळुवारपणे बाजूला येऊन उभी राहिली होती आणि समोरची नऊवारी साडीतली रसरशीत घाटण माया बोलली होती,

"काय पैलवान! या चार रुपड्याचं म्हननं काय हाय? चलायचं का जरा या काठेवाडी घोड्यावरती बसून? सांडायची का माजी बुगडी जाता जाता?"

"पण जायचं कुठं? जागा आहे?"

नेहमीच्या जागा काही दिवस तरी टाळायला हव्या होत्या.

"जागा काय मोप हाईत. त्या पल्याडच्या बागंत जाऊ. या वक्ताला कोनीबी नसतं. आन एका कोपऱ्यात हायती जरा झाडं वाढल्याली!"

कोपऱ्यात पोहोचेतो मायालाच धीर राहिला नाही. तिथं पोहोचताच आपणहूनच तिनं चोळीची गाठ सोडली आणि निरी उसवली होती आणि मग पुरुषातल्या पशूला पिसाळून सोडणारी अंगडाई घेत आपलं नग्न शरीर खालच्या गवतावर

मोकळेपणी पसरून दिलं होतं. मनोजला सरळ आपल्या अंगावर ओढून घेतलं होतं आणि आपले अधाशी ओठ त्याच्या ओठांवर घट्ट दाबत घुसमटून सोडलं होतं.

सुखाच्या परमोच्च क्षणी सीत्कारणाऱ्या मायाच्या चेहऱ्यावरचे तृप्तीचे भाव पाहावेत म्हणून मनोजनं सहज तिच्या चेहऱ्याकडे दृष्टी टाकली होती आणि त्याच क्षणी एकदम सगळं थंडावलं होतं. क्षणार्धात आग साफ विझली होती.

विश्वास न बसून त्यानं परत चेहऱ्याकडे निरखून पाहिलं; पण शंकाच नव्हती. पाहिलं ते खरंच होतं.

या मायाचा डावा डोळा घारा होता आणि उजवा काळा.

आणि या वेळी आत तारांच्या भेंडोळ्यांचाही पत्ता नव्हता.

सारं संपलं होतं!

सुरुवातीला ते जाणवलं मात्र नव्हतं.

पण सुरुवातीला कधीच काही जाणवत नाही.

वृक्षवल्ली आम्हा सोयरी वनचरे

जीवाच्या आकांतानं तो पळत होता; पण तरी वाट सरत नव्हती. गेली कित्येक युगं आपण असं पळत आहोत असं त्याला वाटू लागलं होतं. स्थल-कालाचं त्याचं भान हरपू लागलं होतं. पाठीवरच्या, मागावरच्या लांडग्यांचं आणि कुत्र्यांचं भुंकणं तेवढं त्याला ऐकू येत होतं.

आणि त्या भुंकण्याच्या प्रत्येक स्वराबरोबर त्याचं एकेक पाऊल पुढं पडत होतं. कष्टानं ते उचलायला लागणारा काळ म्हणजे एका पुऱ्या आयुष्यभराचा काळ आहे, असं त्याला राहूनराहून वाटू लागलं होतं. एकेका श्वासासाठी तो तपं तपं झगडत होता.

या साऱ्या धडपडीला काही अर्थ तरी होता का? ही वाट कधी संपणार तरी होती का? की त्याच्या अंताबरोबरच सारं संपणार होतं? वरच्या कड्यांमधून पुन्हा एकदा लांडग्यांचा आणि कुत्र्यांचा आवाज आला. त्याच्या कानठळ्या बसवून गेला. तरी अजून त्या मानवी श्वापदांचा आवाज कानी पडत नव्हता; पण ते फारसे मागे नसावेत. नसणारच. पहाटेच्या त्या दवचिंब धूसरतेमुळे त्यांना तो अजून नीटसा दिसत नव्हता; पण पृथ्वीच्या अंगावरचं ते मलमली आवरण बाजूला सारायला सूर्य टपलेला होता अन् मग या उतारावर, उजाड दरीमध्ये त्याची आकृती दिसायला त्यांना अडचण पडली नसती. आजूबाजूच्या त्या करड्या उंचवट्यावरून त्याची शिकार साधायला त्यांना कसलेही प्रयास पडले नसते. सूर्याच्या त्या पहिल्या तेजोमय किरणांबरोबर त्याच्या सुटकेच्या आशेचे किरण लोप पावणार होते.

निराशेनं त्याचं मन काळवंडून गेलं. यातनांनी त्याच्या शरीराला विकल करून सोडलं. त्याला घेरणाऱ्या त्या कातळांच्या काळोखीचा स्पष्ट ठसा त्याच्या

साऱ्या भावविश्वावर चपखलपणे उमटला.

एकदम तोल जाऊन तो पडला. निपचित पडून राहिला; पण क्षणभरच. सुटकेची आशा जवळजवळ लोप पावली असली तरी, जिद्द अजून संपूर्णपणे संपली नव्हती. स्वतःचं शरीर उचलणंही त्याला कठीण जात होतं. पलीकडची एखादी प्रचंड शिळाच उचलत आहोत की काय असंच त्याला वाटून गेलं. त्या विचारात आपलं पाऊल पुढं पडलं आहे हे पळभर त्याच्या लक्षातच आलं नाही. उतारावरून जाताना आता त्याची एवढी दमछाक होत नव्हती; पण या उताराचा फायदा त्याच्याइतकाच किंबहुना त्याच्यापेक्षा कणभर अधिकच त्याच्या मागावर असलेल्या त्या शिकाऱ्यांना मिळणार होता.

वसंतातल्या कोवळ्या सूर्यानं हलक्या हातांनी थोपटत रात्रीला निजवलं अन् मग तिला अलगद उचलून ठेवत स्वतः आसमंताचा ताबा घेतला. काळ्याकभिन्न कातळांच्या करडेपणाला एक रुपेरी झळाळी लाभली. पायाखालची वाट अधिक उताराची, सोपी असल्याचं त्याच्या श्रांत, दुखऱ्या डोळ्यांनाही दिसून आलं. त्याच्या दृष्टीनं पुन्हा एकदा चमक आली ती मात्र हाकेवरच्या अंतरावर असलेल्या गर्द झाडीमुळे. हिरव्यागर्द वनश्रीमुळे. जणू त्या अरण्यानं आणि या उजाड कातळांनी वाटाघाटी करून आपल्या सीमारेषा ठरवून घेतल्या होत्या.

त्याची पुढची दोन पावलं जरा जलद पडली. तितक्यात वरून एक विजयोन्मादानं ठोकलेली आरोळी ऐकू आली.

त्या बोलावणाऱ्या वनराजीपर्यंत तो पोहोचला असता तरी त्यांनी त्याला गाठलंच असतं. त्या घनदाट राईतूनही त्याला हुडकून काढलं असतं. आपला अंत समीप आल्याचं त्याला स्पष्ट दिसत होतं. प्रश्न होता तो इतकाच- त्यांच्या हाती पडून खितपत त्याचा शेवट होणार होता की त्यापूर्वीच मृत्यू त्याला आपल्या ताब्यात घेणार होता? की दोन्हींचं संगनमत होऊन त्यांच्या हातूनच तो मारला जाणार होता?

पण मग मृत्यू येणारच असेल तर या विराण, निर्दय कातळांपेक्षा त्या सजल, सदय वनराजीतच यावा. काळ्याकुट्ट अंधारकोठडीपेक्षा या हिरव्याकंच वृक्षांच्या मिठीतच बरा. ओरडणाऱ्या, भुंकणाऱ्या शत्रूच्या हातांत सापडण्यापेक्षा या मुक्या, ममताळू, हिरव्या मित्रांच्या बाहूंतच चांगला.

एका नव्या जोमानं तो त्या वृक्षराजीच्या दिशेनं धावू लागला. आपल्या शत्रूचं काम तो अधिकच अवघड करू इच्छित होता. सुटका नाहीच, तर मग त्या वृक्षांच्या सांगातीच तो मृत्यूला कवटाळणार होता.

पायाखालची वाट एकदम मऊसर झाल्याचं त्याला प्रथम जाणवलंच नाही. पावलांना टोचणारी खडी नाहीशी होऊन त्या जागी त्यांना कुरवाळणारी तांबडी

माती आल्याचं त्याला प्रथम समजलंच नाही. जणू त्याच्या संवेदनाच बधिर होऊन गेल्या होत्या.

नंतर जेव्हा एक नवीच पायवाट आपल्याला सापडली आहे आणि ती सरळ त्या झाडीकडेच घेऊन जात आहे, हे त्याच्या लक्षात आलं तसा तो हरखून गेला. त्या मित्रराजीच्या निकटतेनं आणि पाठलाग आता संपणार, धावपळ आता संपणार या जाणिवेनं त्याला नवा उत्साह, नवा हुरूप दिला.

त्याच्या थकव्यानं आता आपलं पाऊल मागं घेतलं होतं; त्यामुळे त्याची पावलं भरभर पडू लागली होती. आपल्या पावलांचे ठसे उमटताहेत त्याचा आपल्या शत्रूंना आपला माग काढण्यासाठी फायदा होईल याची त्याला आता पर्वा नव्हती.

अन् अकस्मात तो आपल्या हिरव्या मित्रांच्या कोंडाळ्यात सापडला. साग, सुरू, देवदार, कळक, फणस, अक्रोड, बाभूळ, कोरांटी, कण्हेरी यांनी त्याचं आनंदानं स्वागत केलं. कित्येकांची नावंही त्याला माहिती नव्हती; पण त्यांच्या मायेबद्दल त्याला खात्री होती. आनंदाचा रंग हिरवा असतो. त्याच्या अनेक छटांमध्ये स्मितहास्याच्या नाजुकतेपासून सातमजली हास्याच्या निर्व्याज मोकळेपणापर्यंत आनंदाच्या लहरी सामावलेल्या असतात हे प्रथमच त्याच्या ध्यानी आलं.

त्याच्या पायाखालून एक पांढराशुभ्र ससा टुणकन उडी मारून पलीकडे गेला. दिसेनासा झाला. शेजारच्या झुडुपाआडून आपली डौलदार शिंगं सांभाळत सांबरानं त्याच्याकडे वळून दृष्टिक्षेप टाकला अन् परत आपल्या प्रेयसीच्या कानात कुजन करण्यास त्यानं सुरुवात केली. पक्ष्यांच्या मंजूळ चिवचिवाटानं आसमंत भरून गेला, भारून गेला!

मोक्ष तो हाच! याविषयी त्याच्या मनात संदेह उरला नाही. श्रांत, विकल; पण समाधानी मनोवृत्तीनं त्यानं आपलं शरीर जमिनीवर झोकून दिलं. गेल्या कित्येक महिन्यांची धडपड, सुटकेची योजना, धावपळ, हा आताचा पाठलाग, सारे-सारे श्रम आता सार्थकी लागले होते. या आसमंतात भरून राहिलेला निसर्गगंध असा खोलवर छातीत भरून घेता येणार असेल तर, युगायुगाची ती तपश्चर्या परत करावयास त्याची ना नव्हती.

साता समुद्रांची सफर करून, लोक-परलोक धुंडाळून विजनवास पत्करून, परत घराचा उंबरठा ओलांडल्यावर मिळणारं समाधान त्याला लाभलं होतं.

आणि मृत्यूला सामोरं जायला घराशिवाय दुसरी कोणती जागा जास्त योग्य होती?

मागावरच्या शिकाऱ्यांची चाहूल आता जवळजवळ येत चालली होती. लवकरच त्यांच्या कर्कश आरोळ्यांनी विकट, क्रूर हास्यानं या पक्ष्यांचा आनंदी चिवचिवाट

मारला जाणार होता. वृक्षमित्रांचा हा हिरवाकंच रंग रक्ताच्या चिळकांड्यांतून उडणाऱ्या लाल रंगानं माखून निघणार होता.

भीती आणि थकवा यांनी परत एकदा त्याच्या मनाचा आणि शरीराचा ताबा घेतला. कसाबसा खुरडत खुरडत तो जवळच्याच एका विशालकाय झाडाच्या बुंध्याजवळ गेला. त्याला वेढून बसलेल्या लतावेलींनी आपणहून बाजूला सरून त्याला जागा करून दिली. शुद्ध हरपण्यापूर्वी त्याची शेवटची जाणीव होती, ती आपल्याकडे कोणीतरी रोखून पाहत असल्याची. कदाचित जिभल्या चाटणाऱ्या मृत्यूचाच चेहरा असावा तो.

सभोवतालचा हिरवा रंग जास्तजास्तच गडद होत गेला. काळसरपणाकडे झुकला. त्याच्या मित्रांनी अधिकच जवळजवळ येत जणू त्याच्यावर पांघरूण घातलं होतं; पण तो जाणिवे-नेणिवेपलीकडे पोहोचला होता. श्रांत झाला होता. त्याच्या पाठलागावर असलेले द्विपाद आणि चतुष्पाद शिकारी दुसऱ्याच वाटेनं पुढं निघून गेले होते हे त्याला समजलंच नाही.

"सुस्वागतम्!"

कुठूनतरी दुरून आल्यासारखे ते शब्द त्याच्या कानांवर आदळले. आपण डोळे उघडत असल्यासारखं त्याला वाटलं आणि उठून उभं राहण्याचा प्रयत्न केल्याचंही त्याला जाणवलं; पण त्याचं शरीर त्याला साथ न देता तसंच, ताण सुटलेल्या धनुष्यासारखं वेडंवाकडं, निपचित पडून राहिलं.

आपली दृष्टीही धूसर असल्याचं त्याच्या लक्षात आलं. कदाचित दवाचा, धुक्याचा पडदा साऱ्या आसमंतावर पसरला असावा; त्यामुळेच झाडांचे बुंधे नुसतेच काळ्याकभिन्न ओंडक्यांसारखे वाटत होते. त्यावरचा सूर्यप्रकाशाचा पट्टा ओघळलेल्या दुधासारखा भासत होता.

"सुस्वागतम्!" पुन्हा त्याच्या कानी हे शब्द आले.

"कोण आहेस तू?" त्यानं भीतभीतच विचारलं.

"कुठं आहेस तू?"

"मी इथेच आहे. तुझ्यासमोर; पण मी तुला दिसत नाही. तुझी शक्ती वाढली की, मी तुला दिसू लागेन. निश्चित."

"माझी शक्ती? दिसत नाही? तू काय म्हणतोयस काही समजत नाहीय. तुझं नाव काय म्हणालास?"

"माझं नाव? मला नावच नाही. कशाला हवं नाव? नावात काय आहे?"

"असं कसं? नाव कसं नाही? सगळ्यांनाच नाव असतं. या वृक्षांनाही आहे."

"ते त्यांनी स्वतः दिलंय थोडंच!"

"नाही; पण तरीही त्यांना नाव आहे. दुसऱ्यांनी दिलेलं असलं तरी-"

"- ठीक आहे. तुझा तसा हट्टच असला तर माझं नाव- माझं नाव अरण्य-वन, जंगल. मी म्हणजे ही वनश्री!"

"तू अरण्य? माझ्याशी बोलतो आहेस? म्हणजे मग मी मेलोय की काय? तसंच असणार. त्याशिवाय-"

"नाही. तू मेलेला नाहीस, मित्रा!"

आतापर्यंत तो उठून उभा राहिला होता. ताठपणे. आपल्या पूर्ण दिमाखात अन् अकस्मात त्याच्या दृष्टीला त्याचं शरीर पडलं. होतं तिथंच. त्याच वटवृक्षाच्या बुंध्यापाशी, तसंच वेडंवाकडं पसरलेलं.

"कसं शक्य आहे? ते काय, माझं शरीर तसंच पडून आहे. निश्चेष्ट."

"तेच तर म्हणतोय मी. तुझं शरीर मृत पावलंय, तू नाहीस!"

या शब्दांचा अर्थ त्याला समजला, त्याच क्षणी त्याची दृष्टीही स्वच्छ झाली. तिच्यावरचे पटल दूर झाले. आता त्या अरण्याचा घाट, आकार, रूप त्याला स्पष्टपणे दिसू लागले. हिरव्या रंगाच्या त्या अमाप नाचऱ्या छटा आणि त्यावर घातलेली सूर्याच्या सुवर्णप्रकाशाची तेजोमय रांगोळी. आकाश आणि पाताळ यांना सांधून टाकणारे ते सरळ, ताठ, विशाल, करड्या, मातकट रंगाचे आणि रुपेरी झळाळीचे उत्तरीय पांघरलेले सजीव स्तंभ आणि या साऱ्या जीवनाला जन्म देणारी, त्यांचं पोषण करणारी, त्यांच्यावर पाखर धरणारी ती कृष्णसुंदर, उदार भूमाता. त्याची दृष्टी स्पष्टच नव्हे तर लक्षण - संवेदनाशीलही झाली होती.

आणि तरीही ती नेहमीसारखी नव्हती हेही त्याला जाणवत होतं. तिला एक विचित्र गोलाकार प्राप्त झाला होता. पूर्व, पश्चिम, दक्षिण, उत्तर दिशांचं भान तिला राहिलं नव्हतं. पुढं, मागं, उजवी, डावी यांना काहीही अर्थ नव्हता. नाही म्हणायला ऊर्ध्व आणि अधर, वर आणि खाली एवढ्या जाणिवा मात्र होत्या; पण त्याही अस्पष्ट झाल्या.

त्यानं पुन्हा एकदा आपल्या त्या शरीराकडे पाहिलं. त्याची कुरूपता त्याला प्रथमच जाणवली अन् तरीही त्याच्या या आताच्या अवस्थेकडे पाहून त्याच्या काळजात कुठंतरी एक बारीकशी कळ येऊन गेली; पण त्या शरीरातून सुटका झाल्याच्या आनंदानं त्याला तिचा लवकरच विसर पडला. आता त्याला आकार नव्हता. रंगरूप नव्हतं. जणू अवकाशातील एक पोकळी क्षणभर भरून काढता येण्याइतपतच त्याचं स्वरूप होतं; पण त्याच्या जाणिवा-नेणिवा मात्र तीक्ष्ण बनल्या होत्या आणि तो संवाद साधू शकत होता या स्वागताशी. इतरांशीही वाणी नसतानाही केवळ विचारांच्या देवाणघेवाणीनं. त्याला कसं हलकं वाटलं. वातावरणात अलगद तरंगता येत होतं. नैराश्य आता कुठल्याकुठं पळून गेलं होतं.

एकदम त्याला आठवण झाली तसं त्यानं विचारलं, "ते लांडगे, कुत्रे, शिकारी कुठे गेले?"

"माझ्या या राज्यात त्यांना स्थान नाही."

उत्तर त्रोटक असलं तरी स्पष्ट होतं. त्याच्या स्वाभिमानाचं, आत्मविश्वासाचं पूर्ण प्रतिबिंब त्यात पडलं होतं. त्याचबरोबर ते लांडगे आणि कुत्रे त्यांच्या मालकांना या पर्वतराजीत दुसरीकडेच कुठंतरी ओढत नेत होते, हेही त्याच्या लक्षात आलं. त्याच्या शरीरास साजेसं कुत्सित हास्य त्याच्या नकळत त्याच्या जाणिवेत उमटलं.

"पण ते जर भलतीकडेच गेले तर मग मी मेलोच कसा? त्यांनी जर मला मारलं नाही तर मग मला मृत्यू आलाच का? कसा?" ते विचारल्यानंतर त्याला जाणवलं की, अजूनही तो त्याच्या शरीरातच स्वत्व असल्याचं मानत होता.

"कारण तुझ्या शरीराची गरज संपली होती. वेळ झाली होती, काळ आला होता."

तरीही त्याची त्या शरीराबद्दलची आशा अजून जागृत होती. शरीराच्या त्या अवस्थेबद्दल त्याला कणव वाटून गेली. त्याच्या त्या स्थितीला आपणच जबाबदार असल्याचं त्याला जाणवून गेलं.

"तरीसुद्धा त्याची नीटशी उत्तरक्रिया व्हावयास हवी."

"जशी तुझी इच्छा!"

पाहतापाहता त्याचं शरीर हवेत उंच उचललं गेलं. अदृश्य हातांनी उचलल्यासारखं ताठ झालं. त्यातील बेढब ताणमुक्त सैलपणा नाहीसा झाला. अवयवांची नीट सांगड घातली गेली. त्याभोवतीचे लतावेलींचे वेढे हलक्या हातांनी रेशमीगाठ सोडवावी तसे सोडले गेले. खालची जमीन स्वच्छ झाली, दुभंगली आणि हळुवारपणे भूमातेनं त्याला आपल्या उदरात निवारा दिला. पुन्हा सारं पूर्वीसारखं झालं. जणू त्या आसमंतातील ते लांछन नाहीसं होऊन त्याचं मूळ सौंदर्य झळाळून उठलं.

"थँक यू!" त्याला राहवलं नाही.

एक पर्व संपलं होतं. आता पुन्हा नवी सुरुवात व्हावयास हरकत नव्हती.

आपल्याला कोणीतरी पाहतं आहे, निरखतं आहे ही जाणीव त्याला झाली. तरीही तो अस्वस्थ झाला नाही. उलट आनंदानं आणि सुखद अपेक्षेनं तो चैतन्यमय झाला.

"तू केव्हापासून इथं आहेस?" त्यानं अधीरतेनं विचारलं.

"केव्हापासून? ही सारी भूमी मुक्त, निर्मळ होती तेव्हापासून."

"पण तू या वनराज्यात आलासच कसा?"

त्याच्या या प्रश्नावर तो अरण्यपुरुष क्षणभर विचारात पडल्यासारखा झाला.

"तुझ्यासारखाच! माझ्या मार्गावरच्या शिकाऱ्यांनीच मला इथं ढकललं, आपल्या

कळपातून, समाजातून मला हाकलून लावलं.''

"म्हणजे, तू-तूही मानव होतास?'' त्याला या विचाराचीच गंमत वाटली.

"हो, होतो. चक्रनेमिक्रमच आहे हा.''

"आणि तेव्हापासून तू या वनराज्याचं रक्षण करतो आहेस?''

"केवळ रक्षणच नाही. येथील जीवनाला मी आधार देतो. त्यांच्यात चैतन्य फुलवतो. वृक्षवेलींना पोषण देतो. त्यांच्या मुळांना पाण्याची वाट दाखवतो. पक्ष्यांच्या पिल्लांना अंड्यातून बाहेर पडायला शिकवतो. कृमी-किटकांना त्यांचं भक्ष्य मिळवून देतो. सर्वांना सुखा-समाधानानं, गुण्या-गोविंदानं षड्रिपूंवर विजय मिळवून राहण्याची दीक्षा देतो. त्यांच्यावर कोसळणाऱ्या संकटांपासून त्यांना वाचवतो.''

"पण; पण हे सर्व करायला तुला कोणी शिकवलं?''

"माझ्या गुरूंनी. माझ्या आधी इथे असलेल्या माझ्या गुरूंनी.''

"मग आता ते गुरू कुठं आहेत? मला त्यांच्याकडे ने पाहू!

"माझं शिक्षण पुरं होताच या वनराज्यांचं आधिपत्य माझ्या हाती सोपवून ते निघून गेले; ते परत येईपर्यंत या राज्याचा सांभाळ करण्याचं वचन माझ्याकडून घेऊन.''

"पण तू जर एक मानव होतास तर मग तुझ्या ठायी एवढी शक्ती कुठून आली?'' मघापासून छळणारी शंका त्यानं विचारून टाकली.

"सर्वांच्याच ठायी अशी शक्ती असते. ती अडकून पडलेली असते. तिची सुटका झाली म्हणजे-''

"माझ्याही ठायी अशी शक्ती आहे म्हणतोस?''

"निश्चित.''

"मग मला ती जाणवत का नाही?''

"जाणवेल. मी तुला जाणवून देईन.''

"केव्हा?''

"यथावकाश! वेळ आली म्हणजे. त्यासाठीच तर तू इथे आला आहेस.''

"मी नाही समजलो.''

"सारं काही समजेल. धीर धर, धीर धर.''

वसंत, ग्रीष्म, वर्षा, शरद. एकेक ऋतू गेला तसतसा तो अधिकाधिक शिकत गेला. त्या अरण्याची रहस्यं त्याला समजत गेली. स्वतःच्या अस्तित्वाची गुपितं त्याला उलगडत गेली. आपल्या मित्राच्या, त्या पुराण पुरुषाच्या शिष्यत्वाचा गंडा त्यानं बांधलाच होता. त्या शिकवणीनं त्याच्या नेणिवेच्या कक्षाही रुंदावत गेल्या. त्याच्यातील सुप्त ऊर्जा दुणावत जाऊन, स्पष्ट रूप घेऊ लागली. त्याची शक्ती पळापळानं वाढत गेली.

आता तो सूक्ष्म आणि स्थूल दोन्हींचं अवलोकन एकाच वेळी, सारख्याच सहजतेनं करू शकत होता. त्याला स्वतःला रंग, रूप, आकार नव्हता ना! पण गरजच काय त्यांची? कारण आता तो इच्छेनुसार विविध रूपं धारण करू शकत होता. कधी तो एखादा पक्षी बने आणि आकाशात स्वछंदपणे विहार करी. तर कधी एखादी चपळ खार होऊन अक्रोड गोळा करत बागडे. मनात आलं तर प्रसंगी कोल्ह्याचंही रूप घेण्यास तो कचरत नसे. नाहीतरी समाधी लावून बसलेले योगिराज वटमहाराज हे त्याचं आवडतं रूप.

पावसाची संततधार लागून प्रलयाची भीती वाटू लागली. तो नकोसा झाला की, वाऱ्याला साद घालून त्या जलोदरांना कसं पिटाळून लावावं हे तो आता शिकला होता. उलट वैशाखी वणवा पेटून त्याचे मित्र, ते हात होरपळू लागले की त्याच काळोख्या जलोदरांना आवाहन करण्याची कलाही त्यानं आत्मसात केली होती. आपल्या त्या वनराज्याच्या रक्षणासाठी आवश्यक त्या साऱ्या क्लृप्त्या तो शिकला होता.

म्हणूनच तर मानवप्राणी झुंडीनं किंवा एकेकटेसुद्धा तिकडे येऊ लागले की, विचारलहरी प्रक्षेपित करून तो त्यांच्या मनात वेगवेगळ्या प्रतिमा ठसवून देई; त्यामुळे कधी कोणाला ते वन उजाड असून, त्यात काहीही शिकार नसल्याचं ठामपणे वाटे. तर काहींना तेथील पाणी विषारी असल्याचा भास होई. तर काहींच्या मनात नुसत्याच भीतीच्या सावल्या धुमाकूळ घालत. ते वन भूत-पिशाचांनी पछाडलेले असल्याचा तर सर्वांचाच दृढ समज होता.

आणि एक दिवस त्याला अकस्मात जाणवलं, हे जे काही आपण शिकतो आहोत, त्यात नवं असं काही नाही. हे पूर्वीही कधीतरी आपण शिकलो आहोत. दिवसेंदिवस ही त्याची भावना बळावतच गेली. एक दिवस आपल्या मित्रासंगे त्या वनश्रीच्या माथ्यावरून विहरत, त्यावर नजर ठेवत असताना त्यानं शेवटी न राहवून आपल्या मित्राला बोलून दाखवलंच.

"वाटच पाहत होतो मी या क्षणाची; तुला ही जाणीव कधी होते याची."

"हेही, हे तुझे शब्दही कधीतरी ऐकल्यासारखे वाटतात."

"अगदी खरं आहे."

"अरेच्चा, खरंच की!"

अन् क्षणार्धात त्याला सारं आठवलं. त्याचा हा मित्र त्याला प्रथम भेटीत म्हणाला होता की, त्याला त्याच्या आधी तिथे असलेल्या त्याच्या गुरूनं सारी शिकवण दिली होती. खरं होतं. त्या मित्राचा गुरू तो स्वतःच होता. त्यानंच या मित्राला सारी दीक्षा दिली होती आणि ती त्यानं संपूर्णपणे आत्मसात केल्याची खात्री होताच तो त्याला तिथंच सोडून मानवजातीच्या खेळीत सामील होण्यासाठी,

त्यांची पाहणी करण्यासाठी, त्यांच्यातलाच एक होऊन राहण्यासाठी निघून गेला होता. किती काळ? किती आयुष्य? कोण जाणे!

''तुला माहिताय मित्रा, ही मानवजात फार भयंकर आहे. त्यांच्यापैकी एक होणं हे एक संकट आहे. तो एक भीषण सापळा आहे.''

''हेही नेहमीचंच. प्रत्येक वेळी तू हेच म्हणत आला आहेस.''

''प्रत्येक वेळी?''

अन् त्या प्रश्नाबरोबरच सारं काही त्याला उलगडलं. त्याचं ज्ञानार्जन संपूर्ण झालं. किती काळ लोटला बरं! या पृथ्वीच्या संदर्भातच बोलायचं तर कोट्यवधी वर्षं झाली. या विश्वाच्या टोकापासून निघालेली त्यांची मोहीम विश्वातील निरनिराळ्या ग्रहांवर बीजारोपण करण्याची, तिथं जीवन रुजवण्याची, फुलवण्याची आणि ते जीवन कोणता आकार घेतं, त्याचं स्वरूप कसं बदलतं, फुलतं ते अजमावण्याची मोहीम. एक वैश्विक प्रयोगच होता तो त्यांचा. या दोघांना हा ग्रह सापडला. त्याचं पृथ्वी हे बारसंही त्यांनीच केलं. थंड होत चाललेला एक तप्त गोळा एवढंच त्याचं त्या वेळचं स्वरूप; पण त्यावरील पाणी नामक द्रवपदार्थ, वातावरणातील वायू, एका मध्यम प्रतीच्या ताऱ्यापासूनची त्याची जवळीक त्यांच्या प्रयोगासाठी त्यांना योग्य वाटली होती आणि म्हणूनच मध्यवर्ती केंद्राची परवानगी घेऊन त्यांनी आपलं यान इथंच उतरवलं होतं आणि जीवनाच्या बीजारोपणाला सुरुवात केली होती. बीजारोपणानंतर मात्र त्यांच्या विकासात ढवळाढवळ न करता त्यांनी फक्त उत्क्रांतीचं निरीक्षण चालवलं होतं. नाही म्हणायला आदर्श जीवन कसं असावं हे दाखवणारा आपल्या प्रयोगातला कंट्रोल म्हणून या वनराजीच्या तुकड्याचं संवर्धन त्यांनी केलं होतं, त्याची निगराणी राखली होती.

मानवजात निर्माण झाली तशी आपला प्रयोग यशस्वी होण्याची स्वप्नं त्यांनी पाहिली होती. विचारशक्ती लाभलेला अन् तिचा वापर करून स्वतःच्या विकासालाही वाटेल तसं वळण देऊ शकणारा एक प्राणी म्हणून मोठ्या आशेनं त्यांनी या प्राण्याकडे, त्याच्या जातीकडे पाहिलं होतं; पण जसजशी वीण वाढत गेली, तिनं या ग्रहाचा ताबा घेतला, तसतसे ते व्यथित होत गेले. आपल्या कंट्रोलची - त्या वनराजीची अधिकच काळजी घेऊ लागले. आपल्या निरीक्षणासाठी ते जेव्हाजेव्हा मानव बनून राहत तेव्हातेव्हा त्यातून सुटका करून परत येणं त्यांना अधिकाधिक कठीण होत गेलं.

या वेळी नाही, कसाबसा, जेमतेम या वनस्पतींच्या सीमेपर्यंत तो पोहोचू शकला होता अन् तरीही निरीक्षण करीत राहणं, आपल्या या प्रयोगाची टिपणं ठेवणं भाग होतं. त्यांचं ते कर्तव्यच होतं.

''तुझी नेणीव संपूर्णपणे परत आली तर! छान! चला, आता मी माझ्या

निरीक्षण फेरीवर जायला मोकळा झालो.

"जाणार तू, मित्रा?"

"गेलंच पाहिजे. कामच आहे ते आपलं. आजवर तू केलेल्या निरीक्षणाची माहिती तू मला गेल्या काही काळात दिलीस. त्याची टिपणं करून ठेवली आहेत मी. आता निरीक्षणाची पाळी माझी."

"सांभाळून, मित्रा! मानवजात दिवसेंदिवस जास्तच भयंकर बनत चालली आहे. संहारक, क्रूर होत चालली आहे."

"खरं आहे; पण त्याला इलाज नाही. एखादा प्रयोग असा अपेक्षेपेक्षा वेगळा निघाला म्हणून व्यथित होऊन चालणार नाही. त्याकडे अलिप्त नजरेनंच पाहावयास हवं."

"पण या वेळची माझी भीती वेगळी आहे. आपल्या या प्रयोगाचा सुगावा मानवजातीला लागला आहे असं वाटतं. त्यांच्यामधील क्रिक, हॉईल वगैरे शास्त्रज्ञ जीवनाच्या बीजारोपणाबद्दल बोलताहेत."

"बोलू देत. सुज्ञ, शहाण्या विचारांना प्राधान्य देण्याची मानवजातीला सवय नाही. असे हजारो हॉईल, शेकडो क्रिक येतील तेव्हा कुठं ही विचारलहरींची लाट मानवाला नुसती स्पर्शून जाईल. अन् समजा, माझा होरा चुकून त्यांना या प्रयोगाचा पत्ता लागलाच तरी बिघडलं कुठं? त्याचा मागोवा घेत त्यांना आपल्या कंट्रोलचाही पत्ता लागला, तर निदान मानवजात सुधारेल तरी. आपला प्रयोग यशस्वी होण्याची शक्यता तरी वाढीस लागेल. येतो मी."

त्याचा मित्र गेला तेव्हा शिशिराला नुकतीच सुरुवात होत होती; पण त्या काळोख्या हुडहुडीला घाबरून जेव्हा खारी, ससे आपल्या बिळात खोलवर घुसून चिडीचूप बसल्याचं त्यानं पाहिलं, तेव्हाच त्याला आपण काही दिवस काढलेल्या त्या अंधारकोठडीची आठवण झाली होती. त्यानं भराभर आज्ञा सोडल्या आणि निश्चय केला.

"वसंताचं आगमन लवकर झालं पाहिजे."

●

विद्यावहिनींचा सल्ला

प्रिय विद्यावहिनी,

मी एका अतिशय अवघड, कल्पनाही करता येणार नाही अशा समस्येत सापडले आहे हे तर खरंच! काही वर्षांपूर्वी अशा प्रकारची समस्या कोणापुढे स्वप्नातही उभी राहिली नसती. गेले तीन-चार महिने मी या यक्षप्रश्नाच्या दडपणाखाली काढले आहेत. बरं, त्याविषयी कोणाकडे बोलताही येत नाही! अक्षरशः तोंड दाबून बुक्क्यांचा मार अशी परिस्थिती. आता मात्र मी एकटीच या समस्येला तोंड देऊ शकत नाही; म्हणूनच तुला हे पत्र लिहीत आहे.

हो, तुला पत्र लिहिण्याचा निर्णयही मी तसा, बराच उलटसुलट विचार केल्यानंतर घेतला. हा निर्णय घेण्यास तसं एक मुख्य कारण हे होतं की, या समस्येविषयी मी माझ्या नजीकच्या, एरवी ज्यांच्याविषयी मला प्रेम, आदर आहे अशा, कुटुंबातील कोणाकडेही वाच्यता करू शकत नाही. कारण या सर्वच प्रकाराविषयी, त्यांतून काहीही मार्ग निघाला तरी, गुप्तता राखणं- भविष्याच्या दृष्टीनं- माझ्या नसलं तरी इतरांच्या- अतिशय आवश्यक आहे. शिवाय यांपैकी कोणालाही माझी बाजू पटवून देणं शक्य होईल असं मला वाटत नाही किंबहुना या समस्येविषयी त्यांचा होकारार्थी वा नकारार्थी असा ठाम निर्णय आधीच झालेला असेल अशीच मला खात्री आहे. आपली समाजव्यवस्थाच अशी आहे की, परंपरांचं दडपण फारच जबरदस्त आहे; म्हणूनच या समस्येकडे संपूर्णतया अलिप्तपणे पाहू शकेल आणि त्यातून मार्ग शोधण्याचा निःष्पक्षपाती प्रयत्न करू शकेल, अशा कोणाजवळ तरी ही मनाची घालमेल उघड करणं मी पसंत केलं.

परंतु तुझ्याजवळ या अवघड प्रश्नासंबंधी बोलण्याचं आणखीही एक कारण आहे. निरनिराळ्या कूटप्रश्नांवर सल्ला देण्याचं हे तुझं सदर मी बऱ्याच वर्षांपासून नियमित वाचत आहे. तुझ्या प्रगल्भ विचारांविषयी मला नेहमीच आदर वाटत

आला आहे. तरीही काही वेळा तुझी काही विधानं पटत नाहीत. मध्यंतरी याच सदरातून नेहमीच्या सल्ल्याऐवजी तू एक लेख लिहिला होतास. जगातील पहिली टेस्ट ट्यूब बेबी वयात आल्याच्या निमित्तानं तू हा लेख लिहिला होतास. त्या लेखात तू म्हटलं होतंस की, विज्ञानाची प्रगती ही माणसाच्या भल्यासाठीच, सुखासाठीच असते; या तुझ्या विधानाशी तेव्हाही मी सहमत होऊ शकले नाही. का असं विचारलं असतंस तर त्या वेळी मी काही ठाम, भरीव कारणं देऊ शकले नसते; परंतु आता तुझं विधान खोडून काढू शकणारा पुरावा माझ्याकडे आहे. विज्ञानाची प्रगती माणसापुढे नवनवीन आणि विलक्षण पेचच निर्माण करते हे तुला मान्य करावं लागेल, असाच हा पुरावा आहे आणि म्हणूनच तुला हे पत्र पाठवण्याचा माझा निश्चय...!

तुला हे सर्व सांगायला कोठून सुरुवात करू? मला वाटतं, या चक्रव्यूहाची थोडीफार पार्श्वभूमी तुला समजावून सांगितल्याशिवाय त्यातून मार्ग काढणं तुलाही अवघड जाईल!

तीन वर्षांपूर्वी माझं लग्न झालं तेव्हा अशी एखादी समस्या माझ्यापुढे उभी राहील, असं भाकीत वर्तवणाऱ्याला सर्वांनी वेड्यातच काढलं असतं. सर्वांना त्या वेळी माझा हेवाच वाटला असेल आणि परिस्थिती तशीच होती. मनाजोगता, सुदृढ, प्रेमळ आणि मुख्य म्हणजे कर्तृत्ववान पती लाभला होता- आहे - मला एका राष्ट्रवीराची पत्नी होण्याचं भाग्य लाभलं होतं. नावलौकिक तर होताच; पण जोडीला अगणित संपत्तीही होती आणि त्याहूनही विशेष म्हणजे संपत्तीच्या मदानं धुंद न होता त्याचा डोळस विनियोग करणारं सासर होतं. माझं सासर महाराष्ट्रातील एक अतिशय जुनं-जुनाट नव्हे-लांबवरची परंपरा असलेलं खानदानी कुटुंब आहे.

संस्थानं खालसा झाल्याला आज जवळजवळ पन्नास वर्षं लोटली; पण महाराष्ट्रातल्या एका संस्थानाचं आधिपत्य माझ्या सासरी होतं. अगदी पेशवाईच्या सुरुवातीपासून संस्थान आमच्या घराण्यात होतं आणि या घराण्यात एकाहून एक पराक्रमी पुरुष निपजलेले आहेत. इतिहासाच्या प्रत्येक कालखंडावर आमच्या घराण्यातील व्यक्तींनी आपला ठसा उमटवला आहे. १८५७ च्या स्वातंत्र्य युद्धातही पराक्रम गाजवणारे आघाडीचे वीर आमच्या घराण्यात आढळतात. पुढे ब्रिटिशांच्या काळातही स्वतंत्र बाण्याचे राजे म्हणून नावलौकिक मिळवलेली मंडळी आमच्या वंशावळीत सापडतील. स्वतःच्या राज्यात संपूर्ण लोकशाही प्रस्थापित करून राजा म्हणजे राज्याचा उपभोगशून्य स्वामी ही उक्ती खरी करून दाखवणारे राजेही आमच्या पूर्वजांमध्ये आहेत. माझ्या सासऱ्यांनी हीच गौरवशाली परंपरा पुढे चालवली. केवळ संपत्ती आहे आणि पोटापाण्याची चिंता नाही म्हणून खुशालचेंडू आयुष्य पत्करायचं त्यांनी नाकारलं. विज्ञानाची उपजत आवड जोपासत त्यांनी अमेरिकेतील

हार्वर्ड या जगमान्य विद्यापीठाची डॉक्टरेट तर मिळवलीच; पण बायोफिजिक्स या त्या वेळी नवीनच विकसित होत असलेल्या विज्ञानाच्या शाखेत प्रगत संशोधन करून नावही कमावलं. शिवाय स्वतःच्या संपत्तीचा उपयोग विविध प्रकारच्या संशोधनासाठी आणि संशोधकांना मदत करण्यासाठी केला. एवढंच काय कित्येक वेळा नव्यानं विकसित होऊ पाहणाऱ्या एखाद्या वैद्यकीय संशोधनाच्या बाबतीत स्वतःवरही प्रयोग करून घेतले. कुष्ठरोगावर रामबाण उपाय ठरणारी लस आता सहजगत्या प्रचारात आलेली आहे; परंतु ती जेव्हा प्रथमच उपलब्ध झाली, तेव्हा स्वतःला टोचून घेऊन ती खरोखरच परिणामकारक आहे की नाही हे पडताळून पाहण्यासाठी कुष्ठरोगाचे जंतूही स्वतःला टोचून घेण्याचा धोका त्यांनी पत्करला होता. याच घराण्यात जन्माला आलेले माझे पती. त्यांनी ही पिढीजात देदीप्यमान परंपरा अबाधित राखली आहे. अवकाश विज्ञानात त्यांनी आपली भरारी मारली आणि भारतातर्फे अवकाशात पाठवलेल्या पहिल्या मानवसंचालित यानाचं सारथ्य करून शुक्रप्रवासही त्यांनी केला आहे.

साहजिकच प्रत्येक पुरुष आजवर आपल्या घराण्याचा जाज्वल्य अभिमान बाळगत आला आहे आणि आपल्या घराण्याचं हे खानदान, हा पूर्वसुरींपासून लाभलेला आनुवंशिक ठेवा तसाच अबाधित राहावा याची काटेकोर खबरदारी प्रत्येकजण सतत घेत आला आहे. आमचं लग्न हे सहवासातून, ओळख होऊन, त्याचं प्रणयात रूपांतर होऊन झालेलं असलं तरी, लग्नापूर्वी जेनेटिक कौन्सिलरकडून माझ्या जीन्सची त्यांनी कसून तपासणी करवून घेतली होती. काही आनुवंशिक दोष पुढील पिढीत उतरणार नाहीत याची शक्य तेवढी सगळी खबरदारी- अर्थात माझ्या संमतीनेच- घ्यावयास ते विसरले नाहीत.

एकदा ही खातरजमा झाल्यावर मात्र माझ्या मामंजींनी अगदी हौसेमौजेनं, सगळा खर्च स्वतः करत आणि त्याचबरोबर अनेक जुनाट रूढींना फाटा देत आमचं लग्न पार पाडलं. माझ्यावर तर त्यांनी पोटच्या मुलीसारखंच प्रेम केलं. दुर्दैवानं माझ्या सासूबाई आमच्या लग्नाच्या वेळी हयात नव्हत्या; परंतु मामंजींनी आईचीही माया मला दिली. माझ्या अंगातील गायनकलेला वाव देऊन, प्रोत्साहन देऊन त्या क्षेत्रात एक बरंच वरचं स्थान मिळवून देण्यास मदत केली.

लग्नानंतरचं पहिलं वर्ष तर मी- तसा चावूनचावून चोथा झालेला शब्दप्रयोगच वापरायचा तर- स्वर्गातच विहरत होते. सगळे सूर कसे जुळून आले होते. लय सापडली होती. स्वरतालांचा सुरेख मेळ साधला होता. जणू केदारचे सूर सर्वत्र विखरून राहिले होते. त्यात जोगियाचा करुण सूर कोठेही उमटत नव्हता. मग बेसूर होण्याचा तर प्रश्नच नाही.

या जमलेल्या मैफलीत पहिल्यांदा ताल चुकला तो साधारण वर्षानंतर. साधारण

का, बरोबर वर्षानंतरच. त्या वेळी ते जाणवलं मात्र नाही. लग्नाच्या पहिल्या वाढदिवसाआधी महिनाभर माझे पती एका अवघड अशा अंतराळ मोहिमेवर गेले होते. लग्नाच्या वाढदिवसाला नक्की परत येतो असं सांगून. त्यांच्या दृष्टीनं ही तशी नेहमीचीच बाब होती. माझा मात्र जीव टांगणीला लागला होता; पण हे हातीपायी सुखरूप परत आले आणि आम्ही आमची ॲनिव्हर्सरी मोठ्या मजेत साजरी केली.

आपल्याला नातू व्हावा ही मामंजींची इच्छा तशी स्वाभाविकच होती आणि आम्हालाही तशी घरात इवलाली पावलं खेळावीत असं वाटत होतंच; पण एखादं वर्ष तरी कोणतीही जबाबदारी नसलेलं स्वच्छंद आयुष्य जगावं म्हणून पहिलं वर्ष आम्हीच तशी खबरदारी घेतली होती. आता ते वर्ष पुरेपूर उपभोगून झालं होतं. आता कसलीच काळजी नव्हती.

पण आणखी एक वर्ष उलटलं, दुसरा वाढदिवस जवळ आला तरी अंकुर रुजण्याची काही चिन्हं दिसेनात, तेव्हा प्रथम माझ्या मनात अशुभ शंकेची पाल चुकचुकली; परंतु तसे आम्ही कोणीच उगीच शून्यानं वसाहती वसविणाऱ्यांपैकी नव्हतो. लग्नापूर्वी जरी आम्ही तशी सगळी शारीरिक तपासणी केलेली असली तरी, पुन्हा एकदा आम्ही आमची तपासणी करून घेतली. मी गायनाकॉलॉजिस्टकडून आणि यांनी पॅथॉलॉजिस्टकडून.

पॅथॉलॉजिस्टचा रिपोर्ट आला तो दिवस अजूनही स्पष्टपणे आठवतो. गाणं ऐन रंगात आलं असताना एकाएकी तानपुऱ्याची तारच तुटावी तसं झालं होतं. पॅथॉलॉजिकल टेस्टमध्ये यांच्या वीर्यात शुक्रजंतू मुळीच सापडले नव्हते. विश्वास न बसावा असाच रिपोर्ट होता. यांनी पुन्हा एकदा चाचणी करून बघितली; दुसऱ्या पॅथॉलॉजिस्टकडून. त्याच्याकडूनही तोच रिपोर्ट आला. त्यानंतर बरीच तपासणी झाली. त्यातून निघालेला निष्कर्ष अतिभंयकर होता. वर्षभरापूर्वी हे जेव्हा अवघड अशा अंतराळ मोहिमेवर गेले होते, तेव्हा असेल- बहुतेक तेव्हाच! कोणत्यातरी भीषण विकिरणांच्या प्रभावक्षेत्रात हे आले होते आणि त्या किरणोत्सर्गाचा परिणाम होऊन शुक्रजंतू निर्माण करण्याची क्षमता हे गमावून बसले होते. स्पष्टच सांगायचं तर यांना यापुढं कधीही मूल होणं शक्य होणार नव्हतं.

बसलेला धक्का जबरदस्त तर होताच; पण इतक्या अचानकपणे आला होता की, त्याबाबत मनाची तयारी करायला अवसरच मिळाला नव्हता. मामंजींनी तर हायच खाल्ली. तेच कारण असावं. नाहीतर एखाद्या विराट वटवृक्षासारखा ताठ असणारा तो भव्य पुरुष उण्यापुऱ्या चार महिन्यांत अक्षरशः तासातासागणिक खंगत जाऊन आपली जीवनयात्रा संपवता ना! दुसरं कोणतंच एक्सप्लनेशन पटणारं नाहीय. आयुष्यात अनेक दुःखं त्यांनी पचवली. सासूबाई गेल्या तेव्हाही ते

खंबीर राहिले; परंतु ज्या वंशाबद्दल सतत एक प्रकारचा गर्वच बाळगला, ज्याच्या उज्ज्वल परंपरेबद्दल नेहमी अभिमानच जोपासला तो वंशच खुंटणार, आणखी एका पिढीनंतर ही वंशवेल साफ मातीला मिळणार हा विचारच त्यांना बहुतेक सहन झाला नसावा.

आम्ही दोघंही सैरभैर झालो होतो. काही काळ तर असा गेला की, आमचा संसार आता उद्ध्वस्त होतो की काय अशी शंकाही मनात घर करून गेली. एका अर्थी मामंजींच्या आजारपणानंच आमचा संसार सावरला. आम्हा दोघांवर जिवंतपणी सतत मायेची पाखर घालणाऱ्या त्यांनी आपल्या मृत्यूनंही आमच्या फुटू पाहणाऱ्या संसाराला पुन्हा एकजीव बनवलं.

स्त्रीला जात्याच किती उत्कटपणे मातृत्वाची ओढ जाणवते हे मी तुला सांगण्याची आवश्यकता नाही; पण स्वतःला मूल असावं ही इच्छा यांच्यात माझ्यापेक्षाही प्रकर्षानं वसत होती. त्यांच्या मनाची ही तडफड मला पाहवेना. एक दिवस धीर करून मी विषय काढला.

"असं किती दिवस कुढत बसणार? आणि कुढून परिस्थितीवर काही औषध मिळणार आहे थोडंच!"

"पण ही कल्पना सहन करणं फार अवघड आहे गं. नानांचं काय झालं ते पाहिलंस ना?"

"पाहिलंय आणि म्हणूनच तुमची काळजी वाटते. मला एक विचार सुचलाय; बघा पटतोय का?"

"कसला विचार-?"

"आपण कुणातरी चांगल्या कुळशीलाचा मुलगा दत्तक घेऊ या आणि-"

"छे, छे! ते शक्यच नाही. तसं करण्यानं आपली भावनिक भूक आपण कदाचित भागवू शकू; पण ते अन्यायकारक ठरेल. तो मुलगा कितीही चांगल्या घराण्यातला असला तरी आपल्या जन्मदात्या आई-बापांचे जीन्स घेऊन आलेला असणार. आपल्या घराण्याचं नाव जरी त्याला मिळालं तरी त्याचे आनुवंशिक गुणधर्म आमच्या वंशापेक्षा फार भिन्न असणार. मग भव्य इतिहास असणाऱ्या या नावावर त्याचा काय अधिकार? त्यापेक्षा माझ्यानंतर माझा वंशच खुंटला तरी बेहत्तर!"

यांचा, मामंजींचा घराण्याचा अभिमान किती तीव्र आहे याचा अनुभव लग्नाआधीपासून मी घेतच होते; पण तो या थराला पोहोचला असेल याची तोपर्यंत तरी मला कल्पना नव्हती. या त्यांच्या निर्धारावर कसलंच अपील नाही याची मात्र मला जाणीव होती.

माझा विषाद मी पचवला. नाहीतरी लग्नापासून सुखाची नुसती लयलूट

चालली होती. दुःख असं हे पहिल्यांदांच वाट्याला आलं होतं आणि तेवढंच होतं ते सहन करायलाच हवं होतं. तशी मनाची तयारी करायला हवी होती आणि ती करायला मी सुरुवातही केली होती. ते दुःख गिळून आता परत आमच्या संसारात वसंताचे मधुर सूर भरून टाकले असते. मनातला सल कुठेतरी सांदीकोपऱ्यात पडून राहिला असता. एकाकी, दुर्लक्षित.

पण दुःखाची, अडचणींचीही परंपरा असते!

मामंजी गेल्यानंतर सहा महिने लोटले असतील, अकस्मात एक पत्र आलं. मुंबईत असलेल्या एका स्पर्म बँकेकडून शुक्रजंतू गोठवून अबाधित आणि कार्यक्षम राखण्याचं तंत्र जेव्हा दहा वर्षांपूर्वी पूर्णपणे विकसित झालं, तेव्हा भारतात निघणाऱ्या त्या पहिल्या स्पर्म बँकेचे पहिले गिऱ्हाइक म्हणून मामंजींनी आपलं नाव नोंदवलं होतं आणि स्वतःचं वीर्य त्या बँकेत गोठवत ठेवलं होतं. मामंजी गेल्याचं त्यांना नुकतंच असंच हस्ते-परहस्ते कळलं होतं आणि त्यामुळे त्यांनी दुखवट्याचं पत्र पाठवलं होतं. मी ते वाचून तसंच ठेवून दिलं. यांनीही वाचून डोळ्यांआड केलं. कधीतरी त्यांना एक आभारप्रदर्शनाचं पत्र पाठवायला हवं होतं.

दोन दिवसांनी यांनी ते पत्र परत मागितलं. कदाचित उत्तर लिहिणार असतील म्हणून मीही त्यांना ते दिलं; पण त्यांनी ते पुनःपुन्हा वाचलं आणि एकदम-

ही समस्या कधी उभी राहिली असं विचारलंस तर तो क्षण म्हणून मी निःसंदिग्धपणे उत्तर देईन.

एकदम यांनी मला बोलावून जवळ बसवून घेतलं आणि म्हणाले,

"हे पाहिलंस?"

"हो वाचलंय मी ते."

"मग काय वाटलं?"

"काय वाटायचंय!"

"नाही, विचार काय आहे?"

"विचार काय असायचाय! कर्तव्य म्हणून उत्तर पाठवायला हवं."

"तसं नाही; पण नानांनी आपलं वीर्य गोठवून ठेवलंय या बँकेत."

"हो. त्यात नवं काय? असे नवनवीन प्रयोग करायला ते नेहमीच पुढे सरसावत असत. मागे नाही, अँटिलेप्रसी व्हॅक्सिननंतर लेप्रसीचे जंतू त्यांनी स्वतःला टोचवून घेतले."

"माझा मुद्दा नाही तुझ्या लक्षात आला. अगं, नानांनी आपलं वीर्य गोठवून ठेवलंय याचा अर्थ आमच्या वंशाचा जेनेटिक स्टॉक अजून शाबूत आहे. आता वंश खुंटण्याची भीती नाही."

"म्हणजे म्हणायचंय काय तुम्हाला-?"

"एक, म्हणजे आर्टिफिशियल इन्सिमिनेशन बाय डोनर. माहीतच आहे तुला. पती संभोगक्षम नसेल किंवा त्याच्या वीर्यात शुक्रजंतूंची कमतरता असेल, तेव्हा त्याचंच वीर्य घेऊन ते कॉन्सन्ट्रेट करून त्या वीर्याकरवी स्त्रीच्या ठायी कृत्रिमरीत्या गर्भधारणा करण्याची पद्धत आहे ती. पती जर शुक्रजंतू निर्माण करण्यास अगदीच अक्षम असेल तर दुसऱ्या पुरुषाचंही वीर्य घेऊन अशी कृत्रिम गर्भधारणा करतात. माहीत आहे ना?"

माझ्या तोंडून शब्दच फुटेना. मी कशीबशी मान डोलवली.

"मग तुझ्या पोटी असाच गर्भ रुजवता येईल; नानांचं वीर्य वापरून आपला संसारही फुलेल आणि वंशाची परंपराही खंडित होणार नाही."

"पण, पण-"

"पण काय?"

"अशा कृत्रिम गर्भधारणेत वीर्यदाता अनोळखी असतो. त्याची आयडेन्टिटी गुप्त राखली जाते."

"खरं आहे; पण इथं ती माहिती असल्यानं काही बिघडणार नाही. नाना-"

"हो, नानाच. तेच तर कठीण आहे. तुम्हाला नाही समजायचं-"

त्यांना मी नाहीच समजावून सांगू शकत. कोणत्याही पुरुषाला ते नाहीच कळायचं. पोटी गर्भ वाढत असताना स्त्रीच्या शरीरात तर बदल होतातच; पण त्याहून मोठे बदल होतात ते तिच्या भावजीवनात. तिचाही एक प्रकारे माता या नात्यानं नवा जन्मच होत असतो. शारीरिक बदलांशी जमवून घेणं सोपं आहे. ती क्षमता शरीरात मुळातच असते. भावजीवनाचं तसं नाही. अशा परिस्थितीत नानांच्या वीर्यापासून माझ्या पोटी गर्भधारणा करून घेण्यानं माझ्या भावजीवनात कसली वादळं उठतील हे त्यांना कसं समाजावून सांगू? नुसतं त्या कल्पनेनंही भावविश्व उद्ध्वस्त होतंय की काय असं वाटू लागलं आहे. नानांबद्दल मलाही आदर आहे. त्यांच्यावर माझंही प्रेम आहे- होतं; पण मुलीचं आपल्या पित्यावर असावं तसं. त्यांचं वीर्य... त्यांच्याशी मी रत होऊ? छे, छे! नुसत्या विचारानंही मस्तक तडकून उठतं आहे. यांच्या हट्टापुढे नाइलाज होऊन कदाचित मी तयार होईनही त्याला; पण पूर्ण गर्भवाढीचे ते नऊ मास मला युगायुगांसारखे वाटतील. पोटी पाप वाढतं आहे, याची क्षणाक्षणाला बोचणी लागेल. प्रसूत होईन तेव्हा निचरा झाल्यासारखं वाटेल. माझ्या पोटी आलेलं असलं, तरी ते मूल माझं आहे असं मला कधीच वाटणार नाही. मी सख्ख्या दिरालाच जन्म दिला आहे, असं मला सतत वाटत राहील. अश्वत्थाम्यासारखी डोक्यात सतत चिघळलेली जखम घेऊनच मला जगावं लागेल. त्या मुलाच्या वाढीलाही ते पोषक होणार नाही.

सांग आता, ही समस्या कशी सोडवू? विज्ञानाच्या प्रगतीमुळे स्थापन झालेल्या

त्या स्पर्म बँकेनं हा चक्रावर्त आमच्या आयुष्यात उठवला आहे. या प्रगतीनं काय भलं केलं आहे आमचं? आता तरी मत बदलशील का आपलं?

मत बदल किंवा न बदल; पण हा पेच कसा सोडवू ते तरी सांग. आहे यावर उपाय तुझ्याकडे?

तुझ्या उत्तराची आतुरतेनं वाट पाहत आहे.

तुझी एक अभागिनी,

रागिणी,
साहित्य सहवास,
वांद्रे (पूर्व) मुंबई ४०००५१

●

जगावेगळी

कबूल! एकदम कबूल. तुम्ही विवाहित आहात. तुमचं आपल्या बायकोवर खूप खूप प्रेम आहे. तिचंही तुमच्यावर आहे. एकमेकांशिवाय तुम्हाला चैन पडत नाही. एकूण तुमचा संसार अगदी भरून गेलाय; पण तरीही, म्हणजे- अगदी खरं खरं सांगा हं. तुमच्या मनात कधीच दुसऱ्या कोणत्याही मुलीचा विचार आला नाही? समोरून जाणाऱ्या एखाद्या गौरांगनेच्या गालावरच्या खळीत तुमचा जीव अडकला नाही? तिच्याबरोबर जुहूच्या वाळूतून तरंगत-तरंगत एकमेकांना भेळ भरवल्याची स्वप्नं तुम्ही पाहिली नाहीत? 'छोटीसी बात'मधल्या अमोल पालेकरसारखी! पडद्यावर धर्मेंद्रला हेमामालिनीबरोबर झाडाभोवती रुंजी घालत, प्रणयगीत आळवताना पाहिल्याबरोबर त्या धर्मेंद्रची हकालपट्टी करून त्या जागी स्वतःच असल्याचे खेळ तुम्ही कधीच खेळला नाहीत? खरं खरं सांगा हं! नाहीतर नकाच सांगू. माझ्यावरून ओळखतो ना मी. नाहीतर आपण सारे एकाच वाटेचे प्रवासी.

आता माझंही तुमच्यासारखंच लग्न झालंय. अगदी मनासारखी बायको मिळालीय; मिळवलीय म्हणा! ठरवून वगैरे नाही तर प्रेमविवाह झालाय आमचा; पण पुरुषाची मूळची भ्रमरवृत्ती म्हणा हवं तर; पण कधी अशी अचानक समोरून कुणीतरी वसंतसेना येते आणि आमचा चारुदत्त होतो. ट्रॅफिक सिग्नलला माझी गाडी थांबते आणि शेजारच्या गाडीचं चाक हातात धरून कुणीतरी घाऱ्या डोळ्यांची, गोबऱ्या गालांची अप्सरा बसलेली असते. समोरचा दिवा हिरवा झाल्याचं मागच्या गाड्यांनी हॉर्नचा गदारोळ केला तरी आमच्या लक्षात येत नाही. पलीकडचा हवालदार येऊन कानात दोन झणझणीत शिव्या घालतो तेव्हाच आमची समाधी भंग पावते. नरीमन पॉइंटवरच्या स्कायस्कॅपर्समध्ये कोणाकडे जायचं म्हणजे तर आफतच! लिफ्टमध्येच कोणीतरी फायलींनी अवघडलेली

स्मार्ट सेक्रेटरी नजरेला येते. ती पाचव्या मजल्यावरच उतरून जाते; पण आमचं विमान पार आभाळात पोहोचलेलं असतं अन् मग लिफ्टनं खाली-वर दोन-चार फेऱ्या मारल्यानंतर वैतागलेला लिफ्टमन आम्हाला ओढून खाली आणेपर्यंत ते तिथंच भराऱ्या मारतं.

रॉंग नंबर्स तर काही विचारू नका. बॉम्बे टेलिफोन्सची ती एक कृपाच आहे आपल्यावर. ऑफिसातलं काम नीट व्हायला हवं म्हणून मग मीच माझ्या सेक्रेटरीच्या टेबलावर एक्स्टेन्शन बसवून घेतलं. तरीपण घडतं काय? असाच एकदा फोन येतो. "हॅलो! समीर आहे का?"

आता समीर नावाचा कुणी घरातच काय पण आसमंतात नाही; पण मी चटकन म्हणून टाकतो, "हाय डार्लिंग! समीर हाजीर है!" अन् मग त्या 'डार्लिंग'बरोबर मी सातासमुद्राची सफर करून येतो; पण हे सगळं स्वप्नात बरं का! प्रत्यक्षात माझ्या तोंडून शब्द निघतात-

"कोणता नंबर हवाय तुम्हाला?"

अन् मग त्या 'डार्लिंग'कडून टेलिफोनच्या नावानं मोजलेल्या; पण माझ्या कानी पडणाऱ्या शिव्या झाल्या की, रिसीव्हर खाली ठेवतो आणि तरीही मला कुठंतरी अपराध्यासारखं वाटत राहतं. दिवसभर मग मी बायकोची नजर टाळत असतो.

त्या दिवशी फोन आला तो असाच. वास्तविक आताच तुम्हाला म्हटल्याप्रमाणे माझ्या सेक्रेटरीनं घेतल्याशिवाय फोन माझ्याकडे येतच नाही; पण त्या दिवशी एका क्लायंटचं अर्जंट काम करत बसलो होतो. सेक्रेटरी आणि इतर स्टाफ लंचला निघून गेला होता; त्यामुळे फोन सरळ माझ्या टेबलावर.

रिसीव्हर उचलून मी काही बोलणार तोच पलीकडून एक अतिशय मंजूळ आवाज किणकिणला. स्कॉचच्या ग्लासमध्ये आइसक्यूब किणकिणावा तसा!

आवाज एवढा मंजूळ होता की, मी तिचं मंजुळा असं तेवढ्यात बारसं करूनही टाकलं.

मंजुळा भलतीच एक्साइट झाली होती.

"हॅलो हेमा! हेमा! फँटास्टिक न्यूज! अगं, मला तो जॉब मिळाला आणि ऑफिसही काय मस्त आहे म्हणून सांगू. संपूर्ण ए.सी. आणि मऊमऊ गालिचे. मला सेपरेट केबिन. अकबर अलीपासून हाकेच्या अंतरावर शेजारच्या खिडकीतून सी व्ह्यू आणि-

आमचा मनोरथ तोपर्यंत अमरावती वगैरेंची चक्कर मारून आला होता.

"सॉरी!" मी आवाजात मार्दवता आणत म्हटलं. मंजूळ आवाजाची मोहिनी अजून पूर्णपणे उतरली नव्हती. "पण कोणता नंबर हवाय तुम्हाला?"

"ओ, माय गॉड! तुमचा नक्कीच नकोय."

"वाटलंच होतं मला."

"सॉरी हं! तुम्हाला विनाकारण बोअर केलं मी."

"छे, छे! मजा आली. काँग्रॅट्स, बाय द वे."

"कॉंग्रॅट्स?"

"नवीन जॉब मिळाला ना तुम्हाला?"

"ओऽह," ती खळखळून हसली. अंगावर सोनचाफ्याचा शिडकावा झाल्यासारखं वाटलं. "थँक यू! थँक यू व्हेरी मच!"

तिनं फोन खाली ठेवला. मीही ठेवला. ठेवावाच लागला. तो मंजूळ आवाज मात्र कानात घुमतच होता. मी हनीमूनसाठी स्वित्झर्लंडला जायचं तेवढ्यात नक्की करून टाकलं.

तितक्यात पुन्हा फोन वाजला.

मंजुळाच! शंकाच नको!

तोच आवाज!

पुन्हा मी काही म्हणायच्या आतच बोलायची घाई.

"हेमा, हेमा, अगं आता काय मजा झाली ते ऐकलंस ना, तर चक्रावून जाशील. तुला म्हणून फोन केला तो राँग नंबर निघाला. मला काय माहीत! मी तुला बातमी देण्यासाठी अधीर झाले होते. मी आपली बडबडतच सुटते आणि काय सांगू, तुझ्याऐवजी दुसराच आवाज आला फोनवर. इतका रोमँटिक आवाज म्हणून सांगू. पूछो मत।"

"क्यू नहीं! क्यू नहीं. एनी वे मंजुळा, थँक यू फॉर द कॉम्प्लिमेंट! पुन्हा तुझा राँग नंबर बोलतोय."

मी सुरुवातीलाच तिला अगं - तुगं करायला लागलो होतो. स्वतःच्या नकळत! नाहीतर वेळ घालवण्यात काय अर्थ होता?

"अय्या! परत तू- तुम्ही. आणि काय हो माझं नाव कसं कळलं तुम्हाला?"

म्हणजे नाव खरोखरच मंजुळा होतं तर. धिस वॉज गेटिंग इंटरेस्टिंग नाऊ!

"आवाजावरून ओळखलं आणि मला तुम्हीऐवजी तू म्हटलंस तरी चालेल."

"पण मला समजत नाही पुनःपुन्हा मला तुझाच नंबर कसा मिळतोय?" ७६४ ४५५१ असाच आहे ना हा नंबर?"

"मुळीच नाही. माझा नंबर आहे २६३२२१"

"म्हणजे काही संबंधच नाही. मग मी तो फिरवलाच कसा? डोकंच फिरलेलं दिसतंय माझं आज."

"साहजिक आहे! नवा जॉब मिळाल्याच्या आनंदात भान राहिलं नसेल."

"तरी पण सॉरी हं!"

"कशाबद्दल? तू फोन केला नसतास तर तुझा मंजूळ आवाज कसा ऐकायला मिळाला असता?"

फोन बंद करून मी लंचला गेलो; पण हेमाचा ७६४ ४५५१ हा नंबर फिरवून हेमाला सांगावं.

पण काय? तिनं झटकूनच टाकलं तर!

तेव्हा तो विचार सोडून दिला; पण लंचहून परतलो तरी मन थाऱ्यावर नव्हतं. बेटं जमिनीवर उतरायलाच तयार नव्हतं. कसंबसं, महाप्रयासानं त्याला खाली खेचलं आणि कामाला लागलो. झाला प्रकार विसरून गेलो.

असं वाटलं खरं; पण ती स्वतःची शुद्ध फसवणूक होती. कारण संध्याकाळी घरी गेल्यावर बायकोकडे याबद्दल चकार शब्द काढला नाही. खरं म्हणजे रोज तासभर तरी आम्ही ऑफिसात कायकाय झालं यावर चर्चा करतो. कारण आमच्या लग्नापूर्वी ती माझी सेक्रेटरीच होती ना! त्या दिवशीही आम्ही नेहमीप्रमाणे बोललो; पण मंजुळाचं नाव मी घेतलं असेन म्हणता की काय? नाव नको!

त्यामुळे असेल कदाचित, माझं मन मलाच खात होतं. आदल्या दिवशी ऑफिसमधल्या कामाकडे दुर्लक्ष केल्याचा वचपा मी दुसऱ्या दिवशी ऑफिसात लवकर जाऊन काढला. स्वतःच ऑफिस उघडलं आणि कामाला सुरुवात केली.

पाच-दहा मिनिटंच झाली असतील आणि फोन वाजला. मी उचलला.

पण पलीकडून कोणाचाच आवाज नाही.

फोन कनेक्ट करून ताटकळत ठेवणाऱ्या ऑपरेटर्सचा मला नेहमीच राग येतो. त्यात आता नुकतंच कुठं कामात लक्ष लागत होतं, तोच...

सणसणून शिव्या घातल्या मी फोनवर. पलीकडे ऐकू जातील याचीही पर्वा नाही केली किंबहुना त्या ऐकू जाव्यात हाच उद्देश होता.

चिडून मी रिसीव्हर आपटणार तोच पलीकडून आवाज आला.

"एक्सक्यूज मी-!"

तोच मंजूळ आवाज.

"कोण? मंजुळा?"

"ऑफ कोर्स!"

माझ्या हृदयात कबुतरं फडफडून गेली. हा चुकून लागलेला रॉंग नंबर नक्कीच नव्हता. तिनं माझा नंबर लक्षात ठेवून मुद्दाम फोन केला असणार! खात्रीनं!

"गुड मॉर्निंग, मंजुळा-"

"काय तरी बाई राग तुझा!"

"पण तुझ्यावरचा नव्हता तो!"

"असायला हवा. खरं तर मी पुनःपुन्हा तुला असा त्रास द्यायला नको; पण मी तरी काय करू? हेमाचा नंबर फिरवला की, तुझाच लागतो. कुठंतरी क्रॉस कनेक्शन झालं असलं पाहिजे."

"ओऽह! म्हणजे तू हेमाला फोन केला होतास तर?"

"अर्थात् !"

"च् च्! मला वाटलं, मलाच केला असशील. माझा रोमँटिक आवाज ऐकण्यासाठी."

ती खळखळून हसली. मनमोकळं श्रावणातल्या सरीसारखं!

"एवढा काही खास नाही हं तुझा आवाज."

"अगं, तो मी रागावलो होतो ना म्हणून; पण चुकून का होईना तुझ्यावर रागावल्याची शिक्षा भोगायला तयार आहे मी. आज लंचला ये माझ्याबरोबर."

"थँक यू! पण मला नाही जमणार."

"का? नवीन जॉब कधी सुरू होतोय तुझा?"

"आजच."

"गुड लक देन. संध्याकाळी हेमाला फोन कर अन् मला सांग सगळी हकिगत. काय?"

मी फोन ठेवला अन् माझं मन म्हणू लागलं, 'यासाठीच आज लवकर आलास तर ऑफिसला.' मी कितीही नाही म्हटलं तरी ते त्याला पटेना. कसं पटावं? मुळातच आपलं नाणं खोटं. ताडीच्या झाडाखाली बसून दूध प्यालं तरी लोक म्हणणारच दारुड्या म्हणून.

या सगळ्यानं मूडच गेला माझा. दिवसभर मी नुसता खेकसत होतो साऱ्या स्टाफवर. लंचहून परतल्यावर जेव्हा कोणाचाही फोन आला नसल्याचं कळलं, तेव्हा तर त्यात भरच पडली.

संध्याकाळच्या सुमारास जरा मी शांत झालो. दिवसभराच्या माझ्या वागणुकीबद्दल माझी मलाच लाज वाटू लागली. साऱ्या स्टाफला मी मग लवकर जायचं कन्सेशन दिलं आणि एकटाच काम करीत बसलो. थोडासा उशिरापर्यंत. कदाचित परत मंजुळाचा फोन येईल ही आशा तशी अजून तग धरून असावी.

पण नाही. काम आटोपून ऑफिस बंद केलं तरी फोनचा पत्ता नव्हता.

लिफ्टची वाट पाहत मी उभा होतो, तोच ऑफिसातून फोनचा आवाज आला.

असा जीव तोडून धावलो म्हणता! ऑफिसचं दार तर जवळजवळ खेचूनच उघडलं. रिसीव्हर उचलला तेव्हा छाती धपापत होती. हृदयाचे ठोके वाढले होते. मंजुळाशी बोलायला मिळणार या एक्साइटमेंटनं ते वाढले नव्हते, असं छातीठोकपणे

सांगणं आपल्याला तरी नाही जमणार.

मी थोडी गंमतच करायची ठरवली.

"हॅलो. ७६४ ४५५१ हिअर," मी म्हटलं.

"ओऽह! सॉरी, रॉंग नंबर दिसतोय," आवाज माझ्या बायकोचा होता.

फोन खाली ठेवण्यावाचून गत्यंतरच नव्हतं. मी तो भलताच नंबर का सांगितला असं तिनं विचारलं तर? अपराधी मनानं आणि धपापत्या उरानं मी काय जबाब देणार होतो? बायको परत फोन करणार हे नक्की. मी बसून राहिलो.

तेवढ्यात पाल चुकचुकली. आपण तिचा आवाज ओळखला. तिनंही आपला ओळखला असला तर? विशेषतः परत तिचा फोन आल्यावर आपण प्रथम बोलू तेव्हा तिच्या ध्यानात साम्य येईलच की! शिवाय आपण एकटेच ऑफिसात आहोत हे तिला समजलं तर-

तेव्हा ऑफिसात इतर स्टाफही आहे, अशीच तिची समजूत व्हावयास हवी.

म्हणूनच परत जेव्हा फोन आला तेव्हा मी तो उचलला; पण स्टाफला काही ऑर्डर्स देत असल्याचा बहाणा केला. रिसीव्हर किंचित लांब धरून आणि मगच फोनवर बोललो. सावधपणे.

"हॅलो-!"

"काय रुबाबात ऑर्डर्स देतोस रे तू! एखाद्या जनरल-

"मंजुळा?" माझ्या छातीतली कबुतरं परत जागी झाली होती.

"दुसरं कोण?"

"पण- पण तू मला फोन करतेस की हेमाला?"

"हेमालाच; पण नेहमीप्रमाणे तू कडमडतोयस. फोन म्हणजे वैताग आहे. आज कम्प्लेन्ट केली मी. काहीतरी बिघडलंय खरं-"

"माहीत आहे मला. दुपारीच फोनची माणसं येऊन सांगून गेली मला. रिपेअरचं काम चालू आहे म्हणून; पण ते मरू दे. तुझा नवीन जॉब कसा आहे?"

"एन्जॉएबल! माझा बॉस तुझ्यासारखाच भुंकत असतो- "

"त्यांच्याकडे लक्ष नको देऊ नं. माणूस गिल्टी कॉन्शस असला ना की, असा सारखा ओरडत राहतो."

"म्हणजे?-"

"म्हणजे लायकी नसताना वरची जागा मिळालेली असली की, मन सारखं डाचत असतं. स्वतःची नसलेली लायकी वारंवार सिद्ध करावीशी वाटते त्याला! आवाज चढवला की, आपण बरोबर असल्याचं दुसऱ्याला वाटेल असं वाटतं.

"अरे वा! मानसशास्त्रज्ञ वगैरे आहेस की काय?"

"छे, छे! भलतंच काय? एवढा गंभीर वाटतो की काय?"

"नाही आणि माझा बॉसही तसा गंभीर नाहीय-"

"तरीही त्याचा गिल्टी कॉन्शसच त्याला ओरडायला लावत असणार-"

"तो कसा काय?"

"तुझ्यावर भाळला असेल तो; त्यामुळे कामात कुठंतरी गफलत होईल असं वाटत असेल त्याला."

"शक्यच नाही."

"का? का? सुंदर नाहीस तू?"

"ते मी कसं सांगणार? दुसऱ्याच्या दृष्टीतूनच कळायला हवं."

"तेच म्हणतोय मी. आत्तापर्यंत फक्त तुझा आवाजच ऐकतोय मी. माझ्या कानांना तुझं सौंदर्य दिसतंय ते डोळ्यांनाही दिसू दे ना! उद्या लंचला भेटू या आपण-"

"तोंडात अगदी खडीसारखर धरून बोलतोस हं तू!"

अन् परत एकदा ती हसली मनमोकळं, प्रसन्न. विरघळणाऱ्या खडीसाखरेसारखं.

"मग लंच नक्की ना?"

"छे, बाई! कसं जमणार?"

"का? हेमाबरोबर लंचला जातेस की नाही तू?"

"जाते ना-"

"मग मीच काय घोडं मारलंय? नाहीतर हेमाचं अर्धं काम मीच करतोय आणि त्या बदल्यात मला मिळतंय काय? फोन कंपनीचं बिल-"

"तरी पण-"

"वाटलं तर अर्धंच लंच घे माझ्याबरोबर. राहिलेलं पॅक करून हेमाबरोबर खाण्यासाठी घेऊन जा-"

"तू म्हणजे असा आहेस- नाव काय तुझं?"

"रोहित-"

"रोहित काय?"

"मंजुळा काय?"

"आधी तू."

"अं हं. त्यासाठी माझ्याबरोबर लंचला यायला हवंस- "

"बरं बाई. येते मी. एक वाजता लंच टाइम असतो माझा; पण कुठं भेटायचं?"

"फाउंटनला हायकोर्टाच्या दाराशी, आलं ना लक्षात?"

"हो."

"मग उद्या दुपारी एक वाजता- "

"उद्या दुपारी."

मी घरी गेलो तो केवळ त्या दुपारचा एक वाजेपर्यंतचा वेळ कुठेतरी काढायला हवा म्हणून. रात्रभर झोप म्हणून नाही लागली. सारखं डोळ्यांसमोर हायकोर्ट येत होतं आणि त्याचं दार. अर्जुनाचं लक्ष केवळ माशाच्या डोळ्याकडेच कसं लागलं होतं याची साधारण कल्पना आली मला.

दुसऱ्या दिवशी दुपारी साडेबारालाच मी हायकोर्टाच्या दाराशी हजर झालो. तिथं घुटमळणाऱ्या काळ्या कोटातल्या वकिलांपेक्षा वेगळा दिसण्यासाठी मी ब्राउन सूट चढवला होता अन् मनात एकसारखी उजळणी करत होतो, काय बोलावं याची. पूर्वी वाचलेले अनेक विनोद आठवत होतो. सुरुवातीलाच कसं मुँहतोड वाक्य टाकावं याचा विचार करत होतो आणि तिला पाहिल्याबरोबर मुळी तोंडून शब्दच फुटणार नाही असंही वाटत होतं.

समोरून सुंदर-सुंदर तरुणींचा लोंढाच वाहत होता. मी प्रत्येकीची पाहणी करत होतो. यातील नेमकी मंजुळा कोण असावी याविषयी स्वतःशीच पैज लावत होतो. या खेळात वेळ कसा गेला कळलंच नाही. सहज घड्याळात पाहिलं अन् लक्षात आलं, दीड वाजला होता अन् तरीही मंजुळा आली नव्हती. कदाचित आली असेल अन् माझा अवतार पाहून परतली असेल.

माझ्या आयुष्यात माझा असा अपमान कोणी केला नव्हता. माझा रागाचा पारा असा काही चढला की, विचारू नका. त्या भरात मी ताडताड काय काय बोललो- माझी टायपिस्ट तिथल्या तिथं नोकरी सोडून निघून गेली. दोष तिचा नाही; कोणती स्वाभिमानी मुलगी असं वेडंवाकडं ऐकून घेईल? तिची काहीच चूक नसताना! तिची रिप्लेसमेंट ताबडतोब करणं भाग होतं. टाइम्समध्ये द्यायच्या जाहिरातीचा मसुदा मी स्वतःच टाइप करीपर्यंत सहा वाजले होते.

तोच फोन वाजला. मंजुळाच होती ती!

"तू कोणाला फोन करतेस? मला की हेमाला?"

तिचा मंजूळ आवाज ऐकूनही माझा गुस्सा उतरला नव्हता. उलट चढलाच होता.

"तुलाच फोन करतेय मी," तीही रागानंच बोलली.

"मला? म्हणजे २६ ३२३१ ला?"

"खोटारडा! असा नंबरच नाही मुळी. तुला पुरतं ठाऊक आहे. दुपारपासून ट्राय करत होते मी. शेवटी हेमाचा नंबर फिरवला तेव्हा तुझा लागला."

"अगं, असं कसं होईल? माझा नंबर मी सांगितलेलाच आहे."

"असो-नसो आज दुपारी स्वारी कुठं गायब होती? मला लंचला बोलावून स्वतःच आला नाहीस. शोभलं का तुला? चांगली तासभर उभी होते मी. रखुमाईसारखी."

"तू? तासभर उभी! हे छान आहे. मला ताटकळत ठेवलंस विटेवरच्या विठ्ठलासारखं अन् म्हणे-"

"मी तिथं होते. तूच आला नाहीस."

"मंजुळा, खरंच सांगतो. दीड वाजेपर्यंत वाट पाहिली मी तुझी. तू केव्हा पोहोचलीस तिथं?"

"बरोबर एक वाजता."

"मग काहीतरी घोटाळा आहे. हायकोर्टाच्या दाराशीच होतीस तू?"

"हो, अगदी तिथंच. एवढी काही वेंधळी नाही मी."

"मलाही समजत नाही, मग आपली चुकामूक कशी झाली? मंजुळा, आय ॲम सॉरी! व्हेरी व्हेरी सॉरी-"

"आता काय उपयोग त्याचा-"

"कसं सांगू तुला? कशी खात्री पटवू तुझी? अगं, तू मला टांग मारलीस म्हणून एवढा चिडलो होतो मी दुपारपासून की, माझी टायपिस्ट नोकरी सोडून गेली. तुला येतं का गं टायपिंग?"

"नाही आणि येत असलं तरी तो जॉब नकोय मला."

"मंजुळा, उद्या लंच घेऊ आपण आणि यावेळी चुकामूक होणारच नाही अशा ठिकाणी भेटू या-"

"काही नको. एकदा झालं तेवढं-"

"प्लीज, मंजुळा! वन मोअर चान्स! अन् माझा फोन नंबर खोटा नाही हेही पटवून द्यायचंय तुला!"

"ते शक्यच नाही. तसा नंबरच नाही. माझ्या आधीच लक्षात यायला हवं होतं. सिक्स डिजिट नंबर आहेतच कुठं हल्ली? मी ऑपरेटरला विचारलं. तीही तेच म्हणाली."

"तिला नाही अक्कल! उद्या मी खात्रीच पटवतो तुझी. दुपारी एक वाजता चालेल ना!"

"बरं बाई; पण नक्की कुठं भेटायचं? आजच्यासारखं नको-"

मलाही नकोय ते. आपण असं करू या. काळ्या घोड्यासमोर जहांगीर आर्ट गॅलरीच्या पायऱ्यांवर भेटू या. मी फॉन कलरच्या सुटात असेन. ओ के!"

"ओ. के., जहांगीर आर्ट गॅलरी. काळा घोडा-"

"आणि मंजुळा-"

"काय रोहित-?"

"तू रागावलीस की, तुझा आवाज आणखी गोड होतो."

मुंबईतल्या पावसालाही नेमका दुसऱ्या दिवसाचाच मुहूर्त सापडला. धुवांधार

कोसळत राहिला दिवसभर; पण तरीही अशा पावसात मी जहांगीर आर्ट गॅलरीच्या पायऱ्यांवर वेड्यासारखा तासभर उभा राहिलो; पण त्या दिवशीही मंजुळा आली नाही. ती एवढी दुष्ट असेल, सॅडिस्ट असेल हे मुळी मन मानायलाच तयार नव्हतं. वाटलं, पावसामुळे बिचारी अडकून पडली असेल; घरून निघूच शकली नसेल. कदाचित ऑफिसमध्ये फोन करून तिनं तसं कळवलंही असेल.

तसाच भिजतभिजत मी ऑफिसात आलो.

पण कोणाचाही फोन आलेला नव्हता.

तसाच तडक बाहेर पडलो आणि ताजच्या सी लाउंजमध्ये ड्रिंक्स घेत बसलो. शरीराला आणि मनालाही- भरलेली हुडहुडी घालवायचा तो एकच मार्ग होता. बाहेर घोंगावणारं वादळ डोक्यातही धुमाकूळ घालत होतं.

दोन पेग्ज पोटात गेल्यावर जरा बरं वाटलं.

वाटलं, हेमाचा नंबर आपल्याला माहीतच आहे. तिला फोन करावा आणि सांगावं सगळं. एका उडीतच समोरचा बूथ गाठला आणि ऑपरेटरला नंबर दिला. ७६४४५५१.

''सॉरी सर. यू कान्ट मेक ट्रंक कॉल्स फ्रॉम हिअर.''

''ऑपरेटर, हा काय तमाशा आहे? मी मुंबईतलाच नंबर मागतोय!''

''तमाशा तुम्हीच चालवलाय साहेब. मुंबईत असा नंबर तरी आहे का?''

''ऑफ कोर्स आहे. मी बोललोय कितीदा तरी.''

''साहेब, तुमची जरा उतरल्यावर पुन्हा एकदा नीट डिरेक्टरी बघा आणि सांगा मला.''

रिसीव्हर खाली ठेवायच्या आतच ऑपरेटरनं फोन डिस्कनेक्ट केला.

सो दॅट वॉज दॅट. सगळी बनवाबनवी; शुद्ध फसवाफसवी! मी बरा बकरा मिळालो होतो.

पुन्हा टेबलाकडे गेलो आणि पीत बसलो. संध्याकाळी पाच वाजेपर्यंत. ऑफिस बंद करण्यासाठी तरी उठणं भागच होतं. मी काही न सांगताच बाहेर पडलो होतो ना.

इतक्यात बाहेर वीज चमकली आणि त्याच वेळी मनात एक भन्नाट कल्पना चमकून गेली.

मंजुळेच्या आणि माझ्या लाइन्स क्रॉस झाल्याच असतील तर माझ्या ऑफिसचा नंबर फिरवताच मला तिचा नंबर मिळायला हवा होता.

क्षणाचीही उसंत न घेता ऑपरेटरला नंबर दिला. तिनंही लगोलग जोडून दिला.

रिंग वाजत राहिली. कोण उचलणार? ऑफिसात होतंच कोण?

निराशेनं खाली ठेवणार तोच कोणीतरी उचलला. 'हॅलो'- मंजुळाच! शंकाच

नको. रागाचा, ड्रिंक्सचा कितीही परिणाम असला तरी तो आवाज विसरणे शक्यच नव्हते.

"मंजुळा-"

"कोण आहे?"

"मी रोहित. माझ्या ऑफिसमध्ये काय करतेस तू?"

"ऑफिसमध्ये? मी तर घरीच आहे."

"माझा होरा खरा निघाला तर."

"माझा नंबर कसा मिळाला तुला?"

"तुझा कुठं मिळाला? मी माझ्या ऑफिसचा नंबर फिरवला तर-"

"ठीक आहे मग. नाहीतरी तुझ्याशी चकार शब्दही बोलायची इच्छा नाही माझी."

"लाज वाटली पाहिजे असं बोलायला-"

"लाज? मला? हे छान आहे."

"मंजुळे, का असा सूड; का उगवलास माझ्यावर?-"

"छान आहेत, चोराच्या उलट्या. मी सूड उगवला? आपणच दोन-दोनदा बोलावून यायचं नाही-"

"झाली तुझी परत सुरुवात. अग माझ्याबरोबर यायचं नव्हतं तर सरळ नाही म्हणून सांगायचंस. मला आज सचैल स्नान घालायची काय जरुरी होती? अजूनही चिंब भिजलेलाच आहे मी."

"भिजलेला? कशानं? खोटं बोलताना फुटलेल्या घामानं?"

"घाम! हाऽहाऽ! रात्रीपासून पाऊस कोसळतोय नुसता!"

"थापा तरी किती माराव्या माणसानं. गेला महिनाभर टिपूस नाही पावसाचा. शहर खाली करायची वेळ आलीय."

"काय बोलतेस काय तू? आज पाऊस पडला नाही?"

"नाही. नाही. नाही!"

"काळ्या घोड्यासमोर! जहांगीर आर्ट गॅलरीजवळ? पाऊस पडला नाही?"

"मुळीच नाही. कडकडीत ऊन पडलं होतं. मीच काय समोरचा काळा घोडाही वितळला."

"वितळायला तो तिथं आधी असायला हवा ना?"

"म्हणजे? काळ्या घोड्याच्या तिथं काळा घोडा नाही?"

"मुळीच नाही. माहीत आहे तुला चांगलं. केव्हाच हलवला तो तिथून. काळा नाही. पांढरा नाही. घोडाच नाही."

"हलवला? का? कोणी?"

“कोणी म्हणजे? सरकारनं. स्वातंत्र्य मिळाल्यावर इंग्रजांच्या गुलामगिरीची नामोनिशाणी नको म्हणून.”

“स्वातंत्र्य! ते केव्हा मिळालं?”

“म्हणजे! १९४७ साली भारताला स्वातंत्र्य नाही मिळालं?”

“मुळीच नाही. फाळणीच्या प्रश्नावरून बोलणी फिसकटली आणि इंग्रजांचं राज्य चालूच राहिलं. आता पुढच्या वर्षी ऑस्ट्रेलिया, कॅनडासारखं डोमिनियन स्टेट्स द्यायचं चाललंय. तुला माहीत आहे सगळं. उगीचच वेड पांघरू नकोस.”

मी वेड पांघरतोय! की खरोखरच मला जास्त झालीय! प्रकार तरी काय आहे? साफ चक्रावून गेलो होतो मी.

इतक्यात बाहेर लख्खकन वीज चमकली अन् सारं स्वच्छ झालं.

“मंजुळा, मंजुळा प्रकार काय आहे साधारण समजतंय मला. फॅन्टास्टिक आहे. कोणाला सांगितला तर विश्वास नाही बसायचा. तुलाही समजावून सांगणं कठीणच जाणार आहे. त्याआधी एक सांग, आज तारीख कोणती?”

“१७ जुलै १९८४, मंगळवार.”

“राइट! आणि तू मुंबईत आहेस?”

“अर्थात.”

“मुंबईत? महाराष्ट्राच्या राजधानीत?”

“महाराष्ट्राच्या? छे! छे! बॉम्बे प्रॉव्हिन्सच्या.”

“म्हणजे १९४७ साली भारताला स्वातंत्र्य नाही मिळालं?”

“उ-हूं.”

“मंजुळा, आता मी काय सांगतो ते ऐक. भारताला स्वातंत्र्य मिळालं, माझ्या दुनियेत. तुझा इतिहास वेगळा आहे. कारण तू माझ्या जगात नाहीस. या जगावेगळी आहेस.”

“हे कसं शक्य आहे?”

“आहे. क्वॉन्टम फिजिक्समध्ये अनसर्टन्टी प्रिन्सिपल आहे. हायजेनबर्गचं ऐकलंयस तू? त्यानुसार कोणत्याही पदार्थाचे अवकाश व कालस्पेस आणि टाइम यातील स्थान एक समयावच्छेदेकरून निश्चित करता येत नाही. हे विश्व केवळ त्रिमिती नसून चतुर्मिती आहे. केवळ लांबी, रुंदी, खोली किंवा उंची एवढी तीनच परिमाणं नाहीत त्याला. काळाचं चौथं परिमाणही आहे. अवकाशातलं एखाद्या पदार्थाचं स्थान निश्चित केलं तर, कालातल्या त्याच्या स्थानाबाबत अनिश्चितता येते. कालातलं स्थान नक्की केलं तर अवकाशातलं स्थान धूसर राहतं. म्हणजेच तो पदार्थ एकाच वेळी निरनिराळ्या अवस्थेत वावरू शकतो. जी कोणत्याही पदार्थाची स्थिती, तीच या विश्वाची. निरनिराळ्या समांतर अवस्थेत

ते वावरू शकतं.''

''तू काय म्हणतोयस काही एक कळत नाही.''

''खरं आहे. तसा हा सिद्धान्तच मुळी अमूर्त - ॲब्स्ट्रॅक्टच आहे. दुसराही तसाच एक सिद्धान्त आहे. कॅटॅस्ट्रॉफी थिअरी हे त्याचं नाव. साधारणतः कोणत्याही घटनेचे परिणाम त्या घटनेतील कार्याच्या प्रमाणातच होतात; पण काहीकाही वेळा एखाद्या क्षुल्लक घटनेचे परिणाम भयंकर होतात. विस्तृत प्रमाणावर पसरतात; त्यामुळेच कालप्रवाह अशा एखाद्या तिठ्यावर आला की, त्याला फाटे फुटतात. आपल्या पानिपतच्या लढाईचंच उदाहरण घे. विश्वासरावाला गोळी लागून तो पडला आणि मराठ्यांच्या सैन्यात एकदम हाहाकार माजला. परिणाम- मराठे ती लढाई हरले आणि इतिहासाला विलक्षण कलाटणी मिळाली; पण समज, ती गोळी आली तेव्हा विश्वासराव सहज वाकले असते आणि गोळी त्यांना न लागता निघून गेली असती तर? कदाचित ती लढाई मराठे जिंकले असते. इतिहास वेगळाच झाला असता; शक्याशक्यतेच्या - प्रॉबॅबिलिटीच्या - प्रांतात ही सृष्टीही अस्तित्वात आहे. तो कालप्रवाहही अस्तित्वात आहे. इतर असे अनेक कालप्रवाह सृष्टीत समांतररीत्या वास करून असतात. सुखाने, गुण्यागोविंदाने नांदत असतात. शेजारीशेजारी! तुझी माझी विश्वं अशीच समांतर आहेत, मंजू डार्लिंग!''

''तू काय बोलतोयस हे कळतंय, ऐकावंसं वाटतंय; पण उमगत नाहीय.''

''मलाही ते नीटसं सांगता येत नाही. ते उमगण्यासाठी काही विख्यात शास्त्रज्ञांचं वाङ्मय तुला वाचायला देता आलं असतं; पण हे सारे शास्त्रज्ञ माझ्याच सृष्टीतले आहेत. तुला त्यांचा उपयोग नाही. आपली समांतर विश्वं कधीच एकमेकांना मिळणार नाहीत. म्हणून तर तू काल हायकोर्टाच्या दाराशी एक वाजता उभी होतीस अन् मीही होतो. एकाच वेळी, एकाच ठिकाणी; पण वेगवेगळ्या कालप्रवाहात, समांतर विश्वात. म्हणूनच भेटू शकलो नाही-''

''साहेब, लवकर आवरा. इतर कॉल्स खोळंबलेत-''

ऑपरेटरनं आठवण करून दिली.

''मंजू, मंजू, हा टेलिफोन तेवढाच एक दुवा आहे. आपल्या दोघांना जोडणारा. तोही कोणत्यातरी अनपेक्षित अपघातानं जोडला गेलाय. तुझ्या विश्वातही दुरुस्ती चालू आहे. इथंही आहे. एकाच वेळी, एकाच ठिकाणी अन् त्यातून या लाइन्स क्रॉस झाल्या आहेत. मी आता परत ऑफिसात जातोय. तू हेमाचा नंबर फिरवून माझ्याशी बोल. करशील ना फोन, मंजू?''

''येस्, येस्, नक्की-'' तिचाही आवाज कातर झाला होता.

मी ऑफिसात गेलो. रात्री उशिरापर्यंत बसून राहिलो फोनची वाट पाहत; पण तो आलाच नाही.

वैतागून मी निघतानिघता फोन वाजला.

मी तो खेचून घेतला.

"सर, अवर रिपेअर्स आर कम्प्लीट; युवर लाइन इज इन ऑर्डर नाऊ!"

टेलिफोन लाइन्स दुरुस्त झाल्या होत्या. इकडे, कदाचित तिकडेही!

●